ముందుమాట

బోధన, పరిశోధన, ప్రచురణ అనే త్రివేణీ సంగమం లక్ష్యంగా తెలుగు భాషా సాహిత్యాలు. చరిత్ర కళ, సంస్కృతి మొదలైన రంగాలలో కృషి సల్పడానికి 11 సంవత్సరాల క్రితం ఆవిర్భవించిన పొట్టి శ్రీరాములు తెలుగు విశ్వవిద్యాలయం గణనీయమైన ప్రగతిని సాధిస్తోంది. అంతకు పూర్వం ఉన్న పలు అకాడమీలు, తెలుగు భాషా సమితి, అంతర్జాతీయ తెలుగు సంస్థ విశ్వవిద్యాలయంలో విలీనం కావడంతో పైన పేర్కొన్న లక్ష్యాలతో పాటు మరిన్ని బాధ్యతలు విశ్వవిద్యాలయానికి సంక్రమించాయి బహుముఖీన కార్యక్రమాలతో విశ్వవిద్యాలయం తన ఆశయం, ఆదర్శాల సిద్ధికోసం నిర్విరామ కృషిచేస్తూనే ఉన్నది

పైన పేర్కొన్న అన్ని రంగాలలోను కొత్త పుస్తకాల ప్రచురణలతో పాటు అలభ్య, అముద్రిత గ్రంథాల ప్రచురణను కూడా విశ్వవిద్యాలయం చేపట్టి ఇప్పటికి ఎన్నో ప్రముఖ గ్రంథాలను ప్రచురించింది. వాటికి పారక లోకం నుంచి ఆదరం కూడా లభించింది 'వ్యాఖ్యా స్రవంతి' శీర్షికన సుప్రసిద్ధ పండితులచే క్లిష్టమైన ప్రాచీన కావ్య ప్రబంధాలకు వ్యాఖ్యానాలు రాయించి ప్రకటించే ప్రణాళిక కూడా కొనసాగుతున్నది. ఇప్పటి వరకు ఈ ప్రణాళికలో కుమార సంభవం, కాశీఖండం, శివరాత్రి మహాత్మ్యం వంటి కావ్యాలను వ్యాఖ్యాసహితంగా ప్రకటించడం జరిగింది ఇవి సాహితీ ప్రియులకెంతో ప్రయోజనకరంగా ఉన్నాయి.

తెలుగులో "విజ్ఞాన సర్వస్వ" సంపుటాలను తయారుచేయించి కొత్తగా వెలువరించడం జరిగింది ఆ వరుసలో "విశ్వసాహితి"ని, ఆంగ్లంలో 'ది హిస్టరీ అండ్ కల్చర్ ఆఫ్ ది ఆంధ్రాస్" అనే పేరుతో ఒక సంపుటాన్ని ప్రచురించడమైంది. భాషాభివృద్ధి కృషిలో భాగంగా 'తెలుగు భాషా చరిత్ర' 'ద్రావిడ భాషలు' మొదలైన వాటిని పునర్ముద్రించడమైంది. ఆంధ్రప్రదేశ్ ప్రభుత్వ సాంఘిక సంక్షేమ శాఖ వారి సహకారంతో డా॥ బి ఆర్ అంబేద్కర్ రచనలు - ప్రసంగాలు 10 సంపుటాలుగా ప్రచురించడం జరిగింది

శ్రీనాథ మహాకవి రచించిన "పల్నాటి వీరచరిత్ర" కి సంపాదకులు శ్రీ ఉమాకాన్త విద్యాశేఖరులుగారు మొదట వీరు మౌఖికంగా పాడుతుండగా విని, ఆ తదుపరి ఆంధ్ర దేశంలోని వివిధ ప్రాంతాల నుండి సేకరించిన నాలుగు ప్రతులను ఆధారంగా చేసుకుని,

శ్రీ అక్కిరాజు శంకర నారాయణగారు నైజాం ప్రాంతం నుండి తెప్పించిన ప్రతిలోని 'బాలచంద్ర యుద్ధం' సమగ్రంగా ఉండటంవల్ల దాన్ని ప్రధానంగా తీసుకుని పాఠ్య నిర్ణయం చేశారు మొదటి ముద్రణకు 87 పేజీల సమగ్ర సంపాదకీయం రాశారు ద్వితీయ ముద్రణకు ఆంగ్లంలోనూ తెలుగులోనూ 100 పేజీల పీఠిక రాశారు ఒక జానపద వీరగాథపై ఇన్ని వివరాలతో కూడిన వ్యాసం రాయడం తెలుగులో ఇదే మొదటిసారి తమ వ్యాసంలో సంస్కృత వృత్తాలైన శార్దూల మత్తేభాల్లో కాకుండా దేశీ ఛందస్సులో రాయడం మొదటి విశేషంగా, ద్వితాయాక్షరపు ఆట లేక పోవడం రెండో విశేషంగా, అనువాదం కాకుండా మూలగ్రంథం కావడం మూడో విశేషంగా, ఆంధ్రుల్లో వీరత్వాన్ని బోధించే ప్రబంధ కావ్యం కావడం నాలుగో విశేషంగా పేర్కొన్నారు

శ్రీ అక్కిరాజు ఉమాకాన్త విద్యాశేఖరులగారి 'నేటి కాలపు కవిత్వం' గ్రంథాన్ని కూడా విశ్వవిద్యాలయం తరపున ప్రచురించడం జరిగింది ఈ విధంగా వారి పాండిత్య పరిశోధనల్ని పరిశోధకులకి అందించే అవకాశం కలిగింది

ఈ గ్రంథానికి డా॥ అక్కిరాజు రమాపతిరావు చక్కని సంపాదకీయం రాశారు. వారికి విశ్వవిద్యాలయం పక్షాన కృతజ్ఞతలు తెలియజేసుకుంటున్నాం.

సం/-

ఆచార్య నాయని కృష్ణకుమారి

ఉపాధ్యక్షులు

పొట్టి శ్రీరాములు తెలుగు విశ్వవిద్యాలయం

హైదరాబాద్

24-1-1997

ఉమాకాంత విద్యాశేఖరుల విమర్శ సిద్ధాం లు

- డా అక్కిరాజు రమాపతిరావు

చరిత్ర ఎప్పుడూ సరళరేఖవలె సాగదు పునస్సమీక్షితం కాకుండా పురోగతికం కాదు దాని స్వభావం చాక్రికం అని చెప్పవచ్చు చరిత్ర పునరావృతం కావడం సర్వసాధారణంగా దర్శనీయం. భారతదేశంలో బయలుదేరిన దివ్యజ్ఞాన సమాజోద్యమం ఇందుకు నూటికి నూరుపాళ్ళు సాక్ష్యం పలుకుతున్నది దివ్యజ్ఞాన సమాజోద్యమం వ్యాపనంలో ఇంకొక విశేషం ఏమిటంటే దీని ఆద్యప్రవర్తకులు పాశ్చాత్యులు భారతీయ గుప్తవిద్యలు, ఆధ్యాత్మిక గవేషణలు, తపస్సిద్ధులు. అర్చావిధులు, సకల ప్రపంచానికి ఉపాదేయమన్నది ప్రతిపాదించిన వారు పాశ్చాత్యులు అవి పునరుజ్జీవనార్హములనీ పునరుద్ధరణ దిశలో ఈ కృషి సాగాలనీ ఈ ఉద్యమాన్ని చేపట్టారు వారు దీనితో సహజంగా సంస్కృత భాషకు ప్రాధాన్యం, ప్రాచుర్యం కలిగాయి ఏమంటే భారతీయుల గుప్త విద్యలన్నీ సంస్కృతంలోనే ఉన్నాయి కనుక రాజారామమోహనరాయ్, కేశవచంద్రసేన్, ప్రతాపచంద్రమజుందార్, పండిత శివనాథశాస్త్రి ప్రభృతులు పాశ్చాత్యమత సాంస్కృతిక మూల్యాలపట్ల ప్రబుద్ధులైనట్లే ఆ తర్వాత సుమారు అర్ధ శతాబ్దానికి మేడమ్ బ్లావట్స్కీ, హెచ్ ఎస్ అల్కాట్, డబ్లు లెడ్ బీటర్ అనీబిసెట్, జె హెచ్ కజిన్స్ మొదలైన వారు భారతీయ ఆధిభౌతిక విజ్ఞానంపట్ల, ఆధ్యాత్మిక సంప్రదాయంపట్ల, గుప్త విద్ల పట్ల వ్యామోహితులైనారు పెద్దపెద్ద గ్రంధాలు రచించారు పత్రికలు నడిపారు జాతీయ అంతర్జాతీయ సమావేశాలు, సదస్సులు నిర్వహించారు. ఇది చరిత్ర చక్రనేమిక్రమ స్వభావాన్ని తెలియజేస్తున్నది పాశ్చాత్యుల సన్నికర్ష దైవ నిర్దేశితమని స్వాగతించిన ఒక తరం భారతీయులు మఱక తరంలో వారి వలస సాంస్కృతిక దురాక్రమణల తీరు తెన్నులను అసహ్యించుకునేందుకు సిద్ధమైనారు. భారతీయులలో పాశ్చాత్య సంస్కృతి పట్ల, జీవన మూల్యాలపట్ల సర్వాత్మనా వ్యతిరేకత వ్యక్తమయ్యేందుకు రంగం సిద్ధమైంది ఎక్కడైనా ఒక తీవ్ర ప్రతి ఘటనోద్యమకాలంలో, సందర్భంలో నేపథ్యంలో అతివ్యాప్తులు అవ్యాప్తులు తప్పవు అతివాదాలు తప్పవు పునుద్ధరణ వాదంగా తిరోగమన శీలంగా యీ పరిణామాలను కొందరు ఈసడించవచ్చు ప్రతీపశక్తుల మోహరింపుగా కొందరు సిద్ధాంతీకరించవచ్చు కాని ఈ పరిణామం అనివార్యం వలస దేశ దురాక్రమణదారులను తిప్పికొట్టడంలో పాలితుల సాంస్కృతిక మూల్యాల పునరేకీకరణ తప్పదు. ఈ దృష్ట్యా అర్థం చేసుకోకపోతే బాలగంగాధరతిలక్, అరవింద్‌ఘోష్‌ల సాంస్కృతిక పునరుజ్జీవన ప్రయత్నాలు అర్థంకావు ఆర్యసమాజం వారి ఆంగ్లోవేదిక పాఠశాల స్థాపనావశ్యకత అర్థం చేసుకోలేము. భగవద్గీతకు 20వ శతాబ్దంలో వచ్చినన్ని వ్యాఖ్యానాలు మరే శతాబ్దంలోనూ

వ్యాజచిత్రాలు త్రిలింగ పత్రికలో కనపడతాయి మూడునాలుగేళ్ళ కన్నా ఈ సంపాదకత్వ బాధ్యతను కూడా ఉమాకాంతంగారు నిర్వహించినట్లు కనపడదు కుటుంబ సంబంధమైన చిక్కులతో ఉమాకాంతంగారు సతమతమయ్యేవారు అయన కుమారుడు ఎనిమిది తొమ్మిదేండ్ల వాడు చనిపోవటం ఆయనకు అశనిపాతం ఆ పిల్లవాని పేరు నళినీమోహన మంత్రి అని ఆయన నాజూకుగా తన కలకత్తావాసం సార్ధకంగా పెట్టుకున్నారు త్రిలింగపత్రిక సంపాదకత్వ బాధ్యతను స్వీకరించేనాటికే ఉమాకాంతంగారు పల్నాటి వీరచరిత్రను, మెడోస్ టైలర్ నవల, టిప్పుసుల్తాన్‌కు తెలుగు అనువాదాన్ని ప్రకటించి ఉన్నారు కవిత్వతత్త్వ విచారంలో డా. కట్టమంచి రామలింగారెడ్డి వెలువరించిన సంప్రదాయ వ్యతిరేకతను ఉమాకాంతంగారి పల్నాటి వీరచరిత్ర పీఠికలోనూ చూడవచ్చు

సాహిత్యానికి సంబంధించి ఉమాకాంతంగారు పూర్వసంప్రదాయ వాదికాదు 1910లో బందరు నుండి వెలువడిన ఆంధ్రభారతిలో ఆయన విద్యారంగంలో సమూలమైన మార్పులు కోరాడు మాతృభాషా మాధ్యమ ప్రాశస్త్యం గురించి ఆయన నొక్కి చెప్పారు కొమర్రాజు లక్ష్మణరావుగారితో వీరు తరచు కలుస్తూ ఉండేవారని తెలుస్తున్నది. లక్ష్మణరావుగారు మాతృభాషా మాధ్యమే మేలు అని తమ మహారాష్ట్ర నివాస అనుభవంతో వాదిస్తూ ఉండేవారు మొదట్లో ఉమాకాంతంగారు వ్యావహారిక భాషోద్యమానికి సుముఖులుగా ఉన్నట్లు కనపడదు ఈ విషయంలో కూడా ఉమాకాంతంగారి పై లక్ష్మణరావు అభిప్రాయాలు మొదట్లో మొదట్లో పనిచేసినట్లు తోస్తుంది. తర్వాత ఆయన గిడుగు, గురజాడలతో చర్చించిన తర్వాత తన అభిప్రాయాలు మార్చుకున్నట్లు తల్లావఝ్ఝుల శివశంకరశాస్త్రిగారి సాక్ష్యం ఉన్నది 1936వ సంవత్సరంలో ప్రారంభమైన 'ప్రతిభ'లో శ్రీ శివశంకరశాస్త్రి 'నాలో మార్పు' అని తమ సాహిత్య జీవితానుభవాలు ప్రకటించారు. ఆ నవంబరు సంచికలో (3వ సంచిక) శ్రీ శాస్త్రిగారు ఉమాకాంతంగారు తమకు మిత్రులనీ వారికి దీర్ఘసమాస జటిలశైలి ఎంతో ఇష్టమనీ ఆయన ప్రభావం తనపై పనిచేసి తాను పెటుకుగ్రాంధికం అభిమానించేవాడిననీ రాశారు ఆయనన్నారు, "సంస్కృత గద్యప్రభావము గాఢంగా వుండేది సలహా ఇవ్వతగినవాళ్ళు లేరు, ఒకవేళ ఇచ్చినా అంగీకరించేవాణ్ని కానేమో! నా మిత్రుడు అక్కిరాజు ఉమాకాంతంగారి వల్లనే ఈ 'డబ్బాశైలి' కొంతవరకు అలవాటు పడ్డది మరికొన్ని సంవత్సరాలకు ఆయన వల్లనే ఇది తొలగిపోయింది ఉమాకాంతంగారు ఆ రోజుల్లో తెనిగించిన 'టిప్పుసుల్తాను' బాగా నచ్చింది అందులో ఒక వాక్యం ఇంచుమించుగా ఇప్పటికీ జ్ఞాపకం వస్తుంది. "మార్గోపాంత పల్వాలానీకంబుల భేకభేకీ నాదంబు సంకులంబయ్యె" ఇటువంటి వాక్యాలు మహామధురంగా వినబడి ఆ ప్రకారంగా రాస్తుండేవాణ్ణి నేనెరిగిన కొద్దిమంది పండితులూ ఇటువంటి రచనకే ప్రోత్సాహం చేసేవారు ' ' ఇది 1912 సం నాటిమాట. తర్వాత శాస్త్రిగారి జీవితంలో ఎన్నో అధ్యాయాలు దొర్లిపోయాయి

కృతక గ్రాంధికభాషాభిమానం నుంచి వ్యావహారిక భాషవైపు ప్రీతి ఏ విధంగా సిద్ధించిందీ వారే ఇట్లా ఆ తర్వాత ప్రతిభ సంచికల్లో వివరించారు.

“కొన్నాళ్ళు ఇలా గడుస్తూ వుండగా నా మిత్రులు అక్కిరాజు ఉమాకాంతంగారు ఒకనాడు గుంటూరు వచ్చినట్లు వినిచూడ్డానికి వెళ్ళాను ఆయన సంస్కృతాంధ్రాలలో బాగా కృషిచేశాడు. శ్రీనాధుని పల్నాటి వీరచరిత్ర సంపాదించి ప్రకటించి ప్రసిద్ధిచెందాడు కొంతకాలం ఆంధ్రసాహిత్య పరిషత్తుకు కార్యకర్తగా పనిచేశాడు త్రిలింగ పత్రికకు కొన్నాళ్ళు సంపాదకుడుగా వున్నాడు కలకత్తాలో మహామహోపాధ్యాయ ప్రమధనాధ, తర్కభూషణ మొదలయిన మహా విద్వాంసుల వద్ద దర్శనాలు చదువుకున్నాడు. మేమిద్దరమూ చిన్నతనంలో కాలేజీలో మూడేళ్ళు సహాధ్యాయులము కథలు వ్రాసినట్టు ఆయనతో ఇష్టాగోష్ఠిలో అన్నాను ఒకకథ చదివి వినిపించాను. విని ఆయన ‘బాగున్నది కాని వాడుకభాషలో వుంటే ఎక్కువ బాగుండేది’ అన్నారు నమ్మడానికి వీల్లేని మార్పు ఏదో నాలో కలిగింది ఆ క్షణంలో కంటికి వున్న పొరలు వెంటనే రాలిపోయినట్టయింది ‘మీరు విద్వాంసులు కదా, వాడుక తెనుగులో కథలూ గట్రా వ్రాయాలని మీకెందుకు బుద్ధి పుట్టింది?’ అన్నాను ఆయన యిలా చెప్పారు? ఒక పర్యాయం గురజాడ అప్పారావు పంతులుగారు మదరాసు వచ్చినప్పుడు, ఆయనతో నేను నిష్ఠూరంగా మాట్లాడాను మీరు భాష పాడుచేస్తున్నారని అప్పారావుగారు మహాశాంతంగా, ‘జయంతి రామయ్యపంతులుగారితో ఎంతచెప్పినా లాభంలేకపోయింది. మీకింకా చిన్నతనం’ అన్నారు. దానితో నాలో మార్పు వచ్చింది అప్పట్నుంచి వాడుకభాషలో తప్ప వ్రాయనని నిశ్చయం చేసుకున్నాను గ్రాంధికభాష అంటే నాకు చాలా తలనొప్పి’ అన్నారు. (పుటలు 373,74 - ప్రతిభ సం 1; సం 4 - 1937 ఫిబ్రవరి) ఉమాకాంతంగారికి గురజాడ అప్పారావు పంతులుగారితో సమావేశం పందొమ్మిదివందల పదిహేనుకి ముందే అని తెలిసిపోతున్నది కదా 1912లో టిప్పు సుల్తాన్ రచనాకాలం నాటికీ రెండుమూడేళ్ళ తర్వాత కాలానికీ అయనలో గురజాడ తెచ్చిన మార్పు ఎంతటిదో తెలుస్తున్నది. ఉమాకాంతంగారి వ్యవహారిక భాషా రచనా ప్రీతి ఎంతవరకు పోయిందో 1920ల నాటి శ్రీ శివశంకరశాస్త్రి వెల్లడించిన ఒక ఉదంతంబట్టి కూడా తెలుస్తున్నది.

“ఉమాకాంతంగారికి జబ్బుచేసినప్పుడు “వీలునామా” వ్రాస్తూ వాడుకభాష అమలులోకి తీసుకరావలసిందనీ, గ్రంధకర్తలచేత అదే ఉపయోగం చేయించవలసిందనీ నాపేర ఉద్బోధన వాక్యాలు అందులో చేర్చారు తరవాత దైవానుగ్రహం వల్ల ఆయనకు ఆరోగ్యం కలిగింది ఈ సంగతి నాకు తెలిసినప్పుడు నేను చాలా సంతోషించి ఆయన కోరిక అమలులో పెట్టడానికి పూనుకొన్నాను” (ప్రతిభ - అదే సంచిక, పుట 374) 1914 నుంచి 1920 వరకు ఉమాకాంతంగారు మద్రాసులోనే ఉంటున్నా ఆయన ఆరోగ్యం ఒడిదుడుకులతో గడచినట్లు కనపడుతుంది

చెయలేకపోయినారు

1929 ప్రాంతాలలో ఉమాకాంత విద్యాశేఖరులు మద్రాసులోని ప్రెసిడెన్సీ కాలేజీలో ఆంధ్ర పండిత పదవినధిష్టించారు వావికొలను సుబ్బారావు (వాసుదాసు) గారి తర్వాత ప్రెసిడెన్సీ కాలేజీ పండిత పదవి వీరికి లభించింది సుమారు 10 సంవత్సరాలకాలం వీరు ఈ పదవిని నిర్వహించినట్లు కనపడుతుంది శరీరానారోగ్యకారణం వల్ల 50 సంవత్సరాల వయసుననే వీరు కళాశాల పండిత పదవీ విరమణం చేసినట్లు కనపడుతుంది

1938 ప్రాంతాలలో కళాశాల పండిత పదవిని విరమించి ఉమాకాంత విద్యాశేఖరులు స్వగ్రామం చేరారు వారే చెప్పుకొన్నట్లు అదివారికి చాలా కష్టకాలం ఉమాకాంత విద్యాశేఖరులది గుత్తికొండ స్వగ్రామం. ఇది పలనాడు తాలూకాలో ఉంది పదితరాలుగా అక్కిరాజువారి వంశవృక్షం ఉన్నది అక్కిరాజువారి కుదురు ఈ గుత్తికొండ గ్రామం ఉమాకాంతంగారి తల్లిదండ్రులు లక్ష్మమ్మ, లక్ష్మీ నారాయణగారలు వీరికిద్దరు తోబుట్టువులుండేవారు ఒకరు వాసుదేవరావూ, ఇంకొకరు భారతమ్మ అని తోబుట్టువు 1942వ సంవత్సరలో ఉమాకాంతం గారు గుత్తికొండలోనే మరణించారు అప్పటికాయన అక్కగానూ, తమ్ముడూ జీవించే ఉన్నారు తమ్ముడి దత్తపుత్రుడు కూడా సంతానం లేకుండా చిన్నవయస్సుననే మరణించడంతో ఉమాకాంతంగారి గ్రంధ సంచయమూ ముద్రితా ముద్రిత రచనలు చెల్లాచెదరై పోయినవి 1942 మార్చిలో గుత్తికొండలో ఉమాకాంతం స్వర్గస్థులైనారు

ఆధునిక తెలుగు సాహిత్యంలో అక్కిరాజు ఉమాకాంతంగారు అగ్రశ్రేణి విమర్శకులుగా నిలుస్తారు భారతీయ సంస్కారంతో సంలీనంకాని విదేశీయమైనదంతా త్యాజ్యమనీ, శ్రుతి స్మృతి పురాణేతిహాస ధర్మశాస్త్ర సర్వసంస్కృత వాఙ్మయం పూజ్యమనీ ఆయన అభిమతం ధర్మావిరుద్ధమైన శృంగారమే ఉపాదేయమని వారి భావన ఈ దృష్టితో వారు వాఙ్మయ దర్శనం రచించాలని సూత్ర ఫక్కికరాసి పెట్టుకున్నారు దీనికి అనుబంధంగా నేటికాలపు కవిత్వం రచించారు ఈ విమర్శ గ్రంథంలో నాడు ప్రసిద్ధులైన కవిపండిత విమర్శకుల రచనలన్నీ సమీక్షితమైనవి. మొగమాటం లేకుండా తాము అనుచితమనుకొన్న అభిప్రాయాలన్నీ తీవ్రంగా నిరసించారు విద్యాశేఖరులు భావకవిత్వాన్ని ఆయన సహించి ఉపేక్షించేవారేమోకాని అది తెలుగు సాహిత్యంలో నూతన యుగస్థాపనమనీ సంస్కృత దాస్యం నుంచి తెలుగు సాహిత్యం విముక్తమైన సాహిత్య చారిత్రక సన్నివేశమనీ, కవులకు స్వేచ్ఛ ఉండాలనీ, కవులు సర్వతంత్ర స్వతంత్రులనీ భావకవిత్వాన్ని మెచ్చుకొనేవారు, పీరికలు రచించినవారూ అనడంతో ఆయన తటస్థంగా ఉండలేకపోయినారు నన్నయ, తిక్కనలనే తప్పుపట్టిన ఉమాకాంతంగారు సమకాలీన కవుల తాననుకొన్న వెర్రిపోకళ్ళను విమర్శించకుండా ఊరుకుంటారా? అంగవిస్తరమనే

కావ్యదోషానికి కీచక విరహఘట్టంలో తిక్కనగారు పాల్పడ్డారని ఈసడించుకున్న ఉమాకాంతంగారు భావకవుల ప్రేమోల్బణాన్ని మెచ్చుకుంటారా? ఎంకిపాటలలో కొంతవరకు నవ్యత ఉన్నదని ఆయన వొప్పుకోవటం ఆయన నిజాయితీకి సహృదయతకు నిదర్శనం

ఉమాకాంతంగారి ప్రామాణికమైన కొలబద్దలు వేరు అట్లా అని నవ్యసాహిత్యాన్నంతా ఆయనతోసి రాజనలేదు ఆధునిక తెలుగుసాహిత్యంలో తొలి తరంకథా రచయితలలో ఆయన ఒకరు తాము నడిపిన త్రిలింగ పత్రికలో ఆయన చిన్నకథలు ప్రకటించారు అవి కళారూపంగా గొప్పకథలు కాకపోయినా వస్తురూపంగా నవ్యత సంతరించుకున్నవే కులపాలికా ప్రణయానికీ నిర్మలమైన దంపతీ శృంగారానికీ ఆయన తన కథల్లో ప్రాధాన్యం ఇచ్చాడు

"భవిష్యద్గృహస్థుడు" అనే కథలో ఉమాకాంతంగారు కుటుంబ జీవనంలో స్త్రీకి మానసిక శారీరక విశ్రాంతి వికాసాలు లేకపోవడానికి ఎంతో బాధపడ్డారు రైలు ప్రయాణంలో ఎదుటి సీటులో తరుణవయస్కురాలైన ఒక స్త్రీ ఇద్దరు పురుషులతో కథకుడు కూడా ప్రయాణం చేస్తుండగా కథకుడి మనసులో చెలేగిన భావాల స్వగతం రూపంగా ఈ కథ సాగుతుంది." నూతనముగ గృహస్థాశ్రమమున బ్రవేశింప బోవు మానవుల మనోవికారము లెట్లుండునో యిందు చక్కగ బ్రదర్శింపబడినవి అపూర్వ వర్ణనలతో నిండియుండును" అని ఈ కథను గూర్చి పరిచయ వాక్యాలు చెపుతున్నాయి

ఎదుటి సీటులో ప్రయాణిస్తున్న వారిని చూచి పరిపరివిధాల తలపోస్తాడు కథకుడు వాళ్ళనుగూర్చి కుశంకలు, అనుమానాలు, పాపపు ఊహలు కూడా పెంచుకుంటాడు ఏమంటే ఆ తరుణి ఎంతో స్వతంత్రంగా స్వేచ్ఛగా నాగరకంగా ప్రవర్తిస్తూ ఉండటం, ఆ కాలంలో గృహస్థ జీవనంలో ఇలాటి సన్నివేశం కలికంలోకి కూడా కనపడకపోవడంతో కథకుడికి రాకూడని ఆలోచనలు వస్తాయి చివరకు ఆ తరుణులలో ఒకరు ఆ అమ్మాయి భర్త అనీ ఎండవ వాడు అతడు తరుణుడి మేనమామ అనీ తెలుస్తుంది ఆనాటి సాంఘికస్థితిగతులను ఆ ప్రయాణం పొడవునా కథకుడు తలచుకొని విచారపడతాడు

"హిందూభర్తా! ఏనాడు దాంపత్య పరమార్థంబు గ్రహించెదవు? ఆనాడు గదా గృహములు గృహములు, ప్రేమమా! అవిగో నీవులేని దంపతీహృదయంబు లెండిబండలైయున్నవి.

కులకాంతా నిన్ను మామలు నిరాదరించుచున్నారు. అత్తలణగద్రొక్కుచున్నారు. ఆడబిడ్డలరకంట జూచుచున్నారు కొందరు కవులేలనో నీకు విషముపోసిరి కులకాంతా ఏనాటికి వికసనము నొందెదవు" అని యతడు చింతించెను - అన్నారు ఉమాకాంతంగారు

"యౌవనుడును యువతియునతనికి దేవతాయుగ్మమువలెగన్పట్టిరి. అసూర్యం

పశ్యయైన రాజపత్ని మొదలుకొని పిడిగ్రుద్దులచే వీపుకాయలుకాసిన యిల్లాలి వరకు కులకాంతలందరును నతని తలంపునకు వచ్చిరి భర్తచే గొట్టులు వడకపోయినను పనిచేయుట తినుట, కనుట, సొమ్ములు పెట్టుకొనుట తప్ప మరియేమి యెరుంగని కులకాంతలతని మనోనేత్రమున కగపడిరి మూలను గూర్చుండి మాసిన చెరగుతో గన్నీరు తుడుచుకొను కులకాంతయగపడెను వంటయింటిలో కొంగువేసుకుని పరుండి నా కష్టము లెప్పుడు కడతేర్చెదవో భగవంతుడాయని విలపించుచున్న కులకాంతయగపడెను పోరుపడ జాలక కడగండ్లు తీర్చువారిక లేరని నిరాశతో బ్రాణములు తీసుకొనుటకై బావికడకు బోలేకపోబోవుచున్న కులకాంతయగపడెను అయ్యో! ఆ గృహములతనికి నరకకథలను జ్ఞప్తికి దెచ్చినవి

ఆనాటి సాంఘిక వ్యవస్థ కథానాయకుడి స్వగతం ద్వారా కనులకు కడుతున్నది 'బ్రాహ్మణేతరుడుగాన యౌవనుడీడువచ్చిన యువతి యెక్క గుణరూపములను జూచి వివాహమాడియుండును. అస్మాదృశబ్రాహ్మణులకే భాగ్యములేదు గదాయని యతడు చింతించెను'

కథానాయకుడి దృష్టిలో ఆదర్శ దాంపత్యం ఎలా ఉండాలో అతడి మనోవీధిలో ఈ విధంగా పొడకడుతుంది "ఈడుజోడు కుదిరి పొరలేని మైత్రితో గృహములయందు మెలగు దంపతులను జూచి, మధుమాససాయం సమయములందు జలాశయ తీరంబుల శీకరసమ్మిళిత మరుత్కిశోరంబులకు జొక్కెడు దంపతులను జూచి మనోహర శరన్నిశావేళల లసచ్చంద్రికాపటల ధవళిత సికతాతలంబు లందు సంసక్తబాహులతలతో నల్లన విహరించు దంపతులను జూచి ప్రేమ కివి చిహ్నములా. . " యనుకొంటాడతడు

'కూతురులను బహుప్రాయులుగ నుంచు తలిదండ్రులు మార్గము నిరోధించు నడ్డదూలముల వలెనతనికి బొడకట్టిరి ' అన్నారు ఉమాకాంతం 'నభజేత్‌స్త్రీ స్వతంతా' మని మనువు చెప్పటం తలచుకొని సీతాకాంతం బాధపడతాడు స్వగత రూపంలో ఈ కథను విన్పించిన కథకుడి పేరు సీతాకాంతమని రచయిత పేర్కొన్నారు ఈ కథ 1912-1913వ సంవత్సరానికే ఉమాకాంతంగారు రచించడం గొప్ప విశేషం అప్పటికే ఆయన అభ్యుదయ భావాలు ఏ విధంగా రూపుదిద్దుకుంటున్నాయో ఇందువల్ల తెలుస్తుంది బహుశా కలకత్తా రాకపోకల సందర్భంగా జరిగిన రైలు ప్రయాణాలలో ఆయన తనకు రైల్లో కనపడిన తరుణ దంపతులవంటి వారిని చూసి ఉంటారు ఈ కథ అంతా అల్లి ఉంటారు స్త్రీ మానసిక భౌతిక ఆరోగ్యానికి కంకణం కట్టుకున్నారనీ యుగపురుషుడనీ ప్రశంసితుడైన తెలుగు కథకుడప్పటికింకా కళ్ళు తెరవలేదు గురజాడ అప్పారావుకి అవ్యవహితపరంగానే ఉమాకాంతం కథలు రాయడం గమనార్హం ఆ కథల్లో స్త్రీ పురుషుల సమానత్వాన్ని ప్రేమబంధాన్నీ ఆయన ప్రతిపాదించాడు

అయితే శైలిమాత్రం ఇంకా గ్రాంధికానికి దగ్గరగానే ఉంది పరుషంగానే ఉందిగాని సరళంగా కాదు గురజాడ అప్పారావు కూడా మొదటి కథను మొదటరాసినప్పుడు గ్రాంథికంలోనే రాసిన వైనం తెలుస్తున్నది 1910లో ఈ కథ ఆంధ్రభారతిలో అచ్చైనప్పుడు అచ్చులో అరసున్నలు కూడా కనపడుతున్నాయి అచ్చుకూర్పరి పుణ్యమో ఏమో చెప్పలేము ఇంచుమించుగా 'టిప్పుసుల్తాన్' అనువాదం చేసిన కాలంలోనే ఉమాకాంతంగారు కథలు కూడా రాయడం మొదలుపెట్టి ఉంటారు 'టిప్పు సుల్తాన్' నవల అనువాదానికి ఉమాకాంతంగారు కూర్చిన పీఠికలో ఆధునిక సాహిత్యంలో ప్రపంచ సాహిత్యంలోనే నవలా ప్రక్రియ ఆవిర్భావ వికాసాలను గూర్చి రాశారు. వచన రచనను నిరాదరణ చేయడం సాహిత్య వికాసానికి అవరోధమని ఉమాకాంతంగారీ పీఠికలో హెచ్చరించారు. 'తెలుగన్నను తెలుగు పుస్తకములన్నను తెలుగు గ్రంధకర్తలన్నను దృణముకంటే దేలికగజూచు కేవల సంస్కృత పండితులును గేవ లాంగ్లభాషా పండితులును మన తెలుగు నవలలను నిరసించుట యబ్బురము కాదు గదా "అని బాధపడ్డారు ఈ పీఠికలో ఆయన ఇంకా కళా సాహిత్య వికాసం గూర్చి ఇట్లా చెప్పారు " చిత్ర లేఖనము కవితవీని యొక్క పరమార్థమును జనులు గ్రహింపగలుగుట నాగరకతాభ్యుదయ సూచకంబని చెప్పవచ్చును చిత్రలేఖనమున కనేకభంగుల మనము ప్రోత్సాహము కలుగజేయవలసి యున్నది" అన్నాను ఈ పీఠికలో. ఈ అనువాద నవలకు 32 పుటల పీఠిక రాశారు ఉమాకాంత విద్యాశేఖరులు

గీత గోవిందానికి శ్రుతి రంజని పేరుతో ఒక వ్యాఖ్యానం కనపడుతున్నదనీ దీనిని శ్రీ రంగరాజ పుత్ర తిరుమల రాయలు విరచించినట్లు తాళ పత్రంలో పేర్కొనబడిందనీ కాని తిరుమల రాయలు ఈ వ్యాఖ్యాన కర్తకాదనీ చారిత్రక సాహిత్యాధారాలతో ఉమాకాంతంగారు నిరూపించారు భట్టుమూర్తి వసుచరిత్రకు కృతి పతియైన తిరుమలరాయలే గొప్ప విద్వాంసుడైతే భట్టుమూర్తి చెప్పకమానునా? అంటారు ఉమాకాంతంగారు శ్రుతి రంజనిని గూర్చిన వ్యాసం ఆంధ్రప్రదేశ్ పత్రిక ఉగాది సంచికలో ప్రచురితమైంది 'అరవ దేశమునందలి యాంధ్ర వాఙ్మయము' అనే పేరుతో ఒక వ్యాఖ్యా వివరణ సూచివంటి దానిని కూడా ఉమాకాంతంగారు ప్రచురించారు. ఆంధ్ర సాహిత్య పరిషల్లిఖిత పుస్తక సంచయం నుంచి ఈ సమాచారం సేకరించినట్లు తెలిపారు ఇది ఆంధ్ర సాహిత్య పరిషత్పత్రికలో ప్రచురితం. "ఆంధ్ర దేశమునునంత సుప్రసిద్ధుడైన శ్రీ నాధుని గ్రంధ మొక్కటియైన సంచయమున గాన రాకుండుట చిత్రముగనున్నది మొత్తము మీద మధ్య కవుల కావ్యములు నాధునికుల కావ్యములును వారు సేకరించిన వ్రాత ప్రతులను గూర్చి ఉమాకాంతంగారు వ్యాఖ్యానించారు

శ్రీ ఉమాకాంతం గారిలో క్షణ క్షణం విమర్శకుడు తొంగి చూస్తూ ఉంటాడు "విజయనగర రాజుల నాటి వాఙ్మయమే దక్షిణ దేశమున 18వ శతాబ్దియందు బయలుదేరిన

వాఙ్మయమునకు మాతృకగా నున్నది" అని వ్యాఖ్యానించడం ఉమాకాంతం గారి స్వోపజ్ఞతకు నిదర్శనం. ఈ సంచయంలోని వ్రాత ప్రతులను పురాణాలు, నిఘంటువులు వ్యాకరణం, ఛందస్సు, అలంకార శాస్త్రము, కళలు, పద్యకావ్యము, శతకము, దండకములు, యక్షగానములు, ద్విపదలు, వచన కావ్యాలుగా విభజించి ఒక్కొక్క దానిని గూర్చి సవిమర్శనాత్మక వివరణ సూచికను కూర్చారు ఉమాకాంతంగారు.

నేటి కాలపు కవిత్వం చివరి ప్రకరణమైన సంస్కారాధికరణంలో ఈ విషయాలనే ఉప సంహార వాక్యాలుగా తిరిగి విన్పించారు ఉమాకాంతంగారు

"దేశంలో భారతీయ సంస్కార ప్రవాహాలు యింకి పోయినవి విద్యాపీఠాలు అస్తమించినవి గురు కులాలు రూపుమాసినవి భారతీయ సంస్కారం లేని కేవల పాశ్చాత్య సంస్కారం బలప్రదం గాక ఆత్మ విముఖత్వాన్ని పర సంస్కార దాస్యాన్ని మనకు ఆ పాదించినవి. ఈ దశలో ఆంధ్రదేశంలో వెలువడుతున్న కృతులు యెండు నేలను మొలచిన గిటక గడ్డివలెను, యిమడక వెళ్ళి పోయిన ఆహారం"

సారాంశంగా ఈ పద్యకావ్యాలను గూర్చి చెబుతూ 'కవిత పతిత కావలసివచ్చెగదాయని పరితాపము కలుగక మానదు' అని విమర్శించారు. ద్విపద కావ్య ప్రశస్తిని నిరూపించారు. "సాధారణ పద్యకావ్యములు రచించుట కంటే గణప వరపు వెంకటకవి వలె బంధ కవిత్వము చెపుట కష్టతరము గదా. అందువలన బద్య కావ్యములకంటే బంధమయ కావ్యము లెక్కువగా నాదరింపదగినవని చెప్ప వచ్చునా'? అని ప్రశ్నించారు ఇక దక్షిణాంధ్ర భాషలోని అనుస్వారము, అచ్చుల మార్పులు, ద్విత్వము మొదలగునవి స్వర శాస్త్ర (Phonetocians) ప్రవిష్టులు గమనింపవలసిన విషయములు గదా!' అని భాషా శాస్త్ర అధ్యయనావశ్యకతను గూడ ఆనాడే ఉమాకాంత విద్యా శేఖరులు గుర్తించారు. ఆయన ఆధునికులలో అత్యంత సంప్రదాయపరుడు సంప్రదాయజ్ఞులలో అత్యంత ఆధునికుడు అని వారి విమర్శలవల్ల స్పష్టమవుతున్నది.

ఉమాకాంతంగారి గ్రంథాలలో ముఖ్యంగా పేర్కొనవలసినవీ ఆయనకు పేరు తెచ్చినవీ ఆయన్నిస్మరించగానే వెంటనే స్ఫురించేవీ పీఠికా సహితమైన పలనాటి వీర చరిత్ర సంపాదకత్వం, నేటి కాలపు కవిత్వం, పాణినీయాంధ్ర వివరణం అనేవి పాణినీయాన్ని ముందు సంచికలుగా ప్రకటించి తరవాత పుస్తకంగా తెచ్చారు ఉమాకాంతంగారు.. ...... దేశీయ విద్యాశాలలు గానీ రాజకీయ విద్యాశాలలుగానీ భారతీయ సంస్కారం నిర్బంధంగా, ప్రధానంగా విదేశీయ సంస్కారం అంగంగా దేశీయులకు ప్రసాదించినప్పుడే యీ పంకం మనకు తొలగి మనం స్వచ్ఛదీప్తితో భారత జాతుల్లో ఉత్తమ స్థానం ఆక్రమించగలము భారతీయ సంస్కార పరిపాకం పొంది స్వచ్ఛదీప్తితో భారత జాతుల్లో ఉత్తమ స్థానం ఆక్రమించగలిగినప్పటి

కృతులుగాని చిత్రాలుగాని మరేవిగాని ఒక ఆంధ్రులనేకాక సర్వ భారత వర్షాన్ని సర్వలోకాన్ని నూతన సందేశాలతో పవిత్రం చేయగలవు. ఆ నిమిషానికే నేను ప్రతీక్షిస్తున్నాను. జన్మాంతరంలోనైనా ఆ నిర్మలదశ చూడగలననే ఆశతో విశ్వాసంతో ఆంధ్రుల సంస్కారానికి సేవను ఆకాంక్షిస్తున్నాను' అని నేటి కాలపు కవిత్వం సమీక్షను ముగించారువారు

ఉమాకాంత విద్యాశేఖరులది తీవ్రమైన వాదం అనుకొనేందుకు వీలుంది. మహాభారత రామాయణాలు యథామూలంగా మాత్రమే ఉండాలి కాని నన్నయ, తిక్కనాదులవి అనుచితానువాదాలనటం, మనువసుచరిత్రాది ప్రబంధాలు ఉత్తమ కావ్య కోటిలోవి కావనడం, యతిప్రాసల వల్ల తెలుగు పద్యం కొరగానిదై పోయింది అనడం, యతి ప్రాసలనియమం అనావశ్యకమనడం, తెలుగు పద్యమంతా పాదపూరణం కోసం అర్థం లేని మాటలను ఆశ్రయిస్తుందనడం, ఉపోద్ఘాతాలు, ప్రశంసలు, పరిచయాలు సమీక్షలలో ముందుగా ఆయా గ్రంథాలలో దోషాలన్నీ పేర్కొనవలెననడం, సంస్కృతంలోని సర్వకావ్య వాఙ్మయం, శాస్త్ర వాఙ్మయం తెలిసి ఉంటేగాని చిత్త పరిపక్వఫలప్రదమైన సాహిత్య కృషికి ఆస్కారం లేదనడం విచారణీయాలు, విచింత్యాలు తీవ్ర వాద ధోరణికి ఉదాహరణలు శ్రీ కృష్ణదేవరాయలు విదేశీయుడనటం ఆయన తెలుగు నాట దుర్గాలను జయించడం పొగడకూడదనటం, మనుమసిద్ధి మనవాడు కాదనటం, కాటమరాజు కథ తెలుగు వారికి ఉత్కర్షాపాదకం కాదనడం, విష్ణు సహస్రనామాల్లో చాణూరాంధ్ర నిషూదనః' అని వుంది కాబట్టి అది తెలుగు వారికి ఆత్మన్యూనతా పాదకం అనడం విపరీత ధోరణులు. ఉమాకాంతంగారి విమర్శలో ఇటువంటివి అక్కడక్కడ కనపడతాయి. ఆయన మహావిద్వాంసుడు కాబట్టి ఆయన అభిప్రాయాలేమిటో, ఆలోచన ధోరణి యేమిటో సగౌరవంగా తెలుసుకోవచ్చు కాని అవి త్రికాలా బాధితమైన సత్యాలనుకోవలసిన పని లేదు స్మృతి గ్రంథాలే ఆయా కాలాలను బట్టి మారిపోతూ ఉండగా ధర్మ శాస్త్రాలే సవరణలకు లోనవుతూ ఉండాగా అందరూ వాల్మీకి వ్యాస కాళిదాసులవంటి పరమోదాత్త ప్రతి భావంతులను మాత్రమే ఆదర్శంగా ఉంచుకొని రచనలు చేయాలనడం అందుకోలేని ఆదర్శం అనుకోవలసి వస్తుంది సంఘంలో పతనాభ్యుత్థానాల వలె, ఒడిదుడుకులవలె, విపరిణామాల వలె, అభిరుచులవల్ల ఆయా కాలాల సాహిత్యంలో కూడా మంచి చెడులు ఉంటూనే ఉంటాయి. 'చక్రనేమిక్రమం' అన్నాడు కదా కాళిదాసు. కృత యుగం ప్రాశస్త్యం అంగీకరించవచ్చు దాని గొప్ప తనాన్ని స్తుతించవచ్చు గాని కృత యుగంలో మాత్రమే జీవన సార్థక్యం సమకూరుతుంది అంటే ఎట్లా ? ఆ కృతయుగంలో కూడా ఎన్నో ఘర్షణలు, కలహాలు, శాపాలు, కోపాలు, రాక్షస విజృంభణం వర్ణితమైనాయి కదా! ఎంతో వినాశనం కూడా జరిగింది కదా! అట్లానే ఆయా కాలాల సాంఘిక స్వరూపం సాహిత్యంలో ప్రతి ఫలిస్తూ ఉంటుంది. అని ఉమాకాంతం గారికి తెలియదా? తెలుసు అందువల్లనే ఆయన కొత్త

ప్రక్రియలను చేపట్టారు వ్యావహారిక భాషా వాదాన్ని ఆదరించారు అనుసరించారు. 'నస్త్రీ స్వాతంత్ర్యమర్హతి' అంటే వొప్పుకోలేదు మనుస్మృతి గదా శిరోధార్యం అనుకోలేదు.

ఉమాకాంత విద్యాశేఖరుల విమర్శలో ముఖ్యంగా కనపడేది ఏమంటే ఆర్జవం ఆ ప్రతి హతమైన వాద విధానం వేగవంతమైన శైలి ఎటువంటి మొగమాటం లేకపోవడం కందుకూరి వీరేశలింగం పంతులుగారిని ఆయన బసవేశ్వరుడితో పోల్చారు ఆయన పట్ల అతివేలమైన గౌరవ ప్రతిపత్తి కనపరచారు

ఉమాకాంతంగారి జీవిత కాలంలోనే వారి విమర్శలకు పండితులు సమాధానాలు చెప్పే ప్రయత్నం అసలు జరగకపోలేదు వేటూరి ప్రభాకర శాస్త్రి గారికీ వీరికీ శాబ్దిక విషయకమైన చర్చ కొంత జరిగింది ఆధునిక కవిత్వాన్ని ముఖ్యంగా భావ కవిత్వాన్ని ఉమాకాంతం గారు తీవ్రంగా అధిక్షేపించడం పంచాగ్నుల ఆదినారాయణ శాస్త్రి గారు నవ్య సాహిత్య పరిషదధ్యక్షోపన్యాసంలో ఆక్షేపించారు.

ఉమాకాంత విద్యా శేఖరులు లౌకిక ప్రయోజనాల కోసం ఎవరినీ లక్ష్యపెట్టినట్లు కనపడదు గుంటూరు జిల్లా కలెక్టరు రూథర్ ఫర్డు తనకు తెలుగులో తగిన పరిజ్ఞానం ఉన్నదని ధ్రువీకరణ పత్రం ఇవ్వవలసిందిగా ఉమాకాంతంగారిని అర్థిస్తే అందుకు విద్యాశేఖరులు నిరాకరించినట్లు చెపుతారు ఆ కుటుంబంలోని వారు అల్లూరి సీతారామరాజు మన్యం తిరుగుబాటు సందర్భంగా దమనకాండ సాగించిన వాడు ఈ రూథర్‌ఫర్డు అప్పట్లో రెండుసార్లు ఆంధ్ర విశ్వవిద్యాలయోపాధ్యక్ష బాధ్యత నిర్వహించడమే కాక విద్యావేత్తగా ప్రభుత్వంలో పలుకుబడి ఉన్నవారు శ్రీ కట్టమంచి రామలింగారెడ్డి. శాసన నిర్మాణ సభలో కూడా ఆయన సభ్యుడిగా పేరు ప్రతిష్ఠ లార్జించినవారు అయినా ఉమాకాంతంగారు శ్రీ రామలింగారెడ్డి నవ్యసాహిత్యాన్ని గూర్చి భావకవిత్వాన్ని గూర్చీ ప్రసిద్ధుల కావ్య సంపుటాలకు కూర్చిన పీఠికలను విమర్శించారు. వెంకటగిరి రాజా వారు రామాయణ మహాభారతాలను గూర్చి వ్రాసిన గ్రంధానికి శ్రీ రామలింగారెడ్డి పీఠిక వ్రాయగా శ్రీ రెడ్డి అభిప్రాయాలను తీవ్రంగా అధిక్షేపించారు ఉమాకాంతంగారు శ్రీ వేదం వెంకట్రాయ శాస్త్రి గారి ఆముక్తమాల్యద సంజీవని వాఖ్య ఆవిష్కరణ తెలుగు దేశ వాఙ్మయ పత్రికలో విమర్శించారు ఆ సభకు అధ్యక్షత వహించిన శ్రీ కట్టమంచి వారి అభిప్రాయాలనుకూడా శ్రీ ఉమాకాంతంగారు ఖండించారు

ఉమాకాంతంగారు చాలా మనస్వి ఆయన తన స్వగ్రామంలో వాగ్దేవీభవనం పేరిట ఒక గ్రంధ భాండాగారం నెలకొల్పాలనీ తమ ఆస్తిని దైవధర్మ కావ్యాలకు తమ పుస్తక వ్యాపకానికే వినియోగించాలనీ తమ వీలు నామాలో రాశారు. ఈ విధంగా మాచెర్లకెన్నకేశ్వరస్వామి ఆలయంలో ఉత్సవాలకు తమ ఆస్తిని కొంతరాసి ఇచ్చారు మద్రాసు విశ్వవిద్యాలయ

పరిధిలోని ప్రెసిడెన్సీ కళాశాలలో ప్రతి సంవత్సరం సంస్కృతంలో ఉత్తమ స్థానం సంపాదించే విద్యార్థికి పారితోషికం నెలకొల్పారు ఈ ఏర్పాటు కాయన Lakshmi-Varalakshmi Endowment Fund అని నామకరణం చేశారు ఒకరి తరువాత ఒకరు చనిపోయిన ఆయన ఇల్లాండ్రు వీరిద్దరూ 1942 ప్రెసిడెన్సీ కాలేజీ కేలండర్‌లో ఈ ఫండును గూర్చి ప్రస్తావితమైంది (పుట 12)

ఆయన సాహిత్య విషయంలో ముక్కుసూటిగా పోయే వ్యక్తి అయినా ఆర్ద్రమనస్కుడు, మృదు స్వభావి అని వారిని తెలిసిన కుటుంబ సభ్యుల అభిప్రాయం ఒకసారి ఒంటెద్దు బండిలో బంధువుల గ్రామానికి ప్రయాణం చేస్తుండగా చీకటి పడగా దొంగలు బండిని చుట్టుముట్టారనీ ఆయన నిర్వికారంగా పట్టుబట్ట మాత్రం తీసుకోకుండా తక్కినవన్నీ తీసుకొని పొమ్మన్నారనీ 'పట్టుబట్ట' పేరుతో ఒక గేయగాథను తల్లావఝ్ఝుల శివశంకర శాస్త్రి గారు ప్రచురించారు ఈ రచన స్రవంతి సాహిత్య మాస పత్రికలో వచ్చింది

శ్రీ ఉమాకాంతానికి సంస్కృతం అంటే చాలా ఇష్టం. కుటుంబంలో విద్యావంతులందరినీ ఆయన సంస్కృతం చదువుకోవల్సిందని ప్రోత్సహించేవారు చిన్నతనంలో ఆయన సంస్కృతం నేర్చుకోవడానికి స్వగ్రామానికి పదెనిమిది మైళ్ళ దూరాన ఉన్న జానపాడు అనే ఊరు వెళ్ళేవారు గుంటూరులోని హిందూ పాఠశాలలో వారు మాధ్యమిక పాఠశాల తరగతులు చదివారు జాతీయోద్యమంలో ప్రముఖంగా పాల్గొన్న శ్రీ నల్లపాటి హనుమంతరావుగారు ఉమాకాంతంగారికి పాఠశాల తరగతులలో సహాధ్యాయి సుప్రసిద్ధ పత్రికా రచయిత జాతీయోద్యమ ప్రవర్తకులు, ఆతర్వాత బందరు జాతీయ కళాశాల ప్రధానాచార్యపదవి చేపట్టినవారు ఉత్తమ సంస్కృతి పరుడు శ్రీ కోలవెన్ను రామకోటీశ్వరరావు కూడా గుంటూరులో శ్రీ ఉమాకాంతంగారికి ఉన్నత పాఠశాల తరగతుల సహాధ్యాయి ఉమాకాంతంగారు ఉన్నత పాఠశాలలో చదువుతున్న రోజులలో ఆనాటి సాహిత్య వాతావరణ ప్రభావితులై గుంటూరు ఫస్టు కంపెనీ హాలులో శతావధానం చేశారని ఆయన సమకాలికులన్నారు పృచ్ఛకులు దొరకకపోతే చీటీలపై ప్రశ్నలు వ్రాసి తామే ఆ శతవధాన్ని నిర్వహించినట్లు భోగట్టా పాఠశాలోపాధ్యాయులు ఆయన పట్ల చాలా గౌరవాభిమాన వాత్సల్యాలు చూపే వారని తెలుస్తున్నది ఉన్నత పాఠశాలోపాధ్యాయులైన శిష్టుకాంభాట్లుగారు ఉమాకాంతం గదికి వచ్చి ఉమాకాంతంగారి పుస్తకాలన్నీ సక్రమంగా సర్దిపెట్టే వారుట ఉమాకాంతంగారు ఆ రోజుల్లో సుప్రసిద్ధ సంస్కృత విద్వాంసులైన శిష్లాసీతారామ శాస్త్రి గారి వద్ద సంస్కృతం అధ్యయనం చేశారు వీరు ఆ రోజుల్లో గుంటూరులో ఉండే వారేమోననిపిస్తున్నది శిష్లా సీతారామ శాస్త్రిగారి దగ్గర తాము చదువుకున్నట్లు తల్లావఝ్ఝులవారు చెప్పుకున్నారు. శిష్లావారిది జానపాడు స్వస్థలం కావచ్చు నేటి కాలపు కవిత్వంలో తమ ఆచార్య వర్గాన్ని స్మరిస్తూ ఉమాకాంతంగారు

"శిష్టాన్వయ సంజాత, సీతారామ విపశ్చితః, గురు పాదాః సదా ప్రేమ్ణా, వర్తన్తాం హృదయేమమ'
అని తమ గురు భక్తిని వెల్లడించుకున్నారు.

ఏది ఏమైనా ఉమాకాంత విద్యాశేఖరుల ప్రభావ శీలమైన వయసు నాటికి జాతీయోద్యమం ముమ్మరంగా సాగుతున్నది. విజాతీయులు, విదేశీయులు భారతీయ సంస్కృతికి విఘాతం కలిగించారనే ఆక్రోశం బలపడింది. భారతీయ సంస్కృతి, సంస్కృతం పునరుద్ధరణం చెందాలనే తపన బయలు దేరింది. "ఇంగ్లీషు చిల్కవు వచియింపనేర్తువె? బలా! చిరకాలపు రామ శబ్దమున్" అన్నారు మహాకవి జాషువ ఆయనే ఇంకా ఇట్లా ప్రబోధించారు.

"నాగజెముడు పురుగులాగున నీ చుట్టు
మూగియున్న నేటి నాగరకత
తెనుగుదనము తోడదినివేయదే నీయ
శీలతాంతములను, వాలకమును"

అది ఆనాటి జాతీయ చిత్తవృత్తి

తెలుగు విశ్వవిద్యాలయం వారు శ్రీ ఉమాకాంత విద్యాశేఖరుల పల్నాటి వీర చరిత్ర పీఠికను ఈతరం సాహిత్య జిజ్ఞాసువుల నిమిత్తం పునర్ముద్రించడం అభినందనీయం వారి వంశానికి చెందిన నన్ను వారి గూర్చి పరిచయం చేయవలసిందిగా కోరినందుకు విశ్వవిద్యాలయం వారి పట్ల ఎంతో కృతజ్ఞుణ్ణి

హైదరాబాద్ ఇతినమ్
10-4-96 అక్కిరాజు రమాపతిరావు

To

THE SACRED MEMORY OF THE DEPARTED S(

of

SRI KOVVŪRI CANDRĀ REDDI VĀRU,

SRI VYDYA RATNA PANDIT D. GOPĀLĀCĀRYULU

SRI KOMARRĀJU LAKSMANA RAO „ M.A.,

SRI DEWĀN BAHADUR NEMALI PATTĀBHI-RĀMA RAO

SRI JUSTICE T. V. SESAGIRI IYER AVL.,

As a token of reverence for their love of the advance-
culture and learning in the Vernaculars.

అధికారినిరూపణం.

కాళిదాసాదుల ఉత్తమకావ్యాలు పఠించి, శాస్త్రపరిచయం, సాహిత్యవిచారణలో ఆవశ్యకప్రజ్ఞ, మహాపురుషారాధనతత్పరత్వం కలిగి ఇతిహాస జిజ్ఞాసువులైనవారు ఈకృతిశ్రవణమందు పూర్ణాధికారులు. తక్కినవారికి ఉపదేశాన్ని అనుసరించి బోధోపలబ్ధి. కేవలం వినోదంకోసం వినేవారు అధమాధికారులు

ద్వితీయభూమికలోని సఙ్కేతాక్షరవివరణం.

अ = अर्थशास्त्रम्
अष्टा = अष्टाध्यायी
अ = अहोबलपण्डितीयम्
ఆ = ఆదిపర్వం
ఆం = ఆంధ్రకవులచరిత్ర
ఆం. చ = ఆంధ్రులచరిత్ర
ఆ. మ = ఆనందముద్రాలయమను చరిత్ర
उत्तर = उत्तररामचरितम्
ऋ = ऋग्वेदः
ऋ॰ भा = ऋग्वेदभाष्यम्
ए. ब्रा = एतरेयब्राह्मणम्
క. జీ = కవిజీవితములు
का = काव्यप्रकाशः
का. पू = कादम्बरीपूर्वभागः
का. प्र. व्या = काव्यप्रकाशव्याख्या
కా. ఖ = కాశీఖండం
కృ. వి = కృష్ణరాయవిజయం
का. वि = कामकलाविलासः
కా. చూ = కావ్యాలంకార చూడామణి
कु. त = कुलार्णवतन्त्रम्
క్రీ. రా = క్రీడాభిరామం
क. रा = कलियुगराजवृत्तान्तः
का = कादम्बरी
कथा = कथासरित्सागरः
गी = गीता
च. व्या = चम्पूरामायणव्याख्या
ज. व्या =
J. A. O. S = Journal of the American Oriental Society.
त = तन्त्रवार्तिकम्
తి. భా. వి = తిక్కనభారతంలో విరాట పర్వం
तै = तैत्तिरीयब्राह्मणम्
ध्व = ध्वन्यालोकः
ద్రావి = ద్రావిడభాషలు
दश = दशरूपकम्
नै = नैषधीयचरितम्
ని = నిరంకుశోపాఖ్యానం
नागा = नागानन्दम्
प्र. च = प्रबोधचन्द्रोदयम्
प्र. य = प्रतापरुद्रयशोभूषणम्
प्र. बो. च. व्या = प्रबोधचन्द्रोदयव्याख्या
प्र. सा = प्रपञ्चसारतन्त्रम्
పా. జా = పారిజాతాపహరణం
पञ्च = पञ्चदशी
బా. సూ. ప్ర = బాలవ్యాకరణ సూత్రార్థ ప్రకాశిక
भ = भट्टभास्करभाष्यम्
भ. त्रि = भर्तृहरित्रिशती
भा. प्र = भवप्रकाशः
माल = मालविकाग्निमित्रम्
मधु. वि = मधुराविजयम्
మ. ను = మనుచరిత్ర
म. व = महाभारते वनपर्व
म. उ = महाभारते उद्योगपर्व
म = मनुस्मृतिः
महा = महाभाष्यम्
मेघ = मेघदूतम्
म. स = महाभारते सभापर्व

म. वि = महाभारते विष्णुसहस्रनामस्तोत्रम्
मू = मूकपञ्चशती
मालती = मालतीमाधवम्
रत्ना = रत्नावळी
रा. कि = रामायणे किष्किन्धाकाण्डम्
रघु = रघुवंशम्
रा. बा = रामायणे बालकाण्डम्
रा. यु = रामायणे युद्धकाण्डम्
ल. स = ललितासहस्रनामस्तोत्रम्
వ. చ = వసుచరిత్ర
वा. का = वात्स्यायनकामसूत्रम्
వై. వి = వైజయంతీ విలాసం
वै. सि. म = वैयाकरणसिद्धान्तमञ्जूषा

विक्र = विक्रमा
शु = शुक्रनीति
शु. य = शुक्लय
श. ब्रा = शतप
श्री. भा = श्रीभ
श्री. गु = श्रीगु
श्री. भा. न = श्र
సభా = సభా
సం. లో = స
सा = साहित्यद
सौ = सौन्दर्यल
हर्ष. च } = ह
ह. }

ओं३म्.

परमात्मने नमः.

వీరచరిత్ర ద్వితీయభూమిక.

1. धर्मस्य स्थितये त्याग मपि सर्वस्य कुर्वतः ।
महावीरस्य तेजांसि वसेयुः पुरतो मम ॥

2. పద్మ, వాణి, మహీధరాత్మజ,
అని నుతింతురు విబుధులెవ్వరి
ఆజగచ్చైతన్యదాయిని
చరణములకు నమస్కృతి.

3. రోహిత ప్రహ్లాదముఖ్యులు
బాలవీరులు తొల్లి తా నని
బాలు డాలోకించు వీరుల
వృత్తిధార గణించెదన్.

4. కామభూపాలసుత, అనపోతుభార్య,
దుర్గిలక్ష్మి, సతీధర్మమహిమములను
వ్యక్తమొనరించినట్టి పల్నాటిసీమ
పుణ్యభూముల వెలుగు వర్ధిల్లుగాక.

5. కావ్యపరీక్షా ప్రజ్ఞావంతుల
దండి వర్ధనుని అభినవగుప్తుని
రాజశేఖరుని మమ్మటాద్యులను
తద్వచోఽర్థబలసిద్ధికి తలతున్.

6. మదినినిల్పి ప్రతాపరుద్రీయకర్త,
సూరి, వేముల, సింగు, నాదెండ్ల గోపు,
పేరుభట్టాత్మజుని, పురావిదులనెంచి,
కూర్తు భూమిక వీరచారిత్రమునకు.

ఇక ఈ వీరచరిత్రను నేను మొదట 25 సంవత్సరాల క్రిందట ప్రకటించాను దీనికి నాలుగు గ్రంథాలు నాకు లభించినవి. ఒకటి కథాశేషులైన శ్రీఅక్కిరాజు శంకరనారాయణవారు నైజాంనుండి తెప్పించి యిచ్చినది రెండవది క. శే. శ్రీ జానపాటి వేంకటఅప్పయ్యవారివల్ల లభించినది మూడవది క. శే. శ్రీ పిడుగు వీరభద్రఅయ్యవారిచ్చినది వీరు వీరమతపీఠానికి ఆచార్యులు నాల్గవది క. శే. చల్లగుండ్ల పిచ్చయ్యవారు వ్రాయించి పంపినది. వీట్లో బాలచంద్రయుద్ధం నైజాంగ్రంథంలో మాత్రమే సమగ్రంగా వున్నది తక్కినవి కథాంశాలు గ్రహించడానికి తోడ్పడ్డవి

—ఌ మార్పులు. ఌ—

మొదటిసారి ముద్రితమైన పల్నాటివీరచరిత్రలోవున్న అరసున్నాలు, బండిరాలు, భాషాప్రవాహంలో లేని అనావశ్యక గజడదబసవలు మొదలైనవి, నేను చేర్చినవేను. ఇవి మూలగ్రంథంలో లేవు. ఇవి లేకుంటే తెలుగుగ్రంథం కాదనుకొనేదశలో ఛాందసమార్గాన్ని అనుసరించి వాటిని చేర్చాను. ఈ అకార్యానికి ప్రాయశ్చిత్తరూపంగా వాటి నిప్పుడు తొలగించాను. మొదటిపీఠికలోను, వ్యాఖ్యలోను, పూర్తిచేసిన పట్టుల్లోను, అప్పటి అరసున్నాలు మొదలైనవి నావి గనుక వాటిని అట్లానే వుంచాను.

—ఌ వీరకాలనిర్ణయం. ఌ—

నేను చేసిన వీరకాలనిర్ణయమే పిమ్మటివారు గ్రహిస్తూ వచ్చారు. ఈవిషయంలో చేయదగిన మార్పేమీ లేదని అనుకొంటున్నాను. మొదటిపీఠికలో నేను ఉదాహరించిన హైహయసంబంధి సంస్కృతశాసనాలు ఇండియన్ ఆంటిక్వెరి పత్రికలోనివి. మాచెర్ల కారెంపూడి శాసనాలు బెజవాడ దుర్గామల్లేశ్వరస్వామి ఆలయంలోని శాసనం నేను స్వయంగా చూచి వ్రాసుకొన్నవి. తక్కిన వన్నీ సూయల్ పట్టికనుండి, తాళపత్రపుస్తకాలయంలోని శాసనసంచయంనుండి, తీసుకొన్నాను. అక్కడక్కడ నేను తెలిపిన స్థలనిర్దేశాదులు

సూయల్‌పట్టికనుండి, చోళచాళుక్యరాజ్యపరిపాలనాబ్దాలు సూయల్ పట్టికనుండి ఆధునికేతిహాసగ్రంథాలనుండి స్వీకరించాను.

శ్రీనాథుడిదేశం.

శ్రీనాథుడు కర్ణాటుడు. శ్రీనాథుడు కర్ణాటదేశస్థుడని నేను సకారణంగా ప్రథమపీఠికలో విశదపరచాను. అప్పటినుండి దానికి శ్రీ చిలుకూరి వీరభద్రరావు వారు యింకా మరికొందరు ప్రతికూలత కనబరచారు కాని నేను చూపిన ప్రమాణాలను అన్యథాకరించలేదు. శ్రీ పెద్దిభట్ల వీరయ్యవారు తమ ఓరుగంటివిచారణలో దీన్ని తటస్థులుగా ప్రస్తావించారు ఉపపత్తులతో ఈఅంశం స్పష్టపరచాను. శ్రీనాథుడు కర్ణాటదేశస్థుడని యిప్పటికీ భావిస్తున్నాను. శ్రీనాథుడితో సంబంధం వున్నా లేకున్నా కన్నడీలని ఒకబ్రాహ్మణశాఖవారు ఇప్పటికీ పల్నాటిసీమలో కరాలపాటిగ్రామంలో వున్నారు.

ఇట్లానే నన్నయకూడా అనాంధ్రుడుగా కనబడుతున్నాడు. ఆంధ్రదేశాన్ని జయించిన చాళుక్యులకు, చోళులకు బంధుత్వ మేర్పడినకాలంలో యితడు అరవదేశంనుండి వచ్చి వుండవచ్చును ఆంధ్రదేశానికి చోళసంబంధం కలిగిన సమయాన ద్రవిడులు కొంద రిక్కడికి వచ్చినట్లు కనబడుతున్నది. తంబళులు (తమిళులు) అట్లాటివారే నని అనుమేయం. అప్పయ్యదీక్షితులవారి తాంత్రికమీమాంసకు విషయమయిన వారిలో వీరుకూడా చేరివుంటా రని అనుకొంటున్నాను. యెరకలు లేవిధంగా వచ్చారో ఇప్పటికి అరవమే మాట్లాడుతున్నారు. ఆరామద్రావిడులు మొదలయినవారి సంగతి విదితమేగదా ఇతడు శ్రీనాథుడివలె దేశంలో చిరకాలనివాసంగల వంశంలోనివాడు కాక అప్పుడప్పుడే వచ్చి చేరినవాడో అట్లా చేరిన ద్రావిడకుటుంబానికి చెందినవాడో అయివుండవచ్చును. కనుకనే తనభాష అయిన అరవంలోని మాటలను అనావశ్యకస్థలాల్లోకూడా తప్పించుకొనజాలని దశలో వుండినట్లు కనబడుతున్నది. ఇతడు వాడిన శబ్దాలు కొన్ని ఆంధ్రదేశపు వ్యవహారంలో లేకపోవడమే కాకుండా తమిళదేశంలో యిప్పటికీ సాధారణజనుల్లోకూడా నాడుకలో వున్నవి.

	శబ్దం	అర్థం	నన్నయరూపం	అరవదేశపు ఇప్పటి వ్యవహారం	తెలుగుదేశపు ఇప్పటి వ్యవహారం
1	యూను...	సముచ్చయార్థకం	ఆత్మహానియుఱ్ విలువిద్యయుంగఱచి. (ఆది) వారిధియుం గలంగె (సభా)	ఎలియుం, పూనైయుం (యెలకా, పిల్లీ)	లేదు
2	ఎల...	లేశ...	ఎలజవ్వనంబు (ఆది)	ఎళంగీర (లేశహూర)	లేదు
3	తొట్టి	మొదలుకొని	హిమకరుదొట్టి యదువుదొట్టి (ఆది)	పొరందదు తొట్టు (పుట్టింది మొదలు)	లేదు
4	కఱచు	నేర్చు	విలువిద్యగఱచుచుండిరి (ఆది)	ఎనక్కఱ్త్తుడు (నాకు నేర్పు)	లేదు
5	అరయు	తెలియు	పొరయకుండ నరసి (ఆది)	నన్నా అఱింజి (బాగా తెలిసికొని)	లేదు
	ఆరయు	పరిశీలించు	ఆరసి మేలునా (ఆది)	నన్నా ఆరాయ్ (బాగాపరిశీలించు)	లేదు
6	పేర్మి	గొప్పతనం	మహీశుల పేర్మిఁజేసి (ఆది)	భగవానుడయ పెరుమై కాట్రత్తుకు (భగవంతుడి గొప్పతనం చూపడానికి)	లేదు
7	మనము	మనస్సు	మనమునఁ జెయ్యుల మాటల (ఆది)	ఎనక్ మనం వరాదు (నాకు మనసురాదు)	లేదు
8	పోలె	వలె	జలకణంబులపోలె(ఆది)	తంగంబోలె యిరికి (బంగారంవలె వున్నది)	లేదు

ఇక జవంబు, కర్ణుండు, తెనుంగు, జందనగంధి, బ్రభాణము అని యిట్లా నన్నయవుపయోగించినట్టి, యిప్పటి తెలుగు వ్యవహారంలో లేనట్టి పూర్ణబిందువులు, గజడదబలు, ంబులు, ండులు మొదలయినవి అరవభాషలో పాలుంజోరుం (పాలూఅన్నం), మూరుంజాదం (మజ్జిగా అన్నం), పూవుం బళ్ళముం, యెరంగు, పొరందు, తెలుంగు, కరండి, సున్నాంబు, నరంబు, పాంబు, ఒడంబు, నడంది, గూండు, వేండికొండు అని యీతీరున యిప్పటికీ ప్రభూతంగా ప్రసిద్ధంగా వ్యవహృతమవుతున్నవి. ఈతమిళశబ్దాలు నేనుసంభాషణలో గ్రహించినవి.

పైన వుదాహరించబడిన శబ్దాలు స్వల్పరూపభేదంతో ప్రకృతపు కన్నడ వ్యవహారంలోను కనబడుతున్నవి అందం, గుజ్జిం, వనం, కోపం, అనియిట్టాటిశబ్దాలు తెలుగులో హలంతాలైవుంటే 'క్రమము', 'జనము' 'గణము', 'తీర్థము' అని ఆవర్గంలోని వీటికి నన్నయోక్తిలోవున్న అజంతరూపం 'జలవు' 'బలవు', 'తీర్థవు' అని తద్గణస్థాలకు కన్నడంలో నేటికీ వ్యవహారంలో వున్నది "ఫలం" 'జలం' 'ఇహం' లేదా "ఫలమూ" 'జలమూ' 'ఇహమూ'అని వీటికి తెలుగులో సముచ్చయార్థకరూపం వుంటే "మహారవముఁ .... ఘోషముఁ;" "ఇహముం బరంబు" "మహోత్సవమున్;......... సాంగత్యముఁ" అని ఆకోటిలోనివాటికి ఆఅర్థంలో నన్నయకూర్చిన అనునాసికాంతమైన ఉత్తు "జలముం" "పళ్ళముం", "(నీళ్లూ పండూ)", అని ఆగణంలోనివాట్లో అరవంలో, ఇప్పటికీ వ్యవహృతమవుతున్నది. ఇదివరకు చెప్పినట్లు ఇతడు తమిళుడో చాళుక్యుల ప్రధాన నగరమైన కళ్యాణపు ప్రాంతాలనుండి వచ్చిన కర్ణాటుడో అయివుంటాడని వ్యక్తమవుతున్నది. పైన జూపిన శబ్దాలు, శబ్దరూపాలు నన్నయకాలంలో తెలుగులో వ్యవహృతమై ఇప్పుడు లుప్తమైనవేమో, ఇతడు ఆంధ్రుడే అయి ద్రవిడకర్ణాటభాషలు చదివి వుండడంవల్ల పరిచయవశాన ఆమాటలు వాడినాడేమో అనే యిట్లాటి పూర్వపక్షాలను విచారించక వదలుతున్నాను. ప్రవాహిభాషల్లో కొన్ని శబ్దాలచ్యుతి నిజమే

అయినా అవి మన మనుకొనేటంత తేలికగా నశించడంమాత్రం అసత్యం. దాదాపు వేయిసంవత్సరాలక్రిందటి నన్నయశబ్దాలు, శబ్దరూపాలు ఇప్పటికీ తమిళభాషలో వుండడమే దీనికి నిదర్శనం. నన్నయ పేరుకూడా అనాంధ్రమేను. నన్న అంటే అరవంలోను కన్నడంలోను మంచి అని అర్థం. ఇది తెలుగులో లేనేలేదు. ఇతడు ఆంధ్రుడై అరవం, కన్నడం చదివినవాడనుకొంటే తనపేరుకూడా ఆభాషల్లోకి మార్చుకొనడుగదా. ఈతీరుగా శ్రీనాథుడు నన్నయ అనాంధ్రులు కావడం మనకు అగౌరవహేతువని చింతించవలసిన పనిలేదు. ఆంధ్రేతరులు కూడా తెలుగులో గ్రంథకరణానికి యత్నించారనడం ఆంధ్రులకు గర్వహేతువే కాగలదు అనాంధ్రభాషల సంప్రదాయాలు తెలుగులో పెట్టడం, మార్చిమార్చక అనాంధ్రశబ్దాలనువాడడం శబ్దానుశాసనమని యితడు భావించివుంటే అది అసంబద్ధమనిభారతీయవైయాకరణసంప్రదాయవిరుద్ధమని మాత్రం చెప్పి ప్రస్తావవశాన వచ్చిన యీవిచారణ యిక చాలిస్తున్నాను.

వీరచరిత్ర.

పల్నాటివీరచరిత్ర కొన్ని మహాప్రబంధలక్షణాలుగల మూలగ్రంథం నన్నయభారతాదులవలె అనువాదంగాని, హంసవింశత్యాదులవలె క్షుద్రవృత్తబాహుళ్యంగల పుక్కిటిపురాణంగాని, మనుచరిత్రాదులవలె పూర్వకథావిశిష్టంగాని, కానటువంటి ఒక అపూర్వకృతి.

ప్రబంధశబ్దం.

మనువసుచరిత్రాదులు ప్రబంధాలని తక్కినవి కావని కావ్యాలు వేరని తెలుగుదేశంలో తెలుగుపుస్తకాలు చదివే మనలో అనేకులు అనుకొంటున్నారు.

> "ఈతఁడే... మొట్టమొదట మనుచరిత్రమును ప్రబంధరూపమున రచియించిన కవియగుటచేత..." (ఆం. క. చ.)

అని శ్రీకందుకూరి వీరేశలింగంవారు.

ప్రబంధశబ్దం.

"ఈతనికిఁ బూర్వులగు పురాణకవులును, కావ్యకవులును నొనరింపని ప్రబంధ కవనమునకుఁ గ్రొత్తత్రోవ లీతఁడు కల్పించుటం జేసి" (క. జీ.)

అని శ్రీగురుజాడ శ్రీరామమూర్తివారు.

"కావ్యప్రబంధ కవిత్వము."

అని ఆంధ్రవాఙ్మయచరిత్రసంగ్రహకర్త

మనుచరిత్రతో ఈప్రబంధాలు ఆరంభమైనవని ఒకచోట పిల్లలమర్రి పినవీరన్నతో ఆరంభమైనవని ఒకచోట, యిట్లా ప్రతిపాదిస్తున్నారు. ఇవి సాహిత్యసంప్రదాయం తెలియనిమాటలు. ప్రబంధమంటే కావ్యమే కాని విశేషార్థమేమీ లేదు. రామాయణ భారతాదులు కూడా ప్రబంధాలేను. ప్రబంధాలు మనుచరిత్రాదులతో ఆరంభమైనవనే వారిపక్షాలు కొద్దిమార్పులతో అట్లాటివి మరికొన్ని వాక్యాలు, అమరుడి నిర్వచనం, విద్యానాథాది సాహిత్యవేత్తల వచనాలు, ఆళ్వారులస్తోత్రాలను దివ్యప్రబంధమనడం, అనువాదాలనుండి వేరుచేయడానికి ఇది విశేషనామ మనడం, మనుచరిత్రాదులు కొత్తరకం గనుక వేరే పేరు ఆవశ్యకమనడం, నామైకదేశవాదం, దండిచెప్పిన వర్ణనల విషయం, యివన్నీ పూర్వపక్షసమాధానాలతో ఇక్కడ విచారించక వదలుతున్నాను. ప్రబంధం, కావ్యం, పర్యాయపదాలని, విశేషమేమీ లేదని, రామాయణమహాభారతాదులు, రూపకాలు, ప్రబంధాలే నని, అందుకే

"प्रबन्धे च अङ्गी रस एक एव उपनिबध्यमानोऽर्थविशेषलाभं छायातिशयं च पुष्णाति कस्मिन्निवेति चेत् यथा रामायणे यथा वा महाभारते." (ध्व.)

అని ఆనందవర్ధనుడు,

"प्रबन्धेऽप्यर्थशक्तिभूः
यथा गृध्रगोमायुसंवादादौ." (काव्य.)

అని మహాభారతంలోని శాంతిపర్వస్థమైన గృధ్రగోమాయుసంవాదాన్ని వుదాహరిస్తూ మమ్మటుడు,

**"प्रथितयशसां भासकविपुत्रसौमिल्लकादीनां प्रबन्धानतिक्रम्य वर्तमान-
कवेः कालिदासस्य क्रियायां कथं परिषदो बहुमानः ॥" (माळ)**

(ప్రథిత యశస్సుగల భాసకవిపుత్ర సౌమిల్లకాదుల ప్రబంధాలను అతిక్రమించి వర్తమానకవి అయిన కాళిదాసుడి రూపకమందు పరిషత్తుకు యెట్లా ఆదరం వుంటుంది?)

అని కాళిదాసు, వాటి ప్రబంధత్వం విదితం చేశారని, వ్యవహారమనేది సమీచీనమైతే తప్ప స్థితిమాత్రానే ఉపాదేయం కాదని, అది అనుచితమైనప్పుడు హేయమని, అనువాదాలను అనువాదాలనే అనవచ్చునని, కావ్యానికి సాధారణమైన నూతనత్వాన్ని బట్టి మాత్రమే విశేషనామ మేర్పరిస్తే కల్పనాగౌరవం సంభవిస్తుందని, రసభావ నిష్పాదన విధానభేదాన్ని బట్టి విశేషనామం వుండవచ్చునని, అది లేనప్పుడు కొంత కల్పన, కొంతపూర్వకథగల రఘువంశాదులకు వలెనే మనుచరిత్రాదులకు విశేషనామ మావశ్యకంగాదని, ఒకవేళ ఆవశ్యకమని ఒప్పుకొన్నా వాటికి ప్రబంధమనే విశేషనామం ఉద్దిష్టార్థాన్ని తెలపడానికి సమగ్రంగా సమర్థం కాకపోవడమే కాకుండా భ్రాంతిజనకం కూడా కావడంవల్లను అజ్ఞానసూచకంగా వుండడంవల్లను త్యాజ్యమని, రామాయణాదులు ప్రబంధాలు కావని అనుకోనడం శబ్దార్థ వివేకశూన్యత్వద్యోతకమని, సిద్ధాంతంమట్టుకు తెలుపుతున్నాను

గురిజాలకోడిపోరునుండి చివరవరకు గల ఇతివృత్తం శాఖావంతమై విస్తృతమైనది. మహావీరుల ఇతిహాసం కావడంవల్ల ప్రకృష్టం కూడా అయివున్నది. దీనికి నాయకుడైన మలిదేవరాజు, ప్రతినాయకుడైన నలగామరాజు, ముద్రారాక్షసమందలి చంద్రగుప్తునివలె అంతగా క్రియాపరులు గానివీరులు ఇట్లాటివారికి సచివాయత్తసిద్ధులని వ్యపదేశం. అనపోతు, బాలచంద్రుడు, బ్రహ్మనాయుడు, అలరాజు, పేరినీడు,

కొమ్మరాజు, వీరందరు ఉదాత్త క్షాత్రధర్మమహితులై అవశ్యకమైనప్పుడు ప్రాణాన్ని సయితం తృణప్రాయంగా, సమర్పించగలిగిన లోకోత్తరులు. బ్రహ్మనాయుడు, విష్ణువుయొక్క అవతారంగా భావించబడుతున్నాడు. అయినప్పటికీ ఇతడి మానుషప్రవృత్త్యౌచిత్యాన్ని వీరచరిత్రకర్త సమంజసంగా ప్రతిపాదించాడు కుమారుడు రణరంగానికి వీపు చూపినందుకు అతడుచేసిన నింద భారతీయవీరతయొక్క ఉత్కర్షను నిజంగా ప్రకటిస్తున్నది. ఉత్తమ ధర్మపరాయణలైన వీరవనితలు ఇందు ప్రాధాన్యం వహిస్తున్నారు. యుద్ధభూమికి పోకుండా ఆపవద్దని కుమారికి ఉపదేశించిన రేఖ, పతిచేతికి ఖడ్గమందిచ్చి విజయాశీస్సు లర్పించిన మాంచాల,లోకమందలి వీరవనితలకు ఆరాధ్యలుగా ఉండజాలినవారు. అల్లుణ్ని చంపినందుకు తండ్రిని నిందిస్తూ చితపై శరీరమర్పించి పరలోకంలో సయితం సేవించడానికి పతిని అనుగమించిన రత్నాలపేరిదేవి భారతీయ పత్నీధర్మంయొక్క బలోన్నతిని విదితం చేస్తున్నది. ప్రతిపక్షకోటిలోని నాయకురాలు రామాయణంలో మంథరవలెను, భారతంలో శకునివలెను అనర్థాలకుకారణం. నట్టింటి నాగుబామని చింతపల్లి రెడ్డి ఆమెనుగురించి చెప్పినమాటలు యథార్థమైనవి. ప్రతిస్పర్థి లేకపోతే తనరొమ్మును తానే గుద్దుకొంటుందని కథకులు తరుచుగా చెప్పుతూవుంటారు. అయినప్పటికీ యీమెను ఒకగొప్ప మంత్రపాటవంగల రాజనీతిప్రవీణనుగా వీరచరిత్రకర్త ప్రదర్శించాడు. యుద్ధారంభంలో చేసిన సంధియేర్పాట్లు యీమె నయకౌశలాన్ని తెలుపుతున్నవి. అనర్హులతో స్త్రీలతో యెదుర్కొనవలసివుండడం వీరపురుషులకు దురదృష్టమని చెప్పవచ్చును. ఇట్లాటి దురదృష్టం బ్రహ్మనాయుడికి సంభవించింది. అయినప్పటికి బ్రహ్మనాయుడు,

"**वृद्धो बालो न हन्तव्यो नैव स्त्री केवलो नृपः ।**(स्मृ. अ ४ प्र ७.)

(వృద్ధుణ్ని, బాలుణ్ని, స్త్రీని, సైన్యాదులు లేని రాజును చంపకూడదు.)

అనే భారతీయధర్మాన్ని అనుసరించి పరాఙ్ముఖు డయినాడు. వీరత్వప్రసక్తి వచ్చినచోట్ల వీరచరిత్రకర్త ఉద్వేగాన్ని కనబరుస్తాడు. బాలచంద్రుడికి అతడి తల్లిదండ్రులకు జరిగిన సంవాదంలోను బాలచంద్రుడి తక్కిన సంభాషణల్లోను యీవిషయం వ్యక్తం కాగలదు. యుద్ధావసానపురాత్రి, కన్నమనీని అర్ధరాత్రపు రణరంగదర్శనం,ఇట్లాటి చోట్లవలె అతడు భయానకనిష్పాదనమందుకూడా కొంతకౌశలం కనబరుస్తాడు. తక్కినచోట్ల సాధారణదశను దాటలేదు. అతిశూరాలతమాషాలో సగం మానినందువల్ల పోయినసగం పెంటగాక మిగిలిన చెన్నుగ, సుగ, చయ్యన, ఒయ్యన, పన్నుగ అనే యిట్లాటిదండగ్గణాః, భూమిగణం, ప్రకాశగణం, మొదలైన చెత్తను తీసివేస్తే కథనం ఆకర్షకంగాను, స్ఫుటంగాను, పటుత్వవిశిష్టంగాను ఉన్నట్లు విదితం కాగలదు.

ఆరంభంలో జీడినూనెగుడ్డలు ధరించి పాపవిముక్తికై అనుగురాజాదులు బయలుదేరడం, మధ్యన బాలచంద్రుడి వైరాగ్యోపదేశం, వృత్తావసానమందు ఉభయానికి వినాశం, బ్రహ్మనాయుడి ఉపదేష్టృత్వప్రతిపత్తి, వీటిఅన్నిటివల్ల మహాభారతంలోవలె ఇక్కడకూడా ప్రధానరసం శాంతమని వీరకరుణాదులు అంగరసాలని నిర్ణయించవచ్చును.

వైష్ణవులు నాలాయిరాన్ని వలె దీన్ని వీరమతస్థులు ఔర్ధ్వదైహికాల్లో పఠనానికి వినియోగించడం దీని శాంతరసవత్త్వానికి అనుగుణంగా వున్నది. రామాయణాదులవలె కాక వీరచరిత్ర ఒకటే ద్విపదీపద్యంలోను, ఒకటేసరణిలోను వున్నది.

ఉగ్రం, ప్రసన్నం, మనోహరం, జుగుప్సితం, అద్భుతం యిట్లా వివిధంగావున్న ఖగోళమహీగోళప్రకృతుల్లోని వివిధరూపాలను రామాయణమహాభారతకుమారసంభవాదుల్లోవలె కథాపురుషులదశకు అనుగుణంగా ప్రదర్శించడం వీరచరిత్రలో అరుదు. యుద్ధావసానపు చీకటివర్ణనకూడా ప్రకృతంతో అంతగా సంగతం కాదు. రఘువంశం

ఆయువుపట్లయిన కథాఘట్టాలను నిర్మించడంలోగాని భావానికి ఉన్నతి, వికాసం కలిగించే అభిప్రాయాలను వ్యక్తీకరించడంలో గాని వీరచరిత్రకర్త సాధారణదశను అతిక్రమించలేదు. తెలుగుకృతుల్లో అనేకాల్లోవలెనే దీంట్లోను కథాతంతువే ప్రధానం.

అశ్వఘోషుడి బుద్ధచరిత్రం యితిహాసమైనా కవితావిషయాన వీరచరిత్రకంటె యెంతో ఉత్కృష్టమైనదిగా ఉన్నది. కేవలం తత్త్వ విచారణాసంబంధిఅయినా జ్ఞానవాసిష్ఠంలో విబుధారాధ్యమైనవి కవితాఘట్టాలెన్నో అక్కడక్కడాదృష్ట మవుతున్నవి. శ్రీనాథాదులు సరియైన అనువాదాలను నిర్వహించలేకపోయినారా అనేసంశయం కలుగుతున్నది. అవి అనౌచిత్యం పాలుగావడం స్పష్టం గనుక సంగ్రహాలనుకొంటే అసంగతప్రాసాదులతో కూడిన అనపేక్ష్యసంగ్రహాలని గాని లేదా పైన తెలిపినవిధాన అనుపాదేయమైన అనువాదాలని గాని చెప్పుతూ అవి అట్లాటిదశయందుండడానికి యీ క్రింది హేతువులను నేను సంభావిస్తున్నాను.

ఉత్తమవిద్యాద్వారం.

తెలుగు యెప్పుడుగాని ఉత్తమవిద్యాద్వారంగా వుండలేదు. నన్నయకాలంనుండి మదరాసు విశ్వవిద్యాలయం వచ్చేవరకు విజ్ఞానప్రదమైన ఉత్తమవిద్యఅంతా సంస్కృతంద్వారానే విద్యాపీఠాల్లో అభ్యస్త మవుతూవుండేది. మద్రాసువిశ్వవిద్యాలయం వచ్చినతరువాత మనలో అనేకులు ఇంగ్లీషుద్వారా ఉత్తమవిద్య అభ్యసిస్తున్నారు. కనుక ప్రాచీనకాలంలోగాని యిప్పుడుగాని తెలుగు ఉత్తమవిద్యాద్వారంగావుండే ఉదాత్తప్రతిపత్తి పొందలేదు. ఉత్తమవిద్య అంటే బుద్ధిపరిణతిహేతువై విచారణాపూర్వకమైన విజ్ఞానం. విద్యాపీఠాల్లో సంస్కృతం ఆతీరున ఉదాత్తాధికారం వహించి వుంటూవుంటే "గాసటబీసటే చదివి" అని యెర్రాప్రెగ్గడ అన్నట్లు సంస్కృతం వచ్చీ రానివారు, దూడపేడ సంస్కృతంవారు, సంస్కృతం బొత్తిగా రానివారు యిట్లాటి అధమాధికారులకుమాత్రమే నన్నయాదుల కథల కృతులు

వుద్దిష్టమని నేను తలుస్తున్నాను. ఈదశ ఒకతెలుక్కే గాక కొంచెం హెచ్చుతక్కువగా ప్రాకృతభాషలకన్నిటికీ ప్రాచీనభారతవర్షంలో వుండేది. బుద్ధభగవానులు పాలీకి, మతభాషాగౌరవం, విజ్ఞానభాషా గౌరవం యిచ్చినప్పటికీ వైదికులు మాత్రం ఆమార్గాన్ని అంగీకరించ లేదు. మతవిషయాన కొన్ని అంశాల్లో తమిళం ప్రాకృతంవంటిదని విదితం. ఈతమిళభాష చాలా ప్రాచీన కాలంనుండీ ప్రసిద్ధమైనట్లు కన బడుతున్నది. బాణుడు సయితం తనకాదంబరిలో ద్రవిడధార్మికవర్ణ నలో

"दिवसमेव मशककणितानुकारि किमपि कम्पितोत्तमाङ्गं गायता स्वदेशभाषानिबद्धभागीरथीभक्तिस्तोत्रनर्तकेन ... ... जरद्द्रविडधार्मिकेणाधिष्ठितां ......" (का. पू.)

(పగలంతా తలఆడిస్తూ దోమరాగంవంటిదేదో పాడేవాడు, స్వదేశభా షలో గంగాస్తోత్రం చేస్తూ ఆడేవాడు...అయిన ముసలిద్రవిడధా ర్మికుడు అధిష్ఠించిన...)

అని యీతమిళభాషను ప్రస్తావిస్తాడు. కుమారిల భట్టాచార్యు లీభాషాశబ్దాలను ఉదాహరించారు.

"द्रविडाङ्गनोक्तवाचामिव" (प्र. च.)

(ద్రవిడాంగనల వాక్కులకువలె)

అని కృష్ణమిశ్రు లీభాషను స్మరించారు. పైనచెప్పినట్లు వైది కులు సంస్కృతానికి వుండే గౌరవాధిక్యాలను ప్రాకృతభాషలకు ఇయ్యడానికి సమ్మతించలేదు. పాలీవలె గాక మిత్రంగావచ్చిన తమి ళాన్ని సయితం వారు ఆదరదృష్టితో చూసినట్లు కనబడదు

కూర్మపురాణకర్త

गायन्ति लौकिकैर्गानैः दैवतानि नराधिप ।
वामपाशुपताचारास्तथा वै पाञ्चरात्रिकाः ॥ (कू. अ. ३०.)

(ఓరాజా పాంచరాత్రులు వామపాశుపతాచారులు లౌకికగా నాలతో దేవతలను స్తుతిస్తారు.)

అని దేశభాషాత్మకమైన దైవస్తోత్రాలను కలియుగపు ధర్మవిప్ల వాల్లో విచారంతో ఉదాహరిస్తాడు. ఇక్కడ వుద్దిష్టమైన లౌకిక

గానాలు ఆళ్వారుల నాలాయిరప్రబంధం నయనారుల తేవారాలు అయివుంటవని అనుకొంటున్నాను.

नैषां न्याय्य इह द्विजान्वयजुषां भाषाप्रबन्धे श्रमो
वेदे विश्वपुमर्थसाधनविधौ बद्धादरे जाग्रति
तीरं क्षीरपयोनिधेरुपगतो दैत्यारिदीप्त्यावृतं
को वा धावति दुग्धलब्धिचपलो गोपालकस्यालयम् ॥ (वि. द.)

(సమస్తపురుషార్థాలను సాధించడానికి వేదం బద్ధాదరమై వుంటూ వుంటే ఈ బ్రాహ్మణవంశ్యులకు (రామానుజీయులైన వైష్ణవులకు) దేశ్యభాషాప్రబంధాభ్యాసం అన్యాయ్యం. విష్ణుతేజస్సుచేత ఆవరించబడిన పాలసముద్రపుగట్టుకు పోయి యెవడు పాలకోసం సక్తితో గొల్లయింటికి పరుగెత్తుతాడు?)

"मुञ्चन्तः पञ्चयज्ञान् द्रविडभणितिभिर्मोहयन्तोऽनभिज्ञान् ॥"
(वि. द.)

"పంచయజ్ఞాలు విడిచిపెట్టి ద్రవిడభణుతులచేత తెలియనివారిని భ్రమపెట్టుతూ."

అని కృశానువుచేత

"उपादेयं प्राज्ञैरुचितविषयं द्राविडवचोऽप्ययुक्तार्थे हेयं भवति वचनं संस्कृतमपि ॥" (वि. द.)

(ఉచితవిషయమైనది ద్రావిడవచస్సుకూడా స్వీకార్యం అయుక్తార్థమైనది, సంస్కృతవచనంకూడా త్యాజ్యం)

स यासां व्याकर्ता चुलुकितसमुद्रो मुनिवरः
प्रबन्धारः प्रौढाः शठमथनमुख्याः शमधनाः
प्रवक्तारः शुद्धाः प्रथितयशसः पूर्वगुरवो
गिराम्पारे तासां जयति गरिमा द्राविडगिराम् ॥ (वि. द.)

(వేటికి సముద్రాన్ని ఆచమనంచేసిన ఆమునిశ్రేష్ఠుడు వ్యాకరణం రచించాడో, వేటికి శమధనులైన శఠకోపముఖ్యులు ప్రౌఢప్రబంధలో,

వేటికిప్రథితయశస్సుగల శుద్ధులు పూర్వగురువులు(రామానుజాదులు) ప్రవక్తలో ఆద్రావిడవాక్కుల గరిమ వాగగోచరంగా వర్తిస్తున్నది.) అని విశ్వావసుచేత వేంకటాధ్వరి చెప్పించిన వచనాలు ఆకాలంలో సంస్కృతానికి దేశ్యభాషలకు వుండిన సంఘర్షాన్ని తెలుపగలవు. రూపకాలకు సంబంధించిన సాహిత్యగ్రంథాల్లో యీప్రాకృతభాషలు మధ్యమాధమపాత్రలకు యేతీరున వుద్దిష్టమయిందీ స్పష్టంగా తెలుసుకొనవచ్చును. అయితే మతవిజ్ఞానభాషాగౌరవం యియ్యకపోయినప్పటికీ సంస్కృతం ద్వారా పరిణతబుద్ధులైన విబుధులు కొందరు అనువాదాదుల్లోకి సంగ్రహాల్లోకి దిగకుండా స్వతంత్రంగా ఉత్తరభారతపు ప్రాకృతాల్లో కావ్యాలు రచించారు గనుక కావ్యశాఖ అయినా కొంతవరకు పరిణతులకు గణనీయమైనదిగా యేర్పడ్డది. బాణుడివంటి విద్వాంసుడిచేత

"कीर्तिः प्रवरसेनस्य प्रयाता कुमुदोज्वला ।
सागरस्य परं पारं कपिसेनेव सेतुना ॥" (ह. च.)

అని కీర్తితమై ఆనందవర్ధనుడివంటి సాహిత్యవేత్తలకు ఉదాహరణాలను సమకూర్చదగిన వాఙ్మయం శృంగారబహుళమైనా యేర్పడ్డది. కొందరు స్వతంత్రించి రూపకాలుకూడా రచించారు. ఉపలభ్యమానమైన రాజశేఖరకృతికర్పూరమంజరివంటివి రూపకాలింకా కొన్ని వుండివుంటవి. తెలుగులో యిట్లాటి స్థితిమృగ్యం. అనువాదాలు క్షుద్రంగా వున్నవని తెలిపినాను. స్వతంత్రరచనల్లో ఒకటిరెండు తప్ప తక్కినవి వ్యంగ్యవినాశంతో అన్ని తెలుగుకృతులకూ సమానమైన మురికిపద్యాలకసవుకుప్పలతో నిండి కవితావిషయాన అధమంగా వున్నవి. ప్రాకృతకృతికర్తలు సంస్కృతశబ్దాలను వాడనట్లే తెలుగులో గూడా కొందరు సంస్కృతశబ్దాలను త్యజించి అచ్చతెలుగుగ్రంథరచన ఆరంభించారు. అయితే ఆపని సాధ్యంకాలేదు. కవిత్వందాకా పోవడం యెందుకు! ఇప్పటి టిల్లిగ్రాఫు భాషవలె వారేర్పరుచుకొన్న తిక్క

మాటల పక్కిభాషలో కథలను పూర్తిగా తెలపడమే ప్రాయికంగా వారిపాలిటికి మహాసర్గమయింది. ఈతీరుగా తెలుగుకృతులు యేరకం లోనూ క్షుద్రదశ దాటలేదు. ఇంతకూ చెప్పదలచినదేమంటే ఆ కొంచెం కావ్యవలయంలో కూడా తెలుగుగ్రంథరచన అధమమై ఉత్తమాధికారులకు అగ్రాహ్యంగా ఉండిందని నన్నయానువాదం యెంత అధమమై ఉత్తమాధికారులకు యెంత అగ్రాహ్యమైనా అత డారంభించినపద్యం యెంత మురికిలక్షణాలు కలది అయినా తెలుగు గ్రంథ మనేదాన్ని మొదట మనకిచ్చాడు గనుక అతడు ఆరాధ్యు డేను. అయితే ఆకాలపు ప్రకృష్టవిద్వాంసులు ఇతడిపనిని గణనీయ కోటిలో చేర్చినట్లుగాని తెలుగును సంపన్నం చేయబూనినట్లుగాని కనబడదు. వారు తెలుగుతో సంబంధంపెట్టుకొనివుంటే తెలుగు యీ నాటికి అత్యంతం సమృద్ధమైనభాషల్లో ఒకటిగా వుండేదని నేనను కొంటున్నాను. అహోబలపండితుడివంటివిద్వాంసులు విబుధులదృష్టి తెలుగువంక మరల్చడానికి కొంతపూనుకొన్నా వారియత్నం సఫలం కాలేదు. చివరకు అహోబలపండితుడివంటి విజ్ఞానసంపన్నుడి రచన సంస్కృతంలోనే వుండవలసిరావడం తెలుగుయొక్క భాగ్యహీనత కాక మరేమి కాగలదు? అధమాధికారులకు దుర్గ్రాహ్యమైన భగవద్గీ తాదులను భారతంలో వదలిపెట్టడం, "నాటకాంతం కవిత్వం" అని కీర్తితమై కావ్యశిరస్సులని చెప్పదగిన నాటకాలను వారు అను వదించకపోవడం, పరమవిజ్ఞానప్రదమైన న్యాయాదిశాస్త్రాలను శ్రీ నాథుడివంటి అహోబలుడివంటి మహావిద్యావంతులు సయితం తెలు గున స్పృశించకపోవడం, సాహిత్యంలో సయితం గణనీయమైన విచారణాగ్రంథాలు లేకపోవడం ఆకాలాన తెలుగుకృతులు అధమా ధికారులకే వుద్దిష్టమనిఅవి కథలకూ పద్యవినోదానికీ తప్ప మరే వుదాత్త ప్రయోజనానికీ వారు స్వీకరించలేదని స్పష్టపరుస్తున్నవి. పోతనాదుల భాగవతాదులు కూడా ఈసంగతికే జ్ఞాపకంగా వున్నవి.

సంస్కృతమహాభారతమే శాస్త్రజ్ఞవలయంలో ఒక విధంగా కింది మెట్టున వున్నప్పుడు ఇక తుంచడం మొదలైన అసంబద్ధతలతోకూడిన తెలుగు అనువాదంయొక్క అధమాధికారిగ్రాహ్యత్వం చెప్పవలసినది లేదుగదా.

"संस्कृतपुराणपठनाक्षमाणां तच्छ्रवणेऽप्यलालसानां मुमुक्षूणां शूद्रादीनां प्राधान्येन ज्ञानोपयोगीन्यांध्रपुराणानि भवन्त्येवेति" (अहो)

(సంస్కృతపురాణపఠనంచేతగానివారు, వాటిని చదివిచెప్తూవుంటే వినడానికికూడా అలాలసులైనవారుఅయిన శూద్రాదులకు ప్రధానంగా ఆంధ్రపురాణాదులు జ్ఞానోపయోగులవుతున్నవేను) అని అన్న అహోబలపండితుడివచనం వాటి అధమాధికారి గ్రాహ్యత్వాన్ని విశదం చేస్తున్నవి.

తెలుగుకృతుల కిప్పటికీకూడా యిదేదశ చాలామట్టుకు దృష్టమవుతున్నది. ఈఅంశాన్నే

"సంస్కృతపండితునిదృష్టి తెలుంగునం దంతఘనంబుగాఁ బోవనేరదు."

(బా. గు. ప్ర. 517.)

అని శ్రీకల్లూరి వేంకటరామశాస్త్రులవారు వ్రాసిన మాటలు విదితం చేస్తున్నవి. మద్రాసు విశ్వవిద్యాలయం వచ్చిన తరువాత తెలుగుయొక్క ఈదుర్దశ మారకపోవడం అట్లా వుండగా మరికొంత నికృష్టస్థితి యేర్పడ్డది. విశ్వవిద్యాలయం వచ్చినప్పటినుండి వెలసిన తెలుగు గ్రంథాలు, నిఘంటువులవద్దనుండి పాఠ్యగ్రంథాలవరకు, ఈ అధమదశను వెల్లడిస్తున్నవి. మచ్చుకు కొన్ని ఉదాహరణాలు చూపి యీ విచారణ ముగిస్తాను.

౧ "మహావీరచరిత్రము ..కాళిదాసరచితము అయిన ఒకనాటకము."

౨ "మృచ్ఛకటి. ఇది శూద్రకునిచే రచియింపఁబడిన ఒక నాటకము."

3 "భర్తృహరి. .ఈయన .... వాక్యప్రదీపము అను వ్యాకరణ గ్రంథమును రచియించెను."

(పురాణనామచంద్రిక.)

(1) మహావీరచరిత్రం, కాళిదాసరచితమయిన నాటకంకాదు. భవభూతిరచితం.

(2) శూద్రకుడు రచించినది మృచ్ఛకటిగాని మృత్ఘటికాదు.

(3) భర్తృహరి రచితమైనది వాక్యపదీయం. వాక్యప్రదీపం గాదు.

౪ "సఖుఁడు. సం. వి; అ. పు" (శబ్దరత్నాకరం.)

(4) సఖుడు అనేది అకారాంత పుంలింగశబ్దంయొక్క ప్రథమైక వచనరూపమని శబ్దరత్నాకర కర్త అభిప్రాయం. ఇది తప్పు. అకారాంత పుంలింగమైన సఖ శబ్దం లేదు. అది ఇకారాంత పుంలింగం. పరమసఖ, భవత్సఖ అనేవాటిలోవలె సమాసాన్తమై

राजाहःसखिभ्यष्टच् (अ ५-४-९१)

(తత్పురుషసమాసాంతమందున్న రాజన్ అహన్, సఖి ఈశబ్దాలకు టచ్ (అ) ప్రత్యయం వస్తుంది.)

అనేపాణిని వచనంప్రకారం టచ్ ప్రత్యయాంతమైన సఖశబ్దాన్నిచూచి యీాయన భ్రమపడివుండవచ్చును. సమాసాంతమందుండనప్పుడు ఇది ఇకారాంతమైన సఖి శబ్దం. అకారాంతంగాదు. అనేకమైన ఆధునికపుస్తకాల్లో బహుళంగా కనబడుతున్న సఖుడు అనేదుష్ట ప్రయోగాలూ శబ్దరత్నాకరకర్తయొక్క పై తప్పు వ్రాతా ఒకటే కోటిలోవి.

ఉ. "ఆటజనియోసఖా." (ఆంధ్ర మేఘసందేశం. వడ్డాది సుబ్బరాయుడు.)

జనకుండో సుతుఁడో సఖుండో (ప్రబోధచంద్రోదయం. కందుకూరి వీరేశలింగం.)

"కావరుజన్ సహింతువెసఖా" (వేదం వేంకటరాయశాస్త్రి. మాళవికాగ్నిమిత్రం.)

(5) మీామామ సఖుడు నాకు (రఘువంశం. 14. ఆదిపూడి సోమనాథరావు)

సాధారణంగా యెన్నో తెలుగుపుస్తకాల్లో తరుచుగావుండే ఈసఖుడికి ఇంకా ఉదాహరణాలను విస్తరభీతిచేత వదలుతున్నాను సఖునకుఁ (ఆ. 5) అని భోజరాజీయంలోవలె కొన్ని వెనకటి పుస్తకాల్లో వుంటే అంతమాత్రాన అది సాధువు కాజాలదు. గ్రంథకర్త మృతివల్ల దోషం గుణం కానేరదు. జీవద్దశ గుణాన్ని దోషం చేయ జాలదు. గ్రంథకర్త గతించినా జీవించివున్నా సాధ్వసాధుతలు మారవు.

"सह खेन वर्तत इति सखः"

అని సఖశబ్దం సిద్ధిస్తున్నదని కొందరు అడ్డం రావచ్చును. ఋజుమార్గం లో మిత్రవాచికాని యీాతీరు కృత్రిమ శబ్దాలు శరణం కాజాలవు. ఈరకపు వాటికి పాల్పడితే నిఘంటువులు అవ్యవస్థితాలై స్వరూపాన్ని కోల్పోవడమేకాక భాష అయోమయపుఅసంబద్ధతపాలు కాగలదు. కనుక అట్లాటివాటిని అడ్డం పెట్టుకొనడం అకార్యమని చెప్పి ఈసంగతి ముగిస్తున్నాను. అవునుగాని శబ్దరత్నాకరపు వ్రాత తప్పని ఒప్పుకొం టాము.పుంలింగంలోను స్త్రీలింగంలోను అప్పుడు సఖ అని ఒకటేరూపం యేర్పడుతుంది, అది చిక్కుగదా అంటే చెప్పుతున్నాను. సుమతి, దాత్రి, గాంధారి, ఇట్లాటివాటికి పుంలింగంలోను స్త్రీలింగంలోను తెలుగులో ఒకటేరూపంగదా. వాటికేమిచేస్తున్నాము? వాట్లో సుమతి అనేదాన్ని ఆ అర్థంలో సుమతుడు అని అననట్లే సఖ అనేదాన్ని సఖుడు అని అన గూడదని అట్లా అనడం అపభ్రంశమని ప్రకరణాన్ని బట్టి అర్థం జ్ఞేయ మని చెప్పి మరియొక అంశానికి వస్తాను.

(6) "పాణిని వ్యాకరణభాష్యము మున్నగు గ్రంథములయందును, గోనర్దీయుఁడు, గోణికాపుత్రుఁడు అను పేరులు పదములు గలవు. ఇవి పాణినికి బేర్లుగను వాడఁబడి యున్నవి." (పంచాగ్నుల ఆదినారాయణశాస్త్రి.) వాత్స్యాయన కామసూత్రవివరణం. 22.

(6) గోనర్దీయుడు గోణికాపుత్రుడు—ఇవి పతంజలి పేరులుగాని పాణిని పేరులుగావు.

"न रत्नमन्विष्यति मृग्यते हि तत्" అని మాఘము

(మద్రాసు యూనివర్సిటీ యింటర్మీడియట్ సెలెక్షనులు 715.)

(7) పై వాక్యం మాఘంలోనిది కాదు. అది కుమారసంభవం లోనిది.

(8) తురగ = గుఱ్ఱములయొక్క, బహువిధ = పలువిధములయిన, ఆరోహకళా = ఎక్కుటయను విద్యయందు, రేవంతునకున్ = అశ్వశిక్షకుం డయినవానికి.

(ఆనంద. మను)

రేవంతుడంటే అశ్వశిక్షకుడు కాదు. ఇది ఊహించి వ్రాసిన అర్థం. 'అశ్వారోహణకళయందు అశ్వశిక్షకు' డయినవానికి అని అనడం బాలోక్తిగదా. రేవంతుడు అనేది సంజ్ఞావాచి. అతడు సూర్యపుత్రుడు. భార్య సంజ్ఞాదేవి భర్తృతాపాన్ని సహించలేక ఆడగుఱ్ఱపురూపం ధరించి వుత్తరకురుభూముల్లో తపస్సుచేస్తూవుంటే మగగుఱ్ఱపు రూపంతో సూర్యుడు ఆమెను కలిసినప్పుడు జనించిన పుత్రుడు రేవంతుడు. ఇతడు అశ్వవాహనుడు. ఈకథ మార్కండేయపురాణంలో దృష్టం. వీరచరిత్రపూర్వభాగంలో రేవంతముల్లు రేవంతుడి బయలు అనేచోట్ల ఈశబ్దానికి ఈఅర్థమే అను సందేయం. రేవంతుడంటే అశ్వశిక్షకుడనే అర్థంకాదని ఆశబ్దంజాతివాచికాదని సంజ్ఞావాచి అని స్పష్టపరచాను. పై ఊహింపు అర్థం జూలూరి అప్పయ్యపండితులదిగా కనబడుతున్నది. దీన్నే ఆనందాదిముద్రాలయాల్లో ప్రకటితమైన మనుచరిత్రలు పేరు చెప్పకుండా గ్రహించినవని అనుకోనవచ్చును.

9 "మనువునుగురించి మేథాటితి

10 లాత్యాయన" (కామరాజు హనుమంతరావు.) హింజీ 146;47.

(9) మేథాటితి కాదు మేథాతిథి. మేథాతిథి మనువును గురించి యేమీ వ్యాసం వ్రాయలేదు. మేథాతిథి మనుస్మృతికి వ్యాఖ్యానకర్త. ఆవ్యాఖ్యకు మనుభాష్యమని పేరు. Medthatithi on Manu అని లంలో వున్న పఙ్క్తిని చూసివ్రాసిన తెలియనిమాటలివి. ఇట్లాటి

అల్పవ్యుత్పత్తితో Hindu view of life వంటి గొప్ప గ్రంథాలను అనువదించబూనడం దానికి మూలగ్రంథకర్త సమ్మతించడం తెలుగు దురదృష్టంగదా.

(10) లాత్యాయనుడు కాదు లాట్యాయనుడు. ఇంగ్లీషుమూలంలో "Katyana-Latyana" అని ఒకటేచోట ఉన్నారు. కాత్యాయనుడివలె లాత్యాయనుడుగూడా వుండవచ్చునని అనువాది వూహించాడు. ఇట్లానే మరిఒకచోట చూసి తెలియక అవకతవకలు వ్రాయడం యింకొకపుస్తకంనుండి ఉదాహరిస్తాను.

(11) కుమారిలభట్టు 'పాంబు' అనుదానికి బదులు 'పాంప్' శబ్దము నుదాహరించుటచేతను,

(12) కుమారిలభట్టు 'ఆంధ్రద్రావిడభాష' యనుపదము నుపయోగించెననియు నయ్యది దక్షిణదేశభాషలనుద్దేశించి వాడఁబడినదనియును, తెలియుచున్నది.

(విద్వాన్. జి. జె. సోమయాజి. ఎమ్. ఏ. ఎల్. టి.) ద్రావి. 13;174.

Acc NO. 30337

(11) కుమారిలభట్టాచార్యులు పాంప్ అని చెప్పలేదు.

तद्यथा पाप् शब्दं पकारान्तं

954.84
UMA

सर्पवचनं अकारान्तं कल्पयित्वा.

40=00

(त १-३-१०)

అని అనుసాసికంలేని పాప్‌శబ్దాన్ని ఉదాహరించారు.

(12) ఆంధ్రద్రావిడభాష అని వచించలేదు. **तद्यथा द्रविडादि भाषायामेव** అనేమాటలను వాడినారు. (त १-३-१०)

(13) వ్యాకరణమహాభాష్యము చదువుకోకపోతే శబ్దమంజరివల్ల ప్రయోజనము లేదు. మహాభాష్యము చదువుకొంటే శబ్దమంజరివల్ల ప్రయోజనములేదు.

(చిలుకూరి నారాయణరావు, ఎమ్. ఏ. ఎల్. టి. పి. హెచ్. డి.) (సం. లో)

ఇవి ఊహింపుమాటలు. మహాభాష్యం చదవకపోతే అర్థంకాదని చెప్పబడినది పదమంజరికాని శబ్దమంజరి కాదు.

"अनधीते महाभाष्ये व्यर्था स्यात् पदमञ्जरी"

అని అన్నచోట పదమంజరి కాశికావృత్తి వ్యాఖ్య. అది హరదత్త విరచితం. శబ్దమంజరి పిల్లల ప్రథమశిక్షాపుస్తకం. శాస్త్రసంప్రదాయం తెలియక వ్రాసిన గాలిమాటలను చూపినాను.

(14) కుమారిలభట్టు............ఇతఁడు జైమినిసూత్రములకు భాష్యమును విరచించెను. (చిలుకూరి వీరభద్రరావు,) ఆం. చ. 248 ప్రథమభాగం.

(14) జైమినిసూత్రాలకు భాష్యం వ్రాసినది శబరస్వామి. కుమారిలభట్టు కాదు. ఆగ్రంథానికి శాబరభాష్యమని పేరు. ఈశాబరభాష్యం మీఁద కుమారిలభట్టాచార్యులు వార్త్తికం వ్రాశారు. పైన ఉదాహరించిన పఙ్క్తులదుష్టత విజ్ఞులకు విదితమేగదా అని విస్తరించి వివరించలేదు ఇక రేజీకటి వుజ్జాయింపుసంస్కృతం, దూడపేడ సంస్కృతం, మరియొకచోట పీఠికలో వివరించదలచి యిక్కడ వదలినాను.

పైన చూపిన అసంబద్ధతలవంటివాటిని గుణదోషవిచారానికి కావలసిన బుద్ధిగాని శక్తిగాని లేక యేదిపెట్టినా మింగేఅధిమాధికారులుమాత్రమే పత్తిగింజల బసవన్నలవలె స్వీకరిస్తారని స్పష్టం. అపభ్రంశాలు కనుక్కొని నిరసించగలిగి గుణవిశేషాలకు ఆహ్లాదించగల విద్వచ్ఛ్రేణి దేశంలో బలవిశిష్టంగా వుంటే పైనచూపినరకపు పుల్లుగొడుగుగ్రంథాలుకాక ఉదాత్తకోటిలో చేరదగినవి ఉత్తమాధికారులకు గ్రాహ్యంకాదగినవి ఉద్భవిల్లడానికి అవకాశం యేర్పడుతుంది. ఆ అవకతవకలపఙ్క్తులకర్త్తలు వాఙ్మయానికి ఉపకారం చేయవలెననే సంకల్పంకలవారే పూజ్యులే అయినప్పటికీ, తమగ్రంథాలు పరిణతులైన విద్వాంసులు చూస్తారనేసంజ్ఞానం వారికి ఉండినట్లైతే యింకా కొంచెం హెచ్చుశ్రద్ధవహించి తమగ్రంథాలు నిష్కల్మషదశలో వుండడానికి యత్నించి వుంటారనిమాత్రం చెప్పి యీవిచారణ ముగిస్తున్నాను.

సర్ రాధాకృష్ణులవంటి పరిణతబుద్ధులు తమ భావాలను తెలుగులో తెలపడంగాని తెలపడానికి యత్నించడంగాని లేకపోవడం విద్వల్లోకంలో పఠనపాఠనాల్లో తెలుక్కువుండే అధమస్థితి ఫలంగాక మరేమికాగలదు? తెలుగుప్రాచీనకాలంనుండి యిప్పటివరకు అధమదశయందుండడం నిరూపించాను. ఇట్లా అధమాధికారులకు వుద్దిష్టంగనుకనే తుంచడం, మార్పడం మొదలైన అనౌచిత్యాలతో ఇవి వీరికిచాలవా అని సంగ్రహాలను దరువుప్రాధాన్యంతో ప్రాచీనులు రచించారని అనుకొనవచ్చును. ఇక ఇట్లాటి సంగ్రహాలను మాత్రమే చదివి తెలుగులో వ్రాయడం మొదలుపెట్టే వారికృతులు రచనలు అంతకంటే అధమదశలో వున్న వారికిగాని వుపాదేయం కావనడం విదితమేగదా. ఇట్లా అధమాధికారులకు వుద్దిష్టమైన పురాణసంగ్రహాలు అట్లానే క్షుద్రంగా వున్న మరికొన్ని పుస్తకాలు పాఠ్యగ్రంథాలుచేసి విద్వాన్, బి. ఏ. ఆనర్స్, యం. ఏ. మొదలైన పరీక్షలేర్పరచడంవల్ల స్పృహణీయమైన ప్రయోజన మేమీసిద్ధించదని విజ్ఞులకు వేరుగా చెప్పవలసినది లేదు. కణాదుడు, గౌతముడు, శంకరుడు, ఆనందవర్ధనుడు, అభినవగుప్తపాదుడు మొదలైన మహావిజ్ఞానసంపన్నుల రచనలకు అంధులైపురాణకథలూ అట్లాటివే మరికొన్ని చిల్లరపుస్తకాలూ పఠించడం పరమవిద్యగా వుండే విద్వానుల భాషాప్రవీణుల విజ్ఞానపురక మేమి? అట్లానే అంధతతో పొందిన బి. ఏ; యం. ఏ. మొదలైన ఉపాధులకు భారతీయ విజ్ఞానవిషయంలో విలువయేమి? అనేప్రశ్నలకు నీళ్లు నమలడమే ప్రతివచనం కదా? బి ఏ; యం. ఏ. మొదలైన ఉపాధుల ముఖ్యవిషయాల కన్నిటికీ లేదా ప్రకృతం "శిరోమణి" "విద్యాప్రవీణ" ఈఉపాధుల విజ్ఞానవిషయాలమట్టుకైనా తెలుగులోనే నిర్బంధంగా పరీక్షజరుగవలెనని యేర్పరచిననిమిషమే ఆంధ్రభాషయొక్క క్షుద్రదశతొలగడానికి ఆరంభకాలం కాగలదు. ఇప్పుడంతగా ప్రయోజనవంతమైనపనిలేక తగినప్రతిఫలం ప్రాపించకుండా ధనాన్ని వ్యయపరు

స్తున్న ఓరియంటల్ రిసర్చి ఇన్స్టిట్యూట్ తెలుగుశాఖను, పైన తెలిపిన పనికి అనుకూలంగా, అనువాదశాఖగామార్చి, యింగ్లీషులోను సంస్కృతంలోను విజ్ఞానవిషయకంగా వున్న ప్రామాణికగ్రంథాలను తెలుగులోకి తర్జుమాచేయించవచ్చును. అంతేగాక శాస్త్రీయవిషయాలను సంస్కృతసాహాయ్యం లేకుండా తెలుగులో తెలపడం అసాధ్యంగనుక, అభిమానశాస్త్రంలోప్రావీణ్యానికీ ఆంధ్రరచనాకౌశలానికీ తోడు సంస్కృతభాషయందు నైపుణ్యం కలిగే విద్యావిధానం యేర్పాటు చేయవలసివున్నది. ఈపని కావలసినంతవరకు జరిగితేనేగాని ఆంధ్రవాఙ్మయేతిహాసంలో స్మరణీయదశ యేర్పడి ఆంధ్రభాషాగ్రంథాలకు వృత్తమాధికారి గ్రాహ్యత్వం సిద్ధించదని, అట్లాగాక కొన్ని అసంగతపురాణసంగ్రహాలకు ఆతీరు మరికొన్ని చిల్లరపుస్తకాలకు పరీక్షలు ఉపాధులు యేర్పరిస్తే ఇదంతా ఆంధ్రభాషాభివృద్ధి అని మనము చంకలు కొట్టుకొనడం మిక్కిలి తెలివిమాలినపని అని చెప్పి ఆనుషంగికంగా వచ్చిన యీవిచారం యింతటితో ముగించి ప్రకృతానికి వస్తాను.

నన్నయకాలంమొదలు ఇప్పటివరకు యేర్పడిన తెలుగుకృతుల స్థితి తెలిపినాను. ఈసంగతి పూర్వపక్షపరామర్శ పూర్వకంగా విచారణచేసి సిద్ధాంతమట్టుకు యిక్కడ నిరూపించాను. నన్నయాదులకృతుల్లో ఉండేసంస్కృతం వారి ఉద్దేశమైనా అథమాధికారులకు సయితం పనికిరాకపోవడం, తిక్కన విరాటపర్వంలోని అధికప్రసంగాలు భగవద్గీతావాసనం, ఉద్యోగపర్వంలోని రాయభారపుఘట్టాలు, మనువసుచరిత్రాదుల వర్గపుకృతులు, వేమనపింగళిసూరనాదులకృతులు, అదివరకు లేక మద్రాసు విశ్వవిద్యాలయం వచ్చిన తర్వాత తెలుగు పండితులు తెలుగు లెక్చరర్లు అని యిట్లా యేర్పడ్డవారివృత్తం, వారిలో అనేకుల వ్యుత్పత్తి, పండితశబ్దంయొక్క అర్థం, తెలుగులో పండితుడు అనే మాటలకు ఇప్పుడుగల అర్థం, తెలుగుపండితులనే వారిలో అనేకులకు దేశవిజ్ఞానంతో యెంతవరకు సంబంధంగలదు అనే అంశం, తెలుగు కృతికర్తలు కొందరు అపభ్రంశాలు వ్రాసి తమ అవ్యుత్పన్నత

కప్పి పుచ్చుకొనడానికి వ్యాకరణాదులు కొంత చూచి వారిని ఆశ్రయించడం, వారు కొన్ని అవకతవకలు వ్రాసి యియ్యడం, అవి తమ వ్రాతలుగా వీరు ప్రకటించుకొని లోకవంచనా ఆత్మవంచనా కావించడం, దానివల్లకలిగే అజ్ఞానవర్ధనాద్యనర్థాలు, తెలుగుపండితు లనే వారు పాఠశాలలో కాక బయట వుండవలసినవిధాన్ని గురించి కొందరి అభిప్రాయాలు, వ్యాకరణాభ్యాసం లేకుండా బట్లరు ఇంగ్లీషు వంటి దూడపేడ సంస్కృతం తెలుగుపుస్తకాల్లో వాడితే యేమి అనే వారిమాటలు, లౌకికశబ్దాలు వదలి నన్నయాదుల ఛాందస శబ్దరూపాలతో ఛాందసపు తెలుగుశబ్దాలతో పుస్తకం వ్రాయవద్దా అనే సంగతి, తెలుగువంటి జీవద్భాషలకు వ్యాకరణం లేకుంటే యేమి అనే మాటలు, అష్టావధానమని శతావధానమని కర్తలకు బుద్ధిదుర్వినియోగాద్యనర్థాల హేతువు, కారయితలకు ఫలరహితం అయినవాటిని ఆచరిస్తూ అక్షరాలతమాషాపద్యాల కుప్పలుచేసి కవులమని అది కవిత్వమని కొందరు ఉప్పొంగడం, విజ్ఞానలబ్ధి లేకుండా కవిత్వం దానంతట అదే పుట్టుకొని వస్తుంది అని కొందరు అనుకొనడం, భారతీయుల విజ్ఞానలబ్ధికి ప్రకృతదశలో సంస్కృతవిద్య ఆవశ్యకమా కాదా అనే సంగతి, బిరుదులు చేరివున్న మాత్రాన వారికృతులు బాగా వుండవచ్చునని కొందరు తలచడం, కృతిసమర్పణోత్సవాలు చేస్తే కృతులు గొప్పవవుతవని కొందరు ఆసించడం, ఆశువు అని పేరుపెట్టి శ్రీఘ్రంగా పద్యాల కుప్పలుచేస్తే అది కవిత్వమని కొందరు అడావుడిపడడం, పద్యాలపుస్తకం యెంతలావుగావుంటే అంత గొప్ప కవిత్వమని కొందరు తాండవించడం, అట్లా పద్యాలపుస్తకం లావుది తయారుచేయడం మహిమ అని కొందరు నర్తించడం, పద్యాలు గద్యవాక్యాలు వ్రాయడమే పరమవిద్య అయి బుద్ధిపరిపాకంలేని శోచనీయులు కొందరు కృతికర్తలుగా పత్రికల్లో వ్యాసాలకర్తలుగా బయలుదేరడం, అంకితం .చేసినవారికి తమకృతి భార్య అని కొందరు

వచించడం, గద్యంపద్యం కలిసిన కృతులకు చంపువనేపేరు ప్రసిద్ధంగా వుంటే దాన్ని మరవడం, గద్యం లేకుండావుంటే అది ఒకవిశేషమను కొనడం, నిరుక్తి అనే అర్థంగల నిర్వచన మనేశబ్దాన్ని తప్పుపేరుగా దానికి పెట్టడం, గర్భకవిత్వమని ఒకపద్యంలో ఇంకొకపద్యం చొప్పించి రెండుమూడుఅర్థాలు చేర్చి, నిరోష్ఠ్యమని ఇంకా యేవోనని కొన్ని అక్షరాలు వదలి కొన్నిమాటలు విడిచి కుస్తీచేస్తే అది నిగ్గు కవిత్వమని కొందరు తాళాలు కొట్టడం, ఈకాలాన ఒక సభగాని విందుగాని జరిగితే ఒకవూరినుండి మరియొకవూరికి యెవరైనాపోతే, తుమ్మితే దగ్గితే చొప్పదంటుపద్యాలు పోగులు పడడం, యాచించడానికీ ఇయ్యకపోతే తిట్టడానికీ అప్పకవి పద్యాలను సాధనంగా గట్టిపరచడం, ఆసాధనాన్ని అవలంబించి కొందరు ధనవంతులను వ్యవహారసంబంధులను ఆశ్రయించి వారిని స్తుతించి వారివద్దనుండి కొంతధనాన్ని, పుచ్చుకొంటివాయినం అన్నట్లు, కొన్ని స్తుతులను పొందడంవల్ల, అందులో, బహిరంగంగా ముఖ్యమైన అన్నికులాల తెగల వివిధలక్షణాల మనుషులను చేర్చినసభల్లో పొందడంవల్ల, తమకృతులు ఉత్కృష్టమవుతవని కొందరు భావించడం,

> " न तच्छास्त्रं न तच्छिल्पं न सा विद्या न सा कला "
> यद्भवेन्न च काव्याङ्गमहो भारो महान् कवेः ॥

(కావ్యాంగం కాకుండావుండే శబ్దంగాని, అర్థంగాని, న్యాయంగాని, కళగాని లేదు, అహోకవిభారం గొప్పది) అని యిట్లాకవి సామగ్రి ప్రతిపాదిత మవుతూవుంటే విద్వత్ కవులమని కొందరు మురియడం,

> " अनन्तशास्त्रं बहु वेदितव्यं.........अल्पश्च कालः "

అని విజ్ఞులు పలుకుతూవుంటే రేజీకటి సంస్కృతంతో ఉభయభాషా పారంగతులమని కొందరు ఊరేగడం,

నిను మెచ్చులోవుచుంటిని నను మెచ్చుచు నుంటివీవు"..........." (యేకవీర.)

అని యిట్లా ఒకరినొకరు కొందరు పొగడుకొనడం, నేటికాలపు కవిత్వ మనే గ్రంథంలో తెలిపిన అయోమయం మొదలైనవి ఇప్పటి పద్య కృతుల్లోవలె గద్యకృతుల్లోకూడా అనేకమైనవాట్లో కనబడడం,లోకో త్తరమైన కల్పనలు వూహాలు లేకపోవడం అట్లావుండగా శీలభ్రష్టలైన స్త్రీలు,వారికి తగినసాయకుల, ఇట్లాటి మరికొందరి చిల్లరమనుషుల వృత్తం కొన్నిపద్యపుస్తకాల్లోను గద్యపుస్తకాల్లోను ప్రహసనేతరాల్లో బహు ళంగా నిండడం, యెక్కడ దేనిని చెప్పవలెనో ఆవివేకం లేక సందర్భ మున్నా లేకపోయినా తమకు తెలిసినసంగతులన్నీ కొందరు కుక్కడం, విచార్యమాణవిషయంలో ఆవశ్యకమైన ప్రవేశం లేకుండా కొందరు అసంబద్ధాలు రచించడం, అశ్లీల చిత్రాలు పుస్తకాల అట్టలమీద వేసి దానివల్ల కొంత ఆకర్షించవచ్చునని కొందరు ఉత్సహించడం, అనువాదం జేసినమాత్రాన మూలగ్రంథకర్తలతో సమత్వం ఆరోపించుకొని- ఆంధ్రగౌతములు, ఆంధ్రకణాదులు, ఆంధ్రశుక్రులు అనేతీరున కొందరు అనుచితప్పేర్లతో సంభ్రమించడం, అనువాదంచేసి పద్యాల అనువాది గాని గద్యపు అనువాదిగాని ఉభయపు అనువాదిగాని కాదగి వుంటే ఆ అనువాదమే ప్రధానహేతువుగా కవి చక్రవర్తులమని కవి సమ్రాట్టులమని కొందరు గంతులువేయడం, పేరు చెప్పక చెప్పీ చెప్పక దొంగిలించి యెంగిలివ్రాతలువ్రాసి కాళిదాసు కవిత్వం కొంత అనే సామెతను జ్ఞప్తికితెస్తూ కొందరు మూలగ్రంథాలకు స్వరూప వికృతి కలిగించడం, పాతకాలపువేషంతో వుండేవారికృతులు మంచి వని కొందరు, ఇప్పటికాలపువేషం గలవారివి శ్రేష్ఠంగావుంటవని కొందరు, అటూయిటూ కాక మధ్యరకపువేషంవారివి గొప్పవిగా వుండ వచ్చునని కొందరు, ఇంగ్లీషు చదివిన వారిగ్రంథాలు గణనీయమని కొందరు, ఇంగ్లీషు రానివారి కృతులు ప్రశస్తమని కొందరు, బ్రాహ్మ ణుల కృతులు ఆదరణీయమని కొందరు, నియోగులవి ఉత్తమమని కొందరు, కాదు వైదికులవి శ్లాఘ్యమని కొందరు, వారూ వీరు

కాని మాధ్వులు ద్రావిడులు శ్రీవైష్ణవులు మొదలైనవారివి ఉపాదేయమని కొందరు, బ్రాహ్మణేతరులవి అంగీకార్యమని కొందరు, యేకులమైనా సరే స్త్రీల గ్రంథాలు సంభావ్యమని కొందరు, నేనెక్కువంటే నేనెక్కువని పద్యాలతో పోట్లాడేవారి గ్రంథాలు గ్రాహ్యంగా వుంటవని కొందరు, తెలుగులో కాక ఇంగ్లీషులో యెవరైనా మెచ్చుకుంటే లేదా ఇంగ్లీషులోకి గ్రంథం అనువదించబడితే అది ఉత్కృష్టంగా వుండవచ్చునని కొందరు, పద్యాలకర్తలు మొదలైనవారివల్ల బహిరంగంగా స్తుతి పొందితే అట్లాటివారికృతులుపొగడదగినవిగా వుండవచ్చుననికొందరు, కర్త మొదలైనవారిచిత్రాలు ప్రకటించేకృతులు గుణవంతంగా వుండవచ్చునని కొందరు, అక్షరాల ఆట (వళ్ళిప్రాసలు) ప్రయత్నం లేకుండా పడినట్లు వుంటే అది కవిత్వమని కొందరు మనము మాట్లాడుకొనే సాధారణమైన మాటలు మొదలైనవి, సామెతలు, పద్యంలో వుంటే అదంతా కవిత్వమని కొందరు, తక్కిన విచారంతో మాకు పనిలేదు, అక్షరాల దరువుతోగాని లేకుండాగానిపద్యం వ్రాస్తేచాలును, అది కవిత్వమని కొందరు, సంస్కృతం యెక్కువగా వుంటే జటిలమని రమ్య కవిత్వమని కొందరు, తెలుగు యెక్కువగా వుంటే సొంపు కవిత్వమని కొందరు, అదీ యిదీ సమంగా వుంటే అపేక్ష్యకవిత్వమని కొందరు తలలూచడం, ధార అనర్గళం, శైలి మృదుమధురం, ముద్దులుమూటగట్టుతున్నది అనే యిట్లాటి రోకటిపాటమాటలు, ఈకాలంలో తెలుగులో గురువులని శిష్యులని అనుకొనేవారికి గల విద్యాసంబంధం, వారియెడల వీరి ప్రవృత్తి, ఆధునికమైన మూలగ్రంథాలు అనువాదాలు తదాభాసాలు, శాస్త్రగ్రంథరచనలు వీటి అన్నిటి మీమాంసావిస్తరభీతిచేత వదలుతున్నాను. పీఠికల్లోని ప్రశంసలను యాచితాభిప్రాయాలను గురించి వాఙ్మయపరిశిష్టంలో ద్రష్టవ్యమని చెప్పి ఇక భగవద్గీత వదలిపెట్టి దాన్ని గురించి కొంతవిచారిస్తాను. భగవద్గీత వేదాంతానికి సంబంధించినది గనుకను, తెలుగుభారతం కావ్యదృష్టితో రచించబడినది గనుకను, దానిని తిక్కన వదలినాడని కొందరంటున్నారు.

నన్నయాదులది కావ్యదృష్టి అని వ్యాసుడిది కాదని అనుకోనడం అప్రశస్తం.

"కవివృషభులు మహాకావ్యమనియు"

అని నన్నయ్యే సంస్కృతభారతం కవులదృష్టిలో మహాకావ్యమని చెప్పుతున్నాడు.

" प्रबन्धे च अंगी रस एक एव
उपनिबध्यमानोऽर्थविशेषलाभं
छायातिशयं च पुष्णाति कस्मिन्निवेतिचेत्
.........यथावा महाभारते " (ध्व. लो.)

(ప్రబంధంలో ప్రధానరసం ఒకటే ప్రతిపాద్యమవుతూ అర్థవిశేషలాభాన్ని ఛాయాతిశయాన్ని పోషిస్తున్నది. యెట్లానంటే మహాభారంతలోవలె)

అనేపఙ్త్తుల్లో ఆనందవర్ధనుడు మహాభారతం శాంతరసప్రధానమైన కావ్యమని చెప్పుతున్నాడు. భారతం కావ్యమని భారతంలోనే ఉక్తం.

" कृतं मयेदं भगवन् काव्यं परमपूजितम् " (आदि)

(ఓ మహానుభావుడా! పరమపూజితమైన యీకావ్యం నాచే చేయబడినది.)

అని వ్యాసుడే బ్రహ్మతో చెప్పినట్లు విదితమవుతూవుంటే వ్యాసుడికి కావ్యదృష్టి లేదనడం అవివేకం. కాళిదాసాది మహాకవులకు సంశ్రయం కాగలిగిన వ్యాసుడికి కావ్యదృష్టి లేదనడం నిజంగా తెలివిమాలినపని. మాకు పైవాక్యాలు ప్రమాణం కావంటారా, మీవాక్యాలు ప్రమాణం కాదని అంతకంటే చులకనగా తోసివేయవచ్చునుగదా! ఇవన్ని సాహిత్యసాంప్రదాయం తెలియని అజ్ఞాన

వచనాలని అంటున్నాను. పోనియ్యండి నన్నయాదులది కావ్యదృష్టి అనే మాట కొంతసేపు ఒప్పుకొని విచారిస్తాను. భగవద్గీత వేదాంతం గనుక దాంట్లో కవిత్వంలేదని తిక్కన మానివేస్తే, శాంతిపర్వం ఆను శాసనికపర్వం యింకా అక్కడక్కడ వచ్చే కణికనీతివంటి రాజనీతులు మార్కండేయుడి ధర్మప్రవచనం యెందుకు తెలిగించారు? భగవద్గీతలో లేని కవిత్వం రాజధర్మమోక్షధర్మాలను ప్రతిపాదించే శాంతిపర్వంలో యేమున్నది? భగవద్గీత వేదాంతమైతే శాంతిపర్వంలోని మోక్షధర్మ ఘట్టాలు సృష్టిక్రమాదుల నిర్వచనం వేదాంతం కాదా? కావ్య దృష్టితో రచించాడు గనుక తిక్కన భగవద్గీత వదలిపెట్టినాడనడం తలాతోకా లేని అప్రశస్తపుమాట. తెలుగుభారతం అధమాధికారులకు పుద్దిష్టం గనుకనే దానిని వదలిపెట్టినాడు. బ్రహ్మవిద్యకు ప్రధానాంగాలైన ప్రస్థానత్రయంలో భగవద్గీత ఒకటిగను, బ్రహ్మవిద్యయందు శూద్రాదులకు అధికారం లేదని బ్రహ్మసూత్రమందలి అపశూద్రాధికరణంలో నిర్ణీతమైనది గనుకను అధమాధికారులకు అది అగ్రాహ్యం కావడంవల్లను శాంతిపర్వాద్యపేక్షచేత అధమాధికారులకు కఠినమైన భగవద్గీతను తిక్కన వదలినాడని స్పష్టం. ఈసంగతినే అహోబలుడి పఙ్క్తులు వ్యక్తం చేస్తున్నవి. కావ్యదృష్టివల్లనని అట్లానని యిట్లానని వ్రాయడం సంప్రదాయవివేకంలేని అజ్ఞానపు మాటలని చెప్పి యీ విచారణముగిస్తాను.

ఇక తిక్కన అధికప్రసంగాలు. తిక్కన విరాటపర్వస్థకీచకవధలోని చేర్పుడాలు గొప్పకవిత్వమని కొందరు తలుస్తున్నారు.

"విరాటపర్వములో దిక్కన్న వ్రాసిన శృంగారవర్ణనము అనన్యసాధ్యమని వేఱుగఁ జెప్పవలయునా? ఔచిత్యశోభితము."

అని శ్రీరామలింగారెడ్డివారు.

"ఇట్లే కీచకవధఘట్టమునకు భీముని నాయకునిఁగాఁ జేసి శృంగార వీరరసముల కంగాంగిభావము కల్పించి యనేకవిధములగు నూతన వర్ణనలఁ జేర్చి యీకథ నొక్క చక్కని ప్రబంధముగా రచించినాఁడు."

అని శ్రీకోరాడ రామకృష్ణయ్యవారు.

"తిక్కనార్యుని కీచకునియందన్ననో, మానవస్వభావము చక్కఁగఁ బ్రతి
ంచుచున్నది......తిక్కన కీచకుఁడు ఉత్తమనాగరకుఁడు, సరసుఁడు;......
న మానవప్రకృతి పొండితిని 'హేమవిద్యం' బోనిదానిని ఎంతని కొనియాడ
ము!"

అని శ్రీగుఱ్ఱం సుబ్బరామయ్యవారు.

ఇట్లానే మరికొందరు అనుకొంటున్నారు. ఆచేర్పడాలు అధికప్ర
గమని దుష్టమని తెలుపబోతున్నాను మంచిది ఆసంగతి విచారిస్తాను
ావిషయకమైన రావణరతి, ద్రౌపదీవిషయకమైన కీచకరతి, రసాభాసం.
తేగాక అది హేయం ఈ హేయత్వాన్ని వివరించవలసిన పనిలేదు.
స్తకం నేటికాలపు కవిత్వమనే కృతిలో శృంగారాధికరణంలోను
ద్రకావ్యాధికరణంలోను ద్రష్టవ్యం. సంచారిభావాదిసామగ్రి ఉత్త
నాయకుల రతిసందర్భంలో శోభిస్తవి గాని రత్నాద్యలంకరణం
రుగుడుబురదనీటికుండకువలె దుష్టరతికి హేయం, అత్యంతం అను
ం. నింద్యత ప్రకటితమయ్యేవిధంగా ఇట్లాటిరతిని తెలుపవలెను
ని చీము పుండుమీద యీగవలె, దానియందు సక్తి కనబరచడం
ప్రశస్తం. కనుకనే రామాయణంలో రావణుడు సీతను ప్రార్థించడం
మె నిందించడం, తిరిగి అతడు పూలుబుక్కాయి సవరించుకొని మళ్లీ
మెనుప్రార్థించడం, తిరిగి ఆమె దూషించడం తప్ప అతడి మన్మథావస్థను
చార్యాదులచేత విపులీకరించలేదు. అట్లానే మహాభారతంలో కీచ
కు సుదేష్ణతోను ద్రౌపదితోను గట్టిగా తన కామవికారం తెల్పుకో
ంతప్ప వేరేవిధంగా అతడి విరహతాపాలాపాలు మొదలైనవి
రించలేదు. యెందుకంటే అవి తుచ్ఛమే కాకుండా అనావశ్యకం
ండా అయివున్నవి. దుర్బలచిత్త అయితే లభించేటట్లు అతడికామ
ర్థనలు కొంతవరకు దీర్ఘంగా ప్రతిపాదితమైనవి. అంతేగాని అతడి
ంగారాన్ని సంచార్యాదులతో వర్ణించలేదు. కాని తిక్కన్న యీ

వివేకం కోల్పోయి కీచకరతిని అనేకమార్గాల విస్తరింపజేసి ఆసక్తితో దాన్ని ప్రతిపాదించి యాగపని చేశాడు. పై అంశాలు కథాభాగాలు కాక ద్రౌపదిని చూచినతరువాత సుదేష్ణతో మాట్లాడకముందు యే కాంత సంభాషణరూపాన కొన్ని సీసపద్యాలు, మరికొన్ని వృత్తాలు మొదలైనవి దండగబెట్టి కీచకుడి రతిని మూలంలో లేనిదానిని వుబుకుతో మనకు తెలిపినాడు. అక్కడ ఆగలేదు. కల్లు తేవడానికి ద్రౌపదిని సుదేష్ణ పంపుతానన్నతరువాత తిరిగీ కీచకకామాగ్ని అమూలకాన్ని. యింకా కొన్నిపద్యాలతో విపులీకరించాడు. ఇంతటితో పూరుకొనలేదు. నర్తనశాలకు రమ్మని ద్రౌపది చెప్పినతరువాత మళ్లీ మూలంలో లేని కీచకవిరహాన్ని సంభ్రమంతో వర్ణించాడు. చిన్న పద్యాలతో తృప్తిలేక కాబోలు

సీ. ఇయ్యింతి ప్రాపున నయ్యనంగుఁడు పార్వతీశుసైనను దక్కనేలకున్నె
కేలిమైనొక్కట లీలఁగ్రేళ్ళసఁగెడు వాలుగు సోగలమేలు డించి
లీలనాముందట నాలేమపొలసినఁ జూడ్కికిఁ జుబ్బనచూఱగాదె
కనువిచ్చి నన్ను నాశనుమధ్యచూచినఁ దనువున కమృత సేచనముకాదె.

(తి. భా. వి.)

అని సీసాలను అడుగడుక్కూ ఆహ్వానిస్తాడు.

ఈ సీసాలు బాగా వున్నవి గదా అంటే అది కులటా విలాసంవంటిదని చెప్పుతున్నాను. ఈ సంచారివర్ణనలతో వూరుకొనలేదు. అతడి విరహావస్థకు వుద్దీపనంగా వనవిహారాన్ని కల్పించాడు. అంతటితో ఆగలేదు. పొద్దుక్రుంకకపోవడం అతడికి దుస్సహంగా వున్నదని మూలంలో రెండుమాటలు చెప్పితే దానికి సూర్యాస్తమయవర్ణననుచేసి అతడి అనంగదశకు దాన్ని తగిలించాడు. తవుడుతింటూ వయ్యారం అన్నట్లు ఈ పాడుపనిలో దరువులుకూడా వేశాడు. ఇదంతా మురుగుడు బురదకుండకు రత్నాలద్యలంకరణం వంటిదని అది తుచ్ఛమని దానియందు సక్తి

ఁగపని అని తెలిపినాను. అదిగాక రసాభాసం కావ్యంలో అంగంగా ండదగినది. దాన్ని అనుచితంగా విపులీకరించడం అంగవిస్తరమనే సదోషానికి హేతువని సాహిత్యవేత్తలు చెప్పుతున్నారు.

" अंगस्याप्रधानस्यातिविस्तरेण वर्णनम् " (का. प्र.)

అతివిస్తరంగా అంగంయొక్క, అంటే ప్రతినాయకాదుల, వర్ణనం (రస ోషం)]

అని మమ్మటుడు.

" तथा च तद्गत एव रसः प्राधान्येनास्वाद्येत न तु नायकगतः प्रधानो-स इति दोषः " (का. प्र. व्या.)

[అట్లా (అయితే) ప్రతినాయకగతరసమే ప్రధానంగా ఆస్వా ఁత మవుతుంది. కాని నాయకగతప్రధానరసం ఆస్వాదితం కాదు. ఁనుక దోషం]

అని వామనాచార్యులు.

హేయరసాభాసం అంగంగాక ప్రధానమైతే కావ్యం భ్రష్టమై హ్యకోటిలో చేరగలదు. గనుక అవశ్యకమైనచోట అది అంగంగా మాత్రమే వుండడం వుచితం.

" प्रतिषिद्धविषयत्वादिरूपं सामाजिकसंवेद्यं " (का. प्र. व्या.)

(సామాజికులకు ప్రతిషిద్ధవిషయత్వాదిరూపంగా సంవేద్య మయ్యేది) అని ఈ ఆభాససందర్భంలో న్యాయరత్నమహేశచంద్రుల వా రన్నారు.

అంగమైన ప్రతినాయకవృత్తంలో వనవిహారజలక్రీడాదులు ఒక గ్రంథకర్త ప్రతిపాదిస్తే అది దుష్టమని

" हयग्रीवस्य जलकेलिवनविहाररतोत्सवादेर्नायकापेक्षया विस्तरेण वर्णनं हयग्रीवस्य नायकत्वमेव प्रत्याययते न तु प्रतिनायकत्वमितिदोषः । ".

न च "वंशवीर्यश्रुतादीनि वर्णयित्वा रिपोरपि।" इत्यादिना विरोध इति वाच्यं।

"यद्गुणत्वेन रिपोर्वर्णनेन नायकोत्कर्षप्रतिपादनं तत्रैवास्य तात्पर्यात् न तु वनविहारादावपि।" (का. प्र. व्या.)

[హయగ్రీవుడియొక్క జలకేళి వనవిహారం, రతోత్సవం మొదలైనవాటిని నాయకుణ్ణి మించి అధికంగా వర్ణించడంవల్ల హయగ్రీవుడే నాయకుడని ప్రతీత మవుతుంది (కాని అతడి) ప్రతినాయకత్వం (ప్రతీతం) కాదు. కనుక దోషం......శత్రువుయొక్క వంశవీర్య శ్రుతాదులను వర్ణించి,అంటే వర్ణించడంవల్ల, కూడా (నాయకోత్కర్ష ప్రతిపాదనం మనకు ప్రీతికరం) అనే(దండి)మాటలచేత విరోధంసంభవిస్తుంది అని అనరాదు. యెందువల్లనంటే శత్రువు యేగుణాలుగలవాడని వర్ణిస్తే నాయకోత్కర్షం ప్రతిపాదితమవుతుందో అక్కడనే పై వాక్యానికి తాత్పర్యం గాని వనవిహారాదులందు కూడా కాదు.]

అనేపట్లల్లో సారబోధినీకారులు నిరాకరించారు.

ఇక అంగమైన హేయరసాభాసంలో ఆత్మశ్లాఘన వనవిహార సూర్యాస్తమయాది వర్ణనల విస్తరం దుష్టమని చెప్పవలసిన పనిలేదు గదా! కనుక ఈ హేయమైన ఆభాసమంతా గొప్పకవిత్వమని గంతులు వేయడం అజ్ఞానం

ఉత్తరభారతపాఠాంతరాలు మొదలైనవి యీ విచారణలో అప్రధానం గనుక వదలినాను అవునయ్యా, నన్నయాదుల కృతులు అధమాధికారులకు పుద్దిష్టమని మీరే చెప్పినారు వారికి రుచించే మాదిరి తిక్కన మార్పుచేసినాడు, కనుక వుచితమేనంటారా అసంగతం. అధమాధికారులు ఉత్తమమార్గానికి వచ్చేతీరున రచించవలెను గాని వారిని యింకా అధోగతికి తీసుకొని పొయ్యేసరణి అత్యంతం నింద్యం గదా! కనుక, అధమాధికారులకు హేయంఉచితమనడం నిల్వజాలదు. ఇట్లాటి తుచ్ఛశృంగారం తెలుగుదేశపు తెలుగుకృతుల్లో

ఇప్పుడు మితిమీరడం విదితమని చెప్పి ఈచర్చ ముగిస్తాను. తిక్కన విరాటపర్వమందలి అధికప్రసంగాలను వాటి దూష్యతను నిరూపించాను.

పైన తెలిపినట్లు తక్కిన వాటిని విచారించక వదలుతున్నాను. నన్నయాదుల భారతం, నైషధం, మొదలైన అనువాదాలు తుంచడం మార్చడడం చేర్చడం మొదలైన అనౌచిత్యాలపాలై అధమమై ఉత్తమాధికారులకు అగ్రాహ్యంగా వుండడం స్పష్టం గనుక నిర్వివాదమని, ఈసంగతి కాదని యెవ్వరైనా రుజువుపరచితే ఆమాటలు ప్రామాణికంగా వుంటే నాసిద్ధాంతాన్ని వదులుకొంటానని లేకపోతే ఆమాటలను ఉపేక్షిస్తానని మనవిచేస్తూ యిక ప్రకృతవిషయానికి వస్తాను. నన్నయ మొదలు ఇప్పటివరకు తెలుగు వాఙ్మయపు సాధారణదశ తెలిపినాను. పల్నాటి వీరచరిత్ర ఇందుకు అపవాదం కాజాలదు కాళిదాసీయాదుల్లోవలె ఉదాత్తభావోన్మీలనాదులు దీంట్లో కనుగొనలేము కనుక కవితావిషయంలో ఇది ఉత్తమత్వప్రతిపత్తిని పొందజాలదంటున్నాను.

శ్రీనాథవైలక్షణ్యం.

ఈవీరచరిత్ర కర్తయైన శ్రీనాథుడు ప్రాచీనాంధ్రగ్రంథకర్తల్లో విశిష్టుడు. ఇతడి వైదుష్యం అన్యదీయాపేక్షచేత అసాధారణమైనదిగా కనబడుతున్నది. కాళిదాసాదులకు భారతవర్షంవలె ఇతడికి ఆంధ్రదేశం అఖండరూపంతో గోచరించినట్లు విదితమవుతున్నది.

ప్రతాపరుద్రీయంలో విద్యానాథుణ్ణివలె త్రైలింగశూరతేజస్సు ఇతణ్ణి పరవశుణ్ణి చేసినట్లు కనబడుతున్నది. "చిత్తముప్పొంగి" అని వీరచరిత్రంలో ఇతడు చెప్పినమాటలు ఈవిషయాన్ని సూచిస్తున్నవని అనుకొంటాను. పద్యానికి నన్నయాదుల యతిభ్రంశాన్ని ఇతడు అనేకస్థలాల్లో తొలిగించడం స్పష్టం.

తెలుగుభూమి అని ఆంధ్రభూమి అని తనకృతుల్లో పలుచోట్ల ప్రస్తావిస్తూ వచ్చాడు. ఆంధ్రదేశానికి సంబంధించిన భీమఖండాన్ని

సంస్కృతంలో కూడా శ్రీనాథుడే రచించాడేమోనని నేనప్పుడప్పుడు అనుకొంటూ వుంటాను. నైషధం కాశీఖండం మొదలైన గ్రంథాల యందలి గద్యాల్లో, కొన్నిచోట్ల పద్యాల్లో ఒకవిధమైన వాక్యశిల్పం కనబడుతుంది. వేమన స్ఫుటబలోక్తి, పింగళి సూరన మృదుభావనిరతి, శ్రీనాథుడి వాక్యశిల్పం, ప్రాచీనాంధ్రవాఙ్మయంలో గణనీయమైనవని భావిస్తాను ఆయువుపట్లయిన ఘట్టాల్లో తేలవేసినా అపూర్వభావా లేమీ తెల్పకున్నా సూరన లలితరీతిప్రియత్వం విశుద్ధమనోజ్ఞతా ప్రీతి శ్లాఘ్యం. నన్నయాదుల యతిభ్రంశదోషాన్ని శ్రీనాథుడు చాలావరకు తొలగించాడు.కనుక ఇతడిపద్యాలకు శ్రావ్యత్వాదులుదృష్టమవుతున్నవి. ఆకాలాన తెలుగు ఉత్తమవిద్యాద్వారంగావుండి తెలుగుపద్యం కసువు లక్షణాలకు దూరమైవుంటే శ్రీనాథుడు పింగళిసూరన, వేమన వీరివల్ల ఇంకా యెంతవుత్కృష్టమైన కృతులు తెలుగుదేశానికి లభించివుండేవో నని ఉత్ప్రేక్షిస్తుంటాను.

వక్ష్యమాణవిధాన నన్నయాదుల వాటివలె అమార్గ గాములైన అనువాదాలనే కావించినా ఉదాత్తభావోన్మీలనాదులు లేకున్నా వున్నంతవరకు పొల్లుమాటల పెంటకుప్పలకింద అణిగేటట్లు చేయక వివక్షితార్థం ప్రసాదగుణంతో స్ఫుటంగా రుజువుగా తెల పడం శ్రీనాథుడి రచనల యందలి విశేషం. ఒకరిద్దరిలో తప్ప తక్కిన తెలుగు కృతికర్తల్లో యీలక్షణం మిక్కిలి అరుదు.

వీరచరిత్ర విశేషం.

కాళిదాసీయాదుల్లోవలె ఉత్తమకవితాస్వరూపం వీరచరిత్రలో లేకున్నప్పటికీ అది శ్రీనాథుడి కృతుల్లోనే కాక తెలుగువాఙ్మయ మంతటిలో విశిష్టమైనదిగా కనబడుతున్నది. దీంట్లో ద్వితీయాక్షరపు ఆటలేకపోవడంవల్ల సగం తుక్కువదలడం మొదటివిశేషం. ఇది తెలుగు సంప్రదాయానికి సరిపడని సంస్కృత వృత్తాలైన శార్దూల మత్తేభాదుల్లోకాక దేశ్యపద్యంలో బసవపురాణాదులవలె వుండడం

రెండవ విశేషం. అనువాదం కాక మూలగ్రంథంగా వుండడం మూడవ విశేషం మనకు సన్నిహితమైన స్థలాలు మహాఘోరనిలయాలై నిద్రించే ఆంధ్రుల్లో వీరత్వాదులను ప్రబోధిస్తూ ఇందు కార్యరంగాలుగా వుండడం నాల్గవ విశేషం. వీరగీతాలనే వాఙ్మయాశాఖయందిది ప్రథమగణ్యమై వుండడం ఐదవవిశేషం.

పల్నాటివీరచరిత్ర—వీరగీతాలు.

కాటయవేమారెడ్డి కోమటివేమారెడ్డివంటి విజ్ఞులు ప్రభువులుగా వున్న రోజుల్లోకూడా తెలుగులో శ్రీనాథుడివంటి విద్యావంతులు న్యాయాది శాస్త్రగ్రంథాలను సాహిత్యవిచారణాగ్రంథాలను వ్యక్తిప్రధానమైన స్వతంత్రకావ్యాలను తలపెట్టక సాధారణపు తుక్కు అనువాదాలు చేయడం, ఆకాలాన విద్వాంసులుగాని పండితులైన ప్రభువులుగాని ఉదాత్తగ్రంథరచన తెలుగులో ప్రోత్సాహపరచి వుండలేదని విదితం చేస్తున్నదని తెలిపి యింకో అంశానికి వస్తాను. పల్నాటివీరచరిత్ర వీరగీతాల్లో ముఖ్యమైనదిగా కనబడుతున్నది. వెన్నెలరాత్రుల్లో జనసమూహాలకు వీటిని కథకులు వినిపిస్తుంటారు. సాధారణంగా పిచ్చికుంటజాతివారు ఈ వీరకథలను కీర్తిస్తుంటారు. పంబజోడూ, తిత్తీ సహాయపడుతుండగా కత్తిపట్టుకొని భావానుగుణంగా ఆడుతూ ఈ వీరవృత్తాలను కథకుడు చెప్పుతుంటాడు. భారతీయరూపకానికి బీజాలనదగి భరతుడిచేత ప్రస్తావింపబడిన వృత్తులను ఈకథకప్రవృత్తి పోలివుంటుంది.

సాధారణజనుల్లో ఉద్రేకం కలిగించి వారికి ఆవీరులమీద సద్యఃప్రేరితమైన భక్తివిశేషాన్ని ఆవిర్భవించజేయడం కొంతపరిణతిగలవారికి వీరత్వాదులందు తత్పరత్వం కలిగించడం వీటి ముఖ్యలక్షణం.

ఇట్లాటి శాఖ అరవం మొదలైన దక్షిణభారత భాషల్లోగాని బంగాలీవంటి ఉత్తరభారతభాషల్లోగాని వున్నదేమో నేను చెప్ప

జాలను. వీటి కథనం ద్రవిడదేశంలో వర్ధితమైన హరికథారూపానికి సమీపంగా వుటుందని యెంచవచ్చును. దేశ్యమైన యక్షగానాలను కొంత అనుకరించి నారాయణతీర్థులు కృష్ణలీలాతరంగిణి నిర్మించినట్లు వీరగీతాలను కొంతవరకైనా అనుసరించి సంస్కృతంలో యెవరు రచించినట్లు కనబడదు

బుక్కుల్లో వీరగీతబీజాలు కనుగొనవచ్చును. సంస్కృతం వ్యావహారభాషగా వుండినకాలంలో వీరగీతాలవంటివి యేవైనా యేర్పడి వుండినవేమో.

ఉదయన విక్రమార్కాదుల ఇతిహాసాలు సంస్కృతభాషలో ఉద్బోధకంగా కీర్తితమయినా అవి ప్రస్తుతవీరగీతమార్గాన లేవు. అయితే సాహిత్యవిషయాన ఈవీరగీతవాఙ్మయం ఉత్తమకవితాశాఖగా పరిగణించ వీలులేదు. కాళిదాసాదుల కావ్యాల్లో వ్యక్తమయ్యే ప్రకృతిశోభలు ఉదాత్తభావవ్యక్తి, పరిణతచిత్త వృత్త్యున్మీలనం మొదలైనవి దీంట్లో కనుగొనలేము. కనుకనే కవితావిషయాన ఉత్తమ శాఖకు చెందదని చెప్పినాను. అయితే యిది దేశీయచ్ఛందస్సులో ద్వితీయాక్షరక్రీడతుక్కు సగంపోయి రచితంకావడంవల్లను అక్కడక్కడ వ్యక్తమయ్యే కవితాచ్ఛాయలవల్లను ఇదిమనువసుచరిత్రాదులకంటె మేలైనదేనని చెప్పవచ్చును. ఇదివరకు తెలిపినట్లు అనువాదపుకోటిలో యిది చేరని మూలగ్రంథమని, చాలామట్టుకు వ్యంగ్యవినాశమే కాక క్షుద్రశృంగారాదులతో నిండిన హంసవింశత్యాదుల సాధారణమార్గంనుండి చీలి మహాభారతంవలె శాంత ప్రధానమై వీరాదులను అంగంగా కలిగినదని, బొబ్బిలికథ మొదలైన వాటివలె పల్లెధోరణిలోకాక కావ్యమార్గంలో వుండడానికి యత్నిస్తున్నదని, తెలుక్కు మతభాషాగౌరవమేర్పడ్డది ఈ వీరచరిత్రయందేనని, ఇప్పటికీ ఔర్ధ్వదైహికక్రియల్లో బ్రాహ్మణేతరులనేకులు, వైష్ణవులు నాలాయిరాన్నివలె పితృప్రీతి నుద్దేశించి వీరచరిత్రగానం చేయిస్తారని చెప్పి యీ విచారణయింతటితో ముగిస్తున్నాను.

వీరచరిత్ర—ఆంధ్రులు.

హైహయులైన అనుగురాజాదులు ఆంధ్రులు కాకపోయినప్పటికీ వీరచరిత్ర ఆంధ్రులకు కొంతవరకు గర్వహేతువేను

పూర్వపక్షం.

అనుగురాజాదులు హైహయులయినప్పటికీ ఆంధ్రులుగానే మనము భావించవలెను. ఈతీరుగా ఒక్కొక్కరిని ఆంధ్రులు కారంటే యిక మనకు మిగిలే ఆంధ్రులెవరు? మనము ఆంధ్రులని చెప్పేవారు కూడా ఐతరేయబ్రాహ్మణకథ ననుసరించి వుత్తరభారతంనుండి యీ దేశానికి వచ్చినవారే. కనుక వారినికూడా అన్యదేశస్థులనే అనవలసి వుంటుంది. కనుక యిట్లా ఒక్కొక్కరిని వైదేశికులని తోసివేస్తే దేశంలో భూమిదప్ప మరేమీ మిగలదు. అనుగురాజాదులు ఆంధ్రదేశానికి వచ్చి అక్కడవుండినారు గనుక వారిని ఆంధ్రులుగానే భావించవచ్చును.

తటస్థాక్షేపం.

అట్లా అనాంధ్రులను ఆంధ్రులుగా భావించడం మిక్కిలి అనర్థహేతువు. ఇది ఆంధ్రులదాస్య బుద్ధిని ప్రకటిస్తున్నది. దేశం ఆంధ్రదేశమని దేశస్థులు ఆంధ్రులని చెప్పడం ఒకవ్యవస్థ. వారుమాత్రం కొత్తవారు కారా అంటే అసలు మనిషే భూమికి కొత్త అని అనవలసి వస్తుంది.అదంతా తత్త్వజిజ్ఞాస. లోకధర్మనిర్వహణార్థం వ్యవహారంలో అప్రతర్క్యమైన హేతువులవల్ల యిది ఆంధ్రదేశం యిది అరవదేశం యిది వంగదేశం అని యిట్లా వ్యవస్థిత మవుతున్నది. ఆవ్యవస్థ ఆధారంగా యిది మనదేశం యిది కాదు అని దృష్టియేర్పడి దాని రక్షణయందు తత్పరత దృఢపడుతున్నది. ఈతీరుగా ఒక్కొక్కదేశం తద్దేశస్థులచే రక్షితమయి విశిష్టవిజ్ఞాన సంప్రదాయాలను కలిగివుండడం లోకశ్రేయో హేతువే గనుక యీ వ్యవస్థ ఉపాదేయమని అంటున్నాను. ఒక దేశస్థులు మరియొక దేశస్థులచేత పరాజితులయి ఉదాత్తగుణ విశేషాదులను కోల్పోవడం లోకానికి అనర్థమేను. ఆరామద్రావిడులు

మొదలైనవారు జేతృవర్గస్థులు కారు గనుక తద్విచారణ ఇక్కడ అప్రసక్తం

ఆంధ్రులు స్మృతికందరాని సందిగ్ధేతిహాసపు పౌరాణికశాతవాహనుల పిమ్మట పరదేశస్థుల అధీనమయి దీనదశ పాలైనారు.

ఆంధ్రదేశస్థులు కొంతకాలం పల్లవులచేతికింద వుండినారు వారి తరువాత చాళుక్యులవశమయినారు. అప్పటికే ఆంధ్రులకు దాస్యబుద్ధి స్థిరపడినట్లు కనబడుతున్నది. ఒక ఆంధ్రగ్రంథకర్త

"ఆంధ్రదళదానవోపేంద్రుఁడగు నుపేంద్ర [ఆంధ్రసేనలనే రాక్షసులకు విష్ణువువంటివాడైన ఉపేంద్రుడు] (పిన్న వీరభద్రుని ...) (చిన్న కోటపెద్దన. కా. చూ.)

అని అన్నాడు తమకు తాము రాక్షసులుగాను, తమ శత్రువు విష్ణువుగాను కనబడినప్పుడు ఆంధ్రులెంత దీనదశకువచ్చినదీ స్పష్టం కాగలదు. చాళుక్యులమని, చోళులమని, వారు గౌరవం ప్రకటించుకొంటూవుంటే బ్రాహ్మణశ్రమణకన్యాయంగాని మరి యేన్యాయంగాని వర్తించని స్థితిలో ఆంధ్రచాళుక్యులని ఆంధ్రచోళులని, చేతులు నలుపుకొనడం మన దైన్యాన్ని తెలుపుతునే వున్నది.

ఆంధ్రుల శోచనీయదాస్యాన్ని తొలిగించడానికి ఓరుగంటి ఆంధ్రరాజులు కాకతీయులు యత్నించారు. చాళుక్యులను వెలనాటి చోడులను అణచి ఆంధ్రసామ్రాజ్యాన్ని తిరిగీ ప్రతిష్ఠించారు. విజ్ఞానాన్ని దేశంలో ప్రసరింపజేశారు.

వీరికాలంలోనే ఆంధ్రుల ఉత్కర్షను వ్యక్తీకరించిన విజ్ఞుడు విద్యానాథుడు, స్వర్ణాభిషేకప్రథగల మొదటి మల్లినాథుడు, ఆంధ్రదేశంలో వెలయ గలిగినారు.

మందడగ్రామభోక్త అయి దక్షిణరాఢానుండి వచ్చిన కాలాముఖుల తోడ్పాటుతో వెలగపూడి మఠాదుల్లో విద్యాశాలలు సాగించి ఆంధ్రదేశంలో విజ్ఞానాన్ని వ్యాపింపజేసిన విశ్వేశ్వర శైవాచార్యులవంటి విద్యాసంపన్నులు ఈకాకతీయుల కాలంలోనే వర్ధిల్ల గలిగినారు.

కాకతీయగణపతిదేవుడు గణపేశ్వరదేవాలయం కట్టించి అక్కడ అనేకులను విద్వాంసులను స్థాపించాడని కుమారస్వామి తెలుపుతున్నాడు. వీరినే

"राजन्नेते गणपेश्वरसूरयः" [प्र. य.]

అనేచోట గణపేశ్వరసూరులని విద్యానాథుడు పేర్కొన్నాడు.

ఆకాలపు ఆంధ్రుల ఔన్నత్యం అప్పటి ప్రతాపరుద్రీయపు పుటలయందు విదితమవుతున్నది.

"खेलन्त्यन्ध्रचमूभटाः सवपुषो रौद्रप्रकारा इव"

(శరీరంధరించిన రౌద్రభేదాలవలె వున్న ఆంధ్రసైన్యభటులు క్రీడిస్తున్నారు)

"अहो तुरङ्गतरङ्गास्त्रिलिङ्गाधिपतेः"

(అహో త్రిలింగాధిపతియొక్క గుర్రాలనే అలలు)

"शृण्वन्तो मुहुरन्ध्रसैन्यपतयः प्राप्ता दिशं दक्षिणाम्"

(మాటికి వింటూ ఆంధ్రసేనాపతులు దక్షిణదిక్కు చేరినారు.)

रेरे सेवण कस्तवायमनिदंपूर्वोऽद्य गर्वो महा
नुत्तीर्णा किल येन गौतमनदी प्राप्तोऽसि मृत्योर्मुखम् ।
एषा काकतिवीररुद्र इति किं नाश्रावि सप्ताक्षरी
प्रक्षुभ्यत्प्रतिपक्षपार्थिवमहाभूतमहोच्चाटनी ? ॥

[ఓరీ ఓరీ సేవణుడా ఇదివరకులేని నీయీ మహాగర్వం యేమిటి? దానితో (ఆగర్వంతో) గౌతమనది దాటినావన్న మాటేగాని మృత్యుముఖం చేరినావు. కలతపొందుతున్న శత్రురాజులనే మహాభూతగ్రహాలకు ఉచ్చాటని అయిన "కాకతివీరరుద్ర" అనే ఈ సప్తాక్షరీమంత్రం వినలేదా యేమి ?]

पादच्छायान्ध्रनाथस्य विन्ध्याद्रेर्वा निषेव्यताम्

[(ఓరాజులారా) ఆంధ్రనాథుడి పాదచ్ఛాయనైనా వింధ్యాద్రి పాదచ్ఛాయనైనా సేవించండి. (ప్రతాపరుద్రుణ్ణి ఆశ్రయించండి లేదా వింధ్యాద్రిసమీపమందలి గుట్టలనీడల్లో దాక్కొనండి.)]

रेरे घूर्जर! जर्जरोऽसि समरे! लम्पाक! किं कम्पसे?
वङ्ग! त्वङ्गसि किं मुधा? बलरजः काणोऽसि किं कोङ्कण?।
हूण! प्राणपरायणो भव महाराष्ट्रापराष्ट्रोऽस्यमी
योद्धारो वयमित्यरीनभिभवन्त्यन्ध्रक्ष्माभृद्भटाः ॥

[ఓరీ ఓరీ గుజరాతిరాజా! యుద్ధంలో శిథిలగాత్రుడవైనావు. ఓ లంపాకుడా వణుకుతున్నావేమి? ఓ బంగాలీ యెందుకు వ్యర్థంగా యెగురుతున్నావు? ఓ కొంకణుడా సైన్యపుదుమ్ముచేత గుడ్డివాడవైనావా? హూణుడా ప్రాణాలు కాపాడుకో ఓ మహారాష్ట్రుడా అపరాష్ట్రుడవయినావు. (నీరాష్ట్రం పోయింది.) ఈమేము యోద్ధలము అని ఆంధ్రరాజభటులు శత్రువులను పరాభవిస్తున్నారు.]

"नीराजयन्त्यन्ध्रपुरीरमण्यः प्रदीपजालैर्वरवीररुद्रम्"
ఆంధ్రపురీరమణులు వీరరుద్రభూపతికి నీరాజన మిస్తున్నారు.)
"स्वामिंस्त्रिलिङ्गदेशपरमेश्वर!" **[प्र. य.]**

(స్వామీ! త్రిలింగదేశపరమేశ్వరుడా)

అని యిట్లా ఆగ్రంథంలోని పద్యాలు ఆంధ్రులమైన మనకు ఉచితగర్వహేతువుగా వుంటున్నవి. కాని మహమ్మదీయ కఠినహస్తాలు ఓరుగంటి కోటపై బడినవి. ఆంధ్రసామ్రాజ్య మంతరించింది. కాకతీయుల అనుచరులైన రెడ్డి వీరులు తిరిగి చిన్నచిన్న రాజ్యాలను అక్కడక్కడా స్థాపించి మహమ్మదీయసంక్షోభాన్ని నివారించడానికీ ఆంధ్రసామ్రాజ్యాన్ని వుద్ధరించడానికీ యత్నించారు.

"उद्धृत्य भूमिं यवनाब्धिमग्नाम्"

అని ఒక రెడ్డిరాజు కీర్తితుడయినాడు. ప్రఖ్యాతమైన 'కాటయవేమ'

మాళవికాగ్నిమిత్ర వ్యాఖ్యాదులు యీకాలంలోనే ఆంధ్ర దేశంలోకానికి సమర్పించింది. రెడ్డిరాజులతో సంబంధం ఉన్నా లేకున్నా వారికాలంలోనే రఘువంశాదికావ్యాలకు, విద్యాధరుడి యేకావళికి, కుమారిలతంత్రవార్తికం ప్రశస్తపాదభాష్యం మొదలైన శాస్త్రగ్రంథాలకు, వాఖ్యాత అయి విశ్వారాధ్యమైన ఖ్యాతిగల మల్లినాథుడు, పితృసదృశుడైన కుమారస్వామి ఆంధ్ర దేశంలో ఉద్భవిల్లినారు. కాని చిరకాలం ఆంధ్రులకు యీదశ వుండలేదు. తిరిగీ దాస్యంపాలయినారు. దేశం చివరకు విజయనగర కర్ణాటరాజుల అధీనమయింది. విజయనగరపు రాజులు ఆంధ్రులు కారా అంటే కారని సమాధానం. ఆకాలపు ప్రమాణాలు వారు కర్ణాటులనే విదితం చేస్తున్నవి.

కర్ణాటక్షితినాథమౌక్తికసభాగారాంతరాకల్పిత. (కా. ఖ.)

అని విజయనగరరాజైన ప్రౌఢదేవరాయల విషయమై శ్రీనాథుడు.

శ్రీమతు కర్ణాటసింహాసనాధ్యక్షుండగు కృష్ణరాయ ధరాధినాథుండు. (కృ. వి.)

అని కుమార ధూర్జటి.

సకలకర్ణాట రక్షా విచక్షణుండు. (రా. శే. చ.)

అని కృష్ణరాయమంత్రి తిమ్మరుసును గురించి మాదయ్యగారిమల్లన.

జీర్ణకర్ణాట పునఃసృష్టి సేవ్వాని. (వ. చ.)

అని విజయనగరరాజైన తిరుమలదేవరాయల నుద్దేశించి భట్టుమూర్తి ఆంధ్ర, కర్ణాట, అనేవి యేకార్థవాచకాలు కావని, అవిరెండు వేరువేరని ప్రథమభూమికలో నిరూపితం. విజయనగరరాజులు కర్ణాటులు గనుకనే వారివద్దచేరిన తిమ్మమంత్రి తిమ్మరుసు అయినాడు. అరుసు అంటే కన్నడభాషలో రాజు అని అర్థం. కర్ణాటులైన మైసూరు మహారాజవంశస్థుల్లో ఇప్పటికీ అరుసుశబ్దం వ్యవహారంలో వున్నది. ఉ॥ చామరాజ అరుస్. ఆంధ్రక్షమావల్లభ అనే యిట్లాటివాక్యాలు అతడి ఆంధ్రదేశాక్రాంతినే తెలుపుతున్నవి.

కొన్ని గ్రంథాలను ఆదరించిన మాత్రానగాని కొన్ని ఆంధ్ర గ్రంథాలు రచించిన మాత్రానగాని ఆంధ్రులు కాజాలరు. మల్కిభరాం, చితాపుఖానుడు ఆంధ్ర గ్రంథాలను ఆదరించారు. బ్రౌనువిరచితమైన నిఘంటువు కలదు. వీరాంధ్రులని గంతులు వేయడంఅవివేకం గదా.

"स केरलप्राणमरुद्भुजङ्गान्.........
आन्ध्रान्धकारक्षयतिग्मभासः" [म. वि.]

[కేరళ ప్రాణవాయువులకు పాములు ... ... ఆంధ్రాంధకారవినాశానికి సూర్యులు (అయిన బాణాలను యవనుడి మీద వేశాడు)]

అనేచోట గంగాదేవి విజయనగరరాజూ, తనభర్తా అయిన కంపరాయల ఆంధ్రదేశవిజయాన్ని ప్రకటించింది. విజయనగరకర్ణాటుల కాలంలో ఆంధ్రులపైన దాస్యతమస్సు పూర్తిగా ఆవరించింది ఆంధ్రరాక్షసవిష్ణువని ఒక ఆంధ్రుడు తమశత్రువును గొప్పగా పొగడిన దశవంటి నీచదశ తిరిగీ ఆంధ్రులకు సంప్రాప్తమయింది. తిమ్మన్నవంటి మహాసచివుడికిగాని లోకవిదితప్రబోధచంద్రోదయవ్యాఖ్యకు కర్త కాగలిగిన నాదెండ్ల గోపమంత్రివంటి విద్వాంసుడికి గాని ఆంధ్రదేశంలో ఉచితస్థానం లేక కర్ణాటానికి పోవలసి వుండడం ఆంధ్రదేశపు దుర్గతి గాక మరేమిటి? ఇట్లానే జగన్నాథపండితరాయలు వల్లభాచార్యులు మొదలైనవారి ప్రతిభ ఆంధ్రేతరదేశాల్లోనే వికసించవలసి వచ్చింది.

అవునుగాని నిర్ణయసాగర ముద్రాలయంలో ప్రకటితమైన ప్రబోధచంద్రోదయంలో, నాండిల్ల గోపమంత్రి అని వున్నది. అత డాంధ్రుడని వ్యాఖ్యలోగాని, పీఠికాకర్తృవాక్యాల్లోగాని, కానరాదు. కనుక అత డాంధ్రుడంటే మే మొప్పుకోము అని అంటూరా చెప్పుతున్నాను.

నిర్ణయసాగరముద్రాలయపుప్రబోధచంద్రోదయంలో నాండిల్ల అని వున్నమాట సత్యం.

కేన్ని చూసే శాబోలును తక్కిన భారతీయులు నాండిల్ల అనే వాడు తున్నారు. లాహూరు మొదలైనచోట్ల సంస్కృత పుస్తకవిక్రేతలు నాండిల్ల అని వ్రాస్తున్నారు. పాశ్చాత్యులుకూడా నాండిల్ల అనే వ్యవహరిస్తున్నారు.

"only Nandillagopa actually quotes one rule for Paisāci, but implies clearly that in his opinion this one rule was the only one which differentiated Paisāci from Māgadhi."

(J. A. O. S. Vol. 44. Page 118)

(నాండిల్లగోపుడు ఒక్కసూత్రాన్ని మాత్రమే పైశాచికి ఉదాహరిస్తూ పైశాచిని మాగధినుండి వేరుపరచేది తన అభిప్రాయప్రకారం ఆ ఒక్కసూత్రమే నని విశదంగా వ్యక్తపరుస్తున్నాడు.)

అనేచోట Walter Eugene Clark అమెరికా ఓరియింటల్ సొసైటీపత్రికలో నాండిల్ల అని వ్రాశాడు. అయితే నిర్ణయసాగర పుస్తకంలోని నాండిల్ల అనేపాఠం తప్పు.

ఇతడు నాండిల్ల గోపమంత్రి కాడు. నాదెండ్ల గోపమంత్రి. ఇతడాంధ్రుడు. ప్రబోధచంద్రోదయ వ్యాఖ్యానపీఠికలో తెలిపిన గోపమంత్రివంశవర్ణనం, మాదయ్యగారి మల్లన రాజశేఖరచరిత్రలో తెలిపిన గోపమంత్రి వంశవర్ణనం, ఒక్కటిగా వున్నవి. ఈ గోపమంత్రి రాజశేఖరచరిత్రయందలి అప్పదండనాథుడి సోదరుడు. వీరు ఆరువేలనియోగిబ్రాహ్మణులు. కృష్ణరాయలవద్ద మంత్రిగా వుండిన తిమ్మనకు గోపమంత్రి మేనల్లుడు. ఈసంగతి ప్రబోధచంద్రోదయవ్యాఖ్యాపీఠికవల్లను రాజశేఖరచరిత్రవల్లనుకూడా విశదమవుతున్నది.

" तस्य श्रीकृष्णरायस्य प्राज्यराज्यधुरन्धरः ।

कुलक्रमाग

(శ్రీకృ

క్రమాగత మం

" तद्भागिनेयौ तरणिप्रतापौ नाण्डिल्लयप्यप्रभुगोपवर्यौ । "

(అతడి మేనల్లుండ్లు సూర్యప్రతాపుడైన నాండిల్ల యప్యప్రభువు గోపవర్యుడు).

[प्र. भो. च.]

అని గోపమంత్రి.

సాళువతిమ్మ ప్రధానజామాతకు. (రా. శే. చ.)

అఖువేలవంశవార్ధి పూర్ణచంద్రమా. (రా. శే. చ.)

అని షష్ఠ్యంతాల్లోను ఆశ్వాసాంతంలోను నాదెండ్ల అప్పదండనాథుణ్ణిగురించి మల్లన్న. పైపద్యాల్లో అప్పయ్య యప్య అయి నాదెండ్ల నాండిల్ల అయినట్లు విశదం. గోపమంత్రి ఆంధ్రుడని స్పష్టం. నాదెండ్ల యల్లమంత్రి అనే యుద్ధవీరుడు ఈ నాదెండ్ల వంశస్థుడొకరు వుండినట్లు ముప్పైయిద్దరు మంత్రుల పద్యంవల్ల విదితం. నిర్ణయసాగర పుస్తకంలో పైవిధంగానే వినుకొండ, కొండవీడు అనేపేర్లుకూడా వికృతమై వున్నవి.

" यः कोण्डवीडनगरीं विनिकोण्डमुख्यैः ।
दुर्गैः समं समधिगम्य महामहिम्ना ॥"
" प्रादान्मुदा निखिलभूसुरपुङ्गवेभ्यः ।
श्रीरामचन्द्रपुरमुख्यमहाग्रहारान् ॥" [प्र. भो. च. व्या.]

(మహామహిమతో యెవ్వరు విని కొండు మొదలైన దుర్గాలతోపాటు కొండువీడు నగరం పొంది సంతోషంతో బ్రాహ్మణశ్రేష్ఠులకు రామచంద్రపురం మొదలైన మహాగ్రహారా లిచ్చాడో)

ఈతీరుగా ప్రసిద్ధాంధ్రపురుషుల, పట్టణాల, పేర్లు యెవరయినదీ యేమైనదీ తెలియకుండా ఆంధ్రేతరులు తారుమారుచేయడం ఆంధ్రులకు చింతాకరం కాకమానదు దీన్ని శుద్ధపాఠాలతో ప్రకటించవలసిన భారం మనదై ఉన్నది రాజశేఖరచరిత్రలో వున్న నాదిండ్ల అప్ప పాఠం లేఖకదోషంవల్ల యేర్పడివుండవచ్చును. లేదా ఆకాలాన నా

దిండ్ల అని వ్యవహారం వుండివుండవచ్చును. నాండిల్ల అనే పేరుమాత్రం అపభ్రంశం. ఇప్పటికీ నాదెండ్ల అని వ్యవహారం వుంటూవుంటే సమకాలపువాడైన మల్లన్న నాదెండ్లఅని చెప్పుతూవుంటే నాండిల్ల అని వ్యవహారం వుండిన దనుకోనడం అసంభావ్యంగదా కొండవీటికి సమీపాన గుంటూరులో ఒకపేటగావున్న రామచంద్రపురాగ్రహారం గోపమంత్రి దత్తమే నని అనుకోనవచ్చును. గోపమంత్రి గృహనామానికి కారణమైన నాదెండ్ల కూడా కొండవీటిప్రాంతంలో చిలకలూరిపేటకు దగ్గరగా వున్నది.

ఇప్పటి యూరోపులో ప్రసిద్ధప్రభువులు,నైజాంలో మహారాజా సర్ కిషన్ప్రసాద్ బహద్దరు, మొదలైనవారి కుటుంబాలవలె దండనాయకులు మంత్రులు మహావిద్వాంసులు వెలసిన ఈగోపమంత్రివంశం ఆకాలంలో అత్యంతం ప్రఖ్యాతం అయివుంటుంది. నాదెండ్లలో ఇప్పటి మిరాశిదారులు అన్నాప్రగడవారు. కాని కౌశికగోత్రులైన నాదెండ్ల వంశ్యులు లేరు. బహుశః ఆవంశం నశించి వుండవచ్చును.

మంత్రి అనేమాట ఆరువేల నియోగి బ్రాహ్మణులకు ప్రాచీన కాలంనుండి బహుళంగా నామాంతమైనట్లు కనబడుతున్నది. వారు రాజకార్యధురంధరులై వుండడంవల్ల ఇది యేర్పడి వుండవచ్చును. లేదా మంత్రవిద్యానిష్ఠత్వంవల్ల యేర్పడి ఉండవచ్చును. మంత్రదీక్షను పొందినవారికి మంత్రి అనికూడా వ్యవహారం దృష్టం

प्राणायामैः पवित्रीकृततनुरथ मन्त्री । [प्र. सा. ९]
मेधावी भवति च वत्सरेण मन्त्री । [प्र. सा. १२]
त्रिलक्षमेनं प्रजपेच्च मन्त्री । [प्र. सा. १२]

(ప్రాణాయామాలచేత శరీరాన్ని పవిత్రపరచి పిమ్మట మంత్రి.)
(సంవత్సరంలో మంత్రి మేధావి కాగలడు.)
(మూడులక్షలు దీనిని మంత్రి జపించవలెను.)

అని శ్రీశంకరాచార్యులు. ఇట్లా అనేకస్థలాల్లో దృష్టం. ఉపనిషత్తుల్లో పర్యంకవిద్య, పంచాగ్నివిద్య, అని ఈతీరున ఉపాసనావిధానానికి విద్య అని ప్రతీతిగలదు. మంత్రశాస్త్రంలో శ్రీచక్రోపాసనాత్మకమైన దానికి శ్రీవిద్య అని వ్యవహారం ప్రఖ్యాతం. కాదివిద్య, హాదివిద్య, అగస్త్యవిద్య, లోపాముద్రావిద్య, కామకళావిద్య అని ఇట్లా ఉపాసనాక్రమం వ్యవహృతమవుతున్నది. నిరుపాధికంగా ఇది విద్య అని కూడా ఉక్తం.

" षट्त्रिंशत्तत्त्वात्मा तत्त्वातीताच केवला विद्या ॥"

" आसीनः श्रीपीठे कृतयुगकाले गुरुः शिवो विद्याम् ॥" [का. वि.]

[విద్య (పఞ్చదశాక్షరి) షట్త్రింశత్తత్త్వాత్మా (శివాదిక్షిత్యన్తవిగ్రహా) తత్త్వాతీర్ణా యేకాకినీ అయివున్నది].

[కృతయుగకాలంలో గురువు శివుడు శ్రీపీఠమందు ఆసీనుడై విద్యను (స్వశక్తి విమర్శరూపిణీ అయిన ఆకామేశ్వరికి వుపదేశించాడు).]

అని పుణ్యానందులు. కాకతీయులకాలంలో ఈవిద్య ఆంధ్రదేశంలో యెక్కువగా వర్ధిల్లినట్లు కనబడుతున్నది. కాకతీయులకాలంలోనివాడైన మొదటి మల్లినాథుడి పుత్రుడు కపర్ది విషయమై

" मल्लिनाथात्मजः श्रीमान् कपर्दी मन्त्रकोविदः ॥"

[चं. व्या. ప్రతాపరుద్రీయపీఠికలో త్రివేదిచే ఉదాహృతం]

అని వున్నచోట మంత్రశబ్దం మంత్రవిద్యాపరమని చెప్పవచ్చును. ప్రతాపరుద్రీయకర్త విద్యానాథుడు, వేదభాష్యప్రణేతా మహావిజ్ఞానసంపన్నులూ అయిన విద్యారణ్యులు, వీరి యీ నామాల్లోవున్న విద్యాశబ్దానికి మంత్రవిద్యాపరత్వంకూడా వాచ్యమని విదితం.విద్యానాథుడు మంత్రవిద్యాబలంతో ప్రతాపరుద్రుడికి శ్రేయశ్చింతకుడుగా, విద్యారణ్యులు మంత్రవిద్యాపటువులై విజయనగరపు రాజులకు మంత్రిగా

రహస్యపరాయణుడుగా వుండినట్లు విశ్రుతమవుతున్నది. నాదెండ్ల గోపమంత్రి సయితం తంత్రగ్రంథాలనుండి ఉదాహరించకపోయినా ఇడ, పింగళ, సుషుమ్న, మూలాధారం, సహస్రారం మొదలైన ముఖ్యవిషయాలను ద్వితీయనాందీపద్యవ్యాఖ్యలో ప్రస్తావించాడు. వ్యాఖ్యాంతంలోకూడా ఇతడి ఉపాసకత్వం వ్యక్తం.

ఆంధ్రదేశంలో మంత్రిశబ్దంవలెనే కాశ్మీరదేశంలో "కౌల" అనేది కొందరికి నామాంతరంగా వుంటున్నది. ఉదా—పండితమధుసూదన కౌలశాస్త్రి, తంత్రాలోక టిప్పణకర్త. కైలాసనాథకౌల, ఆనంద కౌల అని. శాక్తోపాసకుల్లో సమయిభిన్నులైనవారికి కౌలులని ప్రతీతి కలదు.

"उत्पादयन्ति चानन्दं मत्प्रिये कौलिकाश्च ते ॥"
अप्रबुद्धा पशोः शक्तिः प्रबुद्धा कौलिकस्य च ॥ [कु. त.]

ఆనందాన్ని కలిగిస్తారు. ఓ నాప్రియురాలా, వారు కౌలికులు. పశువుశక్తి అప్రబుద్ధం. కౌలుడిశక్తి ప్రబుద్ధం.

అని కులార్ణవ తంత్రకారుడు.

కాశ్మీరంలో కౌలశబ్దంవలెనే ఆంధ్రదేశంలో మంత్రి అనేది వాడబడి వుండవచ్చును. రూఢమైనపిమ్మట దానిపర్యాయపదాలైన అమాత్యాదిశబ్దాలు వాడుకలోకి వచ్చివుండవచ్చును. లేదా మొదట చెప్పినట్లు రాజనీతిధురంధరులై మంత్రులుగా వుండడంవల్లయేర్పడి వుండవచ్చును. అనుషంగికంగా వచ్చిన ఈవిచారణ ఇంతటితోముగించి ప్రకృతానికి వస్తాను.

సాళ్వతిమ్మమంత్రి, నాదెండ్ల గోపమంత్రివంటి విద్వాంసులకు అంధ్రదేశంలో ఉచితస్థానంలేక కర్ణాటానికి పోవలసివచ్చిన దుర్దశ యేర్పడినదన్నాను.

ఆంధ్రదేశపుదుర్గాలను యీ కర్ణాటులుజయిస్తే,

(1) "కొండవీడగలించె"

(2) "వినుకొండ మాటమాత్రననె హరించె."

(3) "బెల్లముకొండ అచ్చెల్లఁ జెరిచె." (ముక్కుతిమ్మన. పా. జా.)

అని ఒక అంధ్రగ్రంథకర్త ఆసంగతి సంతోషిస్తూ స్తుతించాడు. కర్ణాట రాజు తెలుగుదేశపు గ్రామాలను అల్లకల్లోలం చేస్తే

"వడ్డాదిమసి యొనర్చె" "కనకగిరి స్ఫూర్తిఁగరఁచె" "గౌతమిఁ గ్రాఁచె, ఘోరాతోక చిచ్చన." [పెద్దన. మ. ను.]

అని మరియొక ఆంధ్రుడు ఆపనిని కీర్తించాడు. ఇంతకంటె ఆంధ్రులకు నికృష్టస్థితి మరియేమి సంభవించగలదు ?

ఇప్పటికీ యీ నికృష్టదాస్యందశలోనే వున్నాము. అంతటూ ఉద్వేగంతో ఆంధ్రుల ఉత్కృష్టతను ప్రకటించే ప్రతాపరుద్రీయాన్ని విస్మరించాము ప్రతాపరుద్రీయపు ప్రతిని కాశ్మీరంనుండి సయితం ప్రతిని తెప్పించి పాఠనిర్ణయంచేసి టీకచేర్చి బొంబాయి ప్రభుత్వంవారితోడ్పాటుతో ప్రకటించడానికి అనాంధ్రుడు త్రివేది వహించిన శ్రద్ధలో సూక్ష్మాంశమైనా ఆగ్రంథంయొక్క అవగమనానికి గాని, ప్రచారానికిగాని ఆంధ్రులమైన మనము కనబరచడం లేదు.

ఆంధ్రుల వీరత్వాలను ప్రకటించి ఆంధ్రసామ్రాజ్యాన్ని ప్రతిష్ఠితంజేసిన కాకతీయాంధ్రరాజులను మరచినాము. విజ్ఞానోజ్జీవనం చేసి ఆంధ్రులకు ఆరాధ్యులై యశోభ్యుదయాలు సమకూర్చిన గణపతిదేవుణ్ణిగాని రుద్రదేవినిగాని ప్రతాపరుద్రుణ్ణిగాని మనవారని విశిష్టబుద్ధితో జ్ఞప్తికి తెచ్చుకొనము పైగా ఆంధ్రుల అపజయాన్ని ప్రకటించే కథను వ్రాసుకొని దానికి ప్రతాపరుద్రీయమని పేరుపెట్టి దాన్ని ఆడుతుంటే చూసి మురుస్తూ చప్పట్లు కొట్టుకుంటున్నాము. రెడ్డిరాజులను వేమనకాటయవేమ మొదలైన విద్వాంసులను అస్మదీయులని విలక్షణదృష్టితో తలంపునకు తేము కాని ఆంధ్రులనురాక్షసులుగా హతంజేసిన చాళుక్యవంశ్యులలోని రాజులకు పట్టాభిషేక

సభలు చేస్తున్నాము. ఆయనపేర సంచికలు ప్రకటిస్తున్నాము. కాకతీయ సంచిక అని యేమో కొంత ఇతరులతో కలిపి ఆచరించినమాత్రాన వారియందు స్వత్వబుద్ధి ప్రకటించినట్లు కాదుగదా. చోళుడైన నల్లసిద్ధదేవుడికి ఆంధ్రుడైన కాటమరాజుకు, కలహం సంభవిస్తే చోళుడిపక్షాన ఆంధ్రుడు రణతిక్కన చేరి ఆంధ్రుడైన కాటమరాజుమీద పోట్లాడితే అదంతా ఒక విశేషమని మనము బుజాలు తట్టుకొంటున్నాము ఆంధ్రగ్రామాలను తగలబెట్టి ఆంధ్రుల దుర్గాలను పాడుబెట్టిన కర్ణాటరాజుకు సంవత్సరోత్సవాలు చేస్తున్నాము.

ఆంధ్రోత్కలాంశాలతో కళింగమనేది వేరుగా వ్యవహరించబడినా భాషాదులచేత ఆంధ్రుల్లోనివాడనే అనదగి

“ असौ महेन्द्राद्रिसमानसारः पतिर्महेन्द्रस्य महोदधेश्च ।
यस्य क्षरत्सैन्यगजच्छलेन यात्रासु यातीव पुरो महेन्द्रः ॥”

(ఇతడు మహేంద్రాద్రితో సమానమైన బలంగలవాడు మహేంద్రానికి, మహోదధికి అధిపతి. మదధారలు కారే సైన్యగజాలనే వ్యాజంతో ఇతడియాత్రలయందు మహేంద్రపర్వతం ముందు నడుస్తున్నట్లుంటుంది)

అని గజసంపదకు కాళిదాసుచేత సయితం ప్రశంసితుడైన కళింగభూపతిపరంపరలో చేరిన గజపతిని అనాంధ్రరాజు అవమానపరచి అతడిపుత్రికను పెండ్లాడితే ఆవృత్తాంతాన్ని నవలలుగా పద్యపుస్తకాలుగా వ్రాసుకొని మురుస్తున్నాము.

విజయనగరరాజుల పూర్వులు కాకతీయులవద్ద వుండినారుగనుక ఆంధ్రులు కావచ్చునేమో నంటారా? ఒకవేళ అయినాగూడా పేర్లు, బిరుదులు మొదలైన సంప్రదాయాల్లో కర్ణాటీకృతులై ఆంధ్రత్వం కోల్పోయి వాఙ్మయంలో కర్ణాటులుగా విదితులవుతున్నారు.

గనుక ప్రకృతవిచారణలో కర్ణాటులనే గృహీతులు.అందువల్ల పైవాదం ఇక్కడ ప్రసక్తం కాదు.

అపునుగాని వైదికవాఙ్మయాన్ని అనేకవిధాల వర్ధిల్లజేసి మహా మ్మదీయులపైన ప్రతిక్రియనడపిన విజయనగరరాజులు మనవాండ్లు కారనుకొనడం అసంభావ్యం గదా అంటే చెప్పుతున్నాను.

" परैः परिभवे प्राप्ते वयं पञ्चोत्तरं शतम् ॥ [म. व. २९४]

(పరులపరిభవంప్రాపిసే మేము 105 మందిమి) అని ధర్మరాజన్నట్లు భారతీయేతరులసందర్భంలో కృష్ణరాయాదులు మనవార లనుకొనడం అత్యంతం వాంఛనీయమేను. కాని ఆంధ్రులు ఆంధ్రేతరులు అనే విచారణలోమాత్రం వారు అనాంధ్రులు అనక తప్పదంటున్నాను. ఇట్లా అనాంధ్రులైన జేతల శత్రువులపేర్లు దేశంలో కొన్నిభాగాలకు పెట్టిరాయలసీమ చాళుక్యసీమ అని బుజాలు కొట్టుకుంటున్నాము. రాజరాజనరేంద్రగ్రంథాలయమని కృష్ణదేవరాయాంధ్రగ్రంథనిలయ మని కృష్ణరాయగ్రంథమాల అని యిట్లా వీరిపేర్లు గ్రంథాలయాలకు గ్రంథమాలలకు తగిలిస్తున్నాము.

ఇంతకంటె మనదాస్యవృత్తి హెచ్చజాలదు. ఈదాస్య చిత్త వృత్తితోనే బంగాళీగాని, మరాటీగాని, పంజాబీగాని, గుజరాతీగాని, లేదా ద్రావిడుడుగాని యేదైనా చెప్పితే దానికి తాళంవేయడమే గొప్పపని అని అనుకొనవలసిన దశలో వున్నాము.

అధికులైనవారు యేదైనా ఉపదేశిస్తే వినగూడదని కాదుగాని మనగుణదోషాలేవో మనము తెలుసుకొని హాటివర్ధనానికి హానానికి యత్నించడం లేకుండా అనాంధ్రులు చెప్పితేనేగాని అడుగు కదలించ లేనిస్థితిలో వుండడం అత్యంతం తుచ్ఛలక్షణ మంటున్నాను. చివరకు అనాంధ్రులతో మాట్లాడడమే ఒక గొప్పఅని అనుకొంటున్నాము.

ఆంధ్రదేశపు సరిహద్దులు దాటితే నోరు విప్పలేము. ఒకవేళ విప్పితే అక్కడివారిని అనుసరించి వారికి అనుగుణంగా నాలుక ఆడించడం

వీరచరిత్రయందలి కొన్ని అంశాల సంక్షిప్తవిచారణ.

ఐ తా ం బ.

ఐత, బాలచంద్రుడి ప్రాణాలవిషయమై చూపిన ఆతురత ద్వి తీయ క్షాత్రధర్మానికి విరుద్ధంగావున్నది

"यदर्थं क्षत्रिया सूते तस्य कालोऽयमागतः" [म. उ. १०-५

"काले हि समनुप्राप्ते त्यक्तव्यमपि जीवनम्" [

(దేనికొరకు క్షత్రియస్త్రీ సంతతిని కంటున్నదో దానికి సమ మిప్పుడు వచ్చింది.

సమయం సంప్రాప్త మయినప్పుడు జీవనంకూడా వదల శ్రుంటుంది కదా)

అని శ్రీకృష్ణుడిద్వారా భీమార్జునులకు

"विक्रमेणार्जितान्भोगान्वृणीतं जीवितादपि" [

(జీవితం కంటె కూడా యెక్కువగా విక్రమార్జితాలైన భో లను వరించండి) అని నకులసహదేవులకు చెప్పిపంపగలిగిన భార వీరమాత కుంతికి యీామె ప్రతియోగినిగా కనబడుతుంది. బహ కృతికర్త యిక్కడ స్త్రీఅధీరతను ప్రదర్శించదలచి వుండవచ్చు వ్యాసుడు కూడా ఒకసందర్భంలో

"न मां माधव वैधव्य नार्थनाशो न वैरिता ।
तथा शोकाय दहति यथा पुत्रैर्विना भवः ॥" [म. उ. १०.

(పుత్రులు లేని బ్రతుకువలె మాధవుడా వైధవ్యంగాని నాశంగాని విరోధంగాని నన్ను దుఃఖపడేటట్లు దహించదు !

అని కుంతిచేత చెప్పిస్తాడు.

వేశ్య.

యుద్ధానికి వెంటపిలుచుకొని పొయ్యేమిషతో బాలచంద్రుడు వేశ్యను సందర్శించి కామవశుడు కావడం యీకాలపు మనకు కొంత రోతగా కనబడుతుంది. అయితే ఆకాలపువారు అట్లా తలచినట్లు కన బడదు. ప్రాచీన భరతవర్షంలో ఒకప్పుడు వేశ్యలకు గౌరవప్రతిపత్తి వుండినట్లు గోచరిస్తున్నది. పురాణవాఙ్మయంలో వీరివృత్తం విస్తరించి కలదు. భరతవంశపు జనని దేవవేశ్యయొక్క కూతురు. ఇంకా పురాణాల్లోవున్న వేశ్యాకథలను విస్తరభీతిచేత వివరించక వదలుతున్నాను. ఇప్పటివలె గదహేతువులుగాకూడా గాక

"जात्यन्धाय च दुर्मुखायच जराजीर्णाखिलाङ्गाय च ।
ग्रामीणाय च दुष्कुलाय च गलत्कुष्ठाभिभूताय च ।
यच्छन्तीषु मनोहरं निजवपुर्लक्ष्मीलवश्रद्धया ।
पण्यास्त्रीषु विवेककल्पलतिकाशस्त्रीषु रज्येत कः ॥"

"वेश्यासौ मदनज्वाला रूपेन्धनविवर्धिता ।
कामिभिर्यत्र हूयन्ते यौवनानि धनानि च ॥" [भ.]

(వివేకమనే కల్పలతకు శస్త్రంవంటివారై పుట్టుగుడ్డికి, దుర్ముఖుడికి, ముసలితనంచేత జీర్ణించిన అంగాలుగలవాడికి, పల్లెటూరి మోటువాడికి, కుష్ఠరోగికి, మనోహరమైన తన శరీరాన్ని కొద్దిడబ్బుకాశపడి సమర్పించే వేశ్యలయందు యెవడు అనురాగం పొందుతాడు?)

వేశ్య యీ ఆమె రూపమనే కట్టెలచేత ప్రజ్వరిల్లిన మదనజ్వాల; దాంట్లో ధనాలను యౌవనాన్ని కామిపురుషులు హుతంచేస్తున్నారు.)

అని భర్తృహరి, ఇట్లానే మరికొందరు విజ్ఞులు వీరిని ఒకవైపున నిందిస్తూ వుండినప్పటికీ దేశంలో వీరు సుప్రతిష్ఠితలై వుండినట్లు గోచరిస్తున్నది. అదిగాక వీరు రూపసౌష్ఠవంకూడా కలిగివున్నట్లు విదితమవు

తున్నది "రూపాజీవ" "రూపేన్ధనవివర్ధిత" అనే యిట్లాటిమాటలు ఆ సంగతినే వ్యక్తం చేస్తున్నవి.

శ్రుతి వాఙ్మయంలోకూడా వేశ్యావర్గపుస్త్రీల ప్రస్తావన కన బడుతున్నది.

"ब्रह्मचारीत्वरीरतम्" [नै. १७]

అని మహావ్రతమనే యజ్ఞంలో జరుగవలసిన బ్రహ్మచారీత్వరీర తాన్ని శ్రీహర్షుడు పూర్వపక్షవాదిచేత ఆక్షేపింపజేసిన సందర్భంవంటి చోట్ల ఇత్వరి పుంశ్చలీపర్యాయనామంగా గృహీతమైనా అది వేశ్యా వర్గపుస్త్రీలకు అన్వయిస్తుందని

"इदावत्सरायातीत्वरीम्" [शु. य. ३०-१५]

అని ఇట్లాటి శ్రుతివాక్యాలవల్ల తెలుసుకొనవచ్చును.

"अधिपेशांसि वपते नृतूरिव" [ऋ. १-९२-४]

అనే ఋక్కులో నృతూ అనేశబ్దానికి నర్తకి అనేఅర్థాన్ని సాక్షి కంగా విద్యారణ్యులవారు ప్రతిపాదిస్తున్నారు. దేవవేశ్య అయిన ఊర్వ శికి పురూరవుడికి జరిగినసంవాదం ఋక్సంహితలో విశ్రుత మవుతున్నది.

"हये जाये मनसा तिष्ठ घोरो वचांसि मिश्रा कृणवा है नु"

[ऋ. १०-९५-१]

అని ఋక్కు.

"ఓఘోరాకారిణీ ప్రియురాలా! (ఊర్వశీ) నామీద అనురాగం గలిగిన మనస్సుతో సమీపాన వుండు. ఉక్తి ప్రత్యుక్తి రూపమైన సంవాదాన్ని ఇప్పుడు చేస్తాము."

అని విద్యారణ్యభాష్యాన్ని అనుసరించి పైవాక్యాలకు అర్థం. ఈసందర్భంలో ఊర్వశీ పురూరవుల కథను పద్యరూపాన తెలిపి

విద్యారణ్యులు ఈక్రింది శతపథబ్రాహ్మణవాక్యాలను ఉదాహరించారు.

"अत्र वाजसनेयकं

ऊर्वशीहाप्सराः पुरूरवसमैल चकमते । तं ह विन्दमानोवाच" ।

[श. ब्रा. ११-५-१]

[ఊర్వశి అనే అప్సర ఇలాపుత్రుణ్ని పురూరవుణ్ణి కామించింది అతణ్ని చేపట్టి (యిట్లా) అన్నది....]

వేశ్యావర్గపుస్త్రీలు శ్రుతివాఙ్మయంలో ప్రస్తుతులయినవిధం తెలిపినాను.

వేశ్యాసంపర్కం విహితంగాని, నిషిద్ధంగాని కాకపోవడంవల్ల పాప హేతువు కాదని

"अवरवर्णास्वनिरवसितासु वेश्यासु पुनर्भूषु च न शिष्टो न प्रतिषिद्धः सुखार्थत्वात्" [वा. का. १-५-३]

[నిరవసితలు కాని తక్కువజాతిస్త్రీలయందు, వేశ్యలయందు పునర్భువు (మారుమనుముస్త్రీ)లయందు ప్రయుజ్యమానమైనకామం సుఖార్థమైనది గనుక విహితం కాదు. నిషిద్ధం కాదు.]

అనే పఙ్క్తుల్లో వాత్స్యాయనుడు తెలుపుతున్నాడు.

ప్రతాపరుద్రీయంలో కుమారస్వామి ఉదాహరించిన వచనంలో **चारुयोषिति** అని వున్నా వేశ్య యెదురైతే కూడా శుభమని నిమిత్తజ్ఞుల అభిప్రాయం. వర్షపుమానమైన ఆఢకంయొక్క సాంకేతికస్థితుల్లో ఒకదానికి గణికాహస్తాన్ని నిర్దేశించి

"आढको गणिकाहस्तं गतः सस्याभिवृद्धिकृत्"

అని ఆగణికాహస్తస్థితి శ్రేయఃఫలకమని చెప్పుతున్నారు.

కొన్నిచోట్ల రూపకంలో సంస్కృతం వుపయోగించవలసినపాత్రలను చెప్పుతూ

"मन्त्रिजावेश्ययोः क्वचित्" [द. रू.]

అని మహాదేవీమంత్రిపుత్రికలతోపాటు వేశ్యనుకూడా ధనంజయుడు చేర్చాడు సాహిత్యదర్పణకర్తకూడా యీసంగతినే తెలిపినాడు. ఒకరిఅధీనంలో ఉన్న వేశ్యను మరియొకడు పొందినట్లైతే

"रूपाजीवामन्योपरुद्धं गच्छतः" [अ. ३-२० प्र]

అని దండంవిధించి కౌటిల్యుడు వేశ్యాసంబంధానికి రాజరక్షణకూడా కల్పించాడు.

వాత్స్యాయనుడిచేత ఉచితానురాగ విషయంగా గృహీత అయిన పునర్భువును ఉపేక్షించినట్టి సాహిత్యవేత్తలు వేశ్యను, ఉత్తమ కోటిలో చేర్చకపోయినా,

"अथ नायिका त्रिविधा स्वान्या साधारणस्त्रीति" [सा. ३]

అని కావ్యనాయికగా వుండడానికి అంగీకరించారు. ఆవేశ్యకుల కాంతవలె స్థిరానురాగవతి అయితే మృచ్ఛకటికలో వసంతసేనవలె ఉత్తమ కావ్యంలోకూడా నాయికగా ఉండవచ్చునని వారి అభిప్రాయం. కాళిదాసు

"पादन्यासैः क्वणितरशनास्तत्रलीलावधूतै
रत्नच्छायाखचितवलिभिश्चामरैः क्लान्तहस्ताः ।
वेश्यास्त्वत्तो नखपदसुखान् प्राप्य वर्षाग्रबिन्दू
नामोक्ष्यन्ते त्वयि मधुकरश्रेणिदीर्घान् कटाक्षान् ॥

[ఆవుజ్జయినిలో నృత్తపు అడుగులచేత మ్రోగుతున్న వడ్డాణంతోను విలాసంగా కదలించబడి కంకణరత్నకాంతి ఖచితమైన దండాలు గల చామరాలచేత అలసినహస్తాలతోను వున్న వేశ్యలు నీవల్ల నఖక్షత సుఖహేతువులైనవానతొలిచినుకులనుపొంది తుమ్మెదపఙ్క్తివలె దీర్ఘమైన కడగంటిచూపులను నీయందు ప్రసరింపజేస్తారు.]

అని ఉజ్జయిని వేశ్యల విలాసాలను ప్రతిపాదించి వారిని మేఘుడికి సుఖహేతుకోటిలో చేర్చాడు.

(కామినీదర్శనీయత్వం పుణ్యఫలమని అభిప్రాయమని మల్లినాథుడు)

"श्रुत्वा त्वत्परिवारवारवनितागीतानि भृङ्गाङ्गना
लीयन्ते कुसुमान्तरेषु......" [रत्ना]

[నీపరివారవారవనితల గీతాలను విని ఆడతుమ్మెదలు (లజ్జితలైనట్లు) కుసుమాంతరాల్లో లీనమవుతున్నవి]

అని వాసవదత్తయొక్క పరివారవేశ్యలగీతాలశ్లాఘను శ్రీహర్షుడు వత్సరాజుచేతనే చేయించాడు.

"कर्णाटीदशनाङ्कितः शितमहाराष्ट्रीकटाक्षाहतः
प्रौढान्ध्रीस्तनपीडितः प्रणयिनीभ्रूभङ्गवित्रासितः ।
लाटीबाहुविवेष्टितश्च मलयस्त्रीतर्जनीभर्जितः
सोऽयं सम्प्रति राजशेखरकविर्वाराणसीं वाञ्छति ॥"

(కర్ణాటి పంటిచేత నొక్కబడి, మహారాష్ట్రికడగంటిచూపుచేత కొట్టబడి, ప్రౌఢాంధ్రిస్తనాలచేత పీడించబడి, ప్రణయిని బొమముడిచేత భయపెట్టబడి, లాటిచేతులచేత ఆవరించబడి, మలయస్త్రీతర్జనిచేత వేచబడిన ఆ ఈరాజశేఖరకవి యిప్పుడు కాశీని కోరుతున్నాడు.)

అనే అభియుక్తోక్తి యథార్థమైతే రాజశేఖరుడు బహుదేశస్త్రీలతో సుఖించానని ప్రకటించుకొనడం గౌరవాపాదకంగానే భావించివుండవచ్చును.

ఈ వేశ్యలలో కొందరు విద్యావతులుగా ధనవతులుగా ఉండేవారు. గణిక అనేసంజ్ఞ ఇట్లాటివేశ్యలకే నని విదితం.

"कुम्भदासी परिचारिका कुलटा स्वैरिणी नटी शिल्पकारिका प्रकाशविनष्टा रूपाजीवा गणिकाचेति वेश्या विशेषाः । [वा. का. ६-६-५४]

[కుంభదాసి (అంట్లుతోమడం మొదలైనపనులవల్ల జీవించే దాసి) పరిచారిక, కులట (భర్తకానకుండా వ్యభిచరించేస్త్రీ),స్వైరిణి (భర్తను తిరస్కరించి వ్యభిచరించేది), నటి (రంగస్త్రీ), శిల్పకారిక (రజకతంతు వాయాది భార్య),ప్రకాశవినష్ట (భర్త బ్రతికివున్నా గతించినా అతనిని వదలి బహిరంగంగా అన్యసంగత అయినది), రూపాజీవ (రూపంమీాద ఆధారపడి జీవించేవేశ్య), గణిక (రూపవతి కళాప్రవీణ అయినవేశ్య) అని (పైన ఉదాహృతలైనస్త్రీలు) వేశ్యావిశేషాలు.]

అని వాత్స్యాయనుడు

కుంభదాసి, రూపాజీవ, గణిక, కాక తక్కినఆర్గురు అవలంబించేది వేశ్యావృత్తంవంటిదే గనుక వారుకూడా వేశ్యలలోనే చేర్చబడినారు.

"रूपादिभिर्नायिकागुणैः कलादिभि
श्चान्विता उत्तमगणिकाः गुणानाञ्च
कलानां च पादार्थाभ्यां शून्या
मध्यमाधमाः ॥" [६-५-२५ ज. व्या]

(నాయికాగుణాలైన రూపాదులు, గుణాదులు, కలిగిన వేశ్యలు ఉత్తమగణికలు. ఈగుణాల్లో నాలుగవవంతు తక్కువైతే మధ్యమగణికలు. సగం తక్కువైతే అధమగణికలు.)

అని జయమంగళుడు.

కౌటిల్యమతాన్ని అనుసరించి వేతనా లిచ్చి వేశ్యలను రాజసేవయందు స్థాపిస్తుండినట్లు వారివ్యవహారాలను గణికాధ్యక్షులు పరిపాలిస్తుండినట్లును, అర్థశాస్త్రంవల్ల విదితమవుతున్నది. గణికలకు గీతాది విద్యలను నేర్పే ఆచార్యుడికి రాజమండలంనుండి వృత్తిని యేర్పరచవలెనని కౌటిల్యుడు చెప్పుతున్నాడు.

"गीतवाद्यपाठ्यनृत्तनाट्याक्षरचित्रवीणावेणुपरचित्तज्ञानगन्धमाल्यसं-यूहनसम्पादनसंवाहनवैशिककलाज्ञानानि गणिका दासी रङ्गोपजीविनीश्च ग्राहयतो राजमण्डलादाजीवंकुर्यात् ॥" [अ. २-२७]

[గణికలకు దాసీలకు నటాదిస్త్రీలకు గీతవాద్యాలు, నృత్తం, నాట్యం, లిపి, చిత్రం, (చిత్రాలుగీయడం,) వీణ, వేణువు, మృదంగం, పరచిత్తజ్ఞానం, గంధయుక్తి, మాల్యసంపాదనం, అంగమర్దనం, వైశికం (వేశ్యావృత్తం) ఇంకా కళలునేర్పే అచార్యుడికి రాజమండలంనుండి వృత్తిని కల్పించవలెను.]

అని కౌటిల్యుడు.

तस्य षष्ठं वैशिकमधिकरणं पाटलिपुत्रिकाणां गणिकानां नियोगाद्दत्तकः पृथक्चकार ॥ [वा. का. १-१-११]

అనేవాక్యాల్లో వీరసేన మొదలైన పాటలీపుత్ర గణికల నియోగంవల్ల దత్తకుడనే విద్వాంసుడు బాభ్రవ్యగ్రంథమందలి వైశికాధికరణాన్ని (వేశ్యల పురుషరంజన విధానాన్ని) పృథక్కరించాడని వాత్స్యాయనుడు తెలుపుతున్నాడు.

ఇతడు తనకామసూత్రంలో ఒక అధికరణం అధికరణం వేశ్యావిషయకథనానికి వినియోగించాడు దేశాధీశ్వరులంతటివారికికూడా వేశ్యామైత్రి న్యూనతగా వుండినట్లు కనబడదు మణిమేఖల అనే వేశ్యాపుత్రిని పొందడానికి రాజకుమారుడంతటివాడు యత్నించాడని తమిళవాఙ్మయజ్ఞులు చెప్పుతున్నారు.

रतियोगे हि कीलया गणिकां चित्रसेनां चोलराजो जघान ॥

[वा. २-७-२०]

(రతియోగమందు కీల అనే ప్రహరణవిశేషంచేత చిత్రసేన అనే గణికను చోళరాజు చంపినాడు) అని చిత్రసేన అనే వేశ్యతోడి చోళ రాజమైత్రిని వాత్స్యాయనుడు విశదం చేస్తున్నాడు. ఈరీతిగా వేశ్యామైత్రి ఆకాలంలో న్యూనతకు హేతువు కాలేదు.

అయినప్పటికీ బాలచంద్రయుద్ధంలోని వేశ్యాఘట్టమంతా అప్రస్తుతంగా కనబడుతుంది. సత్యభామ శ్రీకృష్ణుని అనుసరించినట్లు బాల

చంద్రుడితో ఈమె యుద్ధభూమికి పోయివుంటే ఈ ఘట్టం సంగతంగా వుండేది; కాని ఆమె అట్లాపోక వారిసంగతి శృంగారంతోటే సమాప్తం కావడంవల్ల కృతికర్త దీనిని వదలివేయడమే వుచితంగా వుండేది.

వేశ్యమాత

వేశ్యాప్రసక్తి వచ్చినచోట వేశ్యమాతను ప్రదర్శించడం చాలామట్టుకు తెలుగుగ్రంథకర్తల ఆచారంగా కనబడుతున్నది. నిరంకుశోపాఖ్యానం మొదలయినవి ఉదాహరణం. వాత్స్యాయన కాలం నుండి యీవేశ్యమాత వాఙ్మయంలో ప్రసక్తి వహించింది.

मातरि च क्रूरशीलायां अर्थपरायां च आयत्ता स्यात्तदभावे मातृकायाम्॥
[वा. का. ६-२-२]

(క్రూరశీల, అర్థాసక్త, అయిన తల్లిఅధీనంలో ఉండవలసినది. తల్లి లేకపోతే కృతకమాత అధీనంలో ఉండవలసినది.)

అని వాత్స్యాయనుడు.

"सौभाग्यभङ्गे मातृकां कुर्यात्" **[अ. २-२७]**

[(ముసలితనంచేత రూపయౌవనాలు చెడినప్పుడు (ఆమెను భోగ్యగణికకు) మాతృకగా చేయవలెను అంటే తల్లిలేని భోగ్య వేశ్యకు మాతృస్థానీయనుగా ఆమెను చేయవలెను.]

అని కౌటిల్యుడు

వేశ్యకూతురును బలాత్కరించినందుకు దండం విధిస్తూ దానికి పదహారురెట్లు వేశ్యమాతకు భోగశుల్కంగా ఇప్పించవలెనని

"गणिकादुहितरं प्रकुर्वतश्चतुष्पञ्चाशत्पणो दण्डः ।
शुल्कं मातुर्भोगः षोडशगुणः ॥"

అనే వాక్యాల్లో కౌటిల్యుడు చెప్పుతున్నాడు. సామాన్య నాయికావృత్తం నిర్దేసిస్తూ ఈమెనాయకుణ్ని నిర్ధనుణ్ని చేసి మిపరకు పునస్సంధాన కాంక్షతో తల్లి చేత వెళ్లగొట్టించ వలెనని సాహిత్య వేత్తలు తెలుపుతున్నారు.

"काममङ्गीकृतमपि परिक्षीणधनं नरम् ।
मात्रा निष्कासयेदेषा पुनः सन्धानकाङ्क्षया ॥"   [सा. ३]

(బాగా అంగీకృతు డయినప్పటికీ క్షీణధనుణ్ని వేశ్య పునః సంధానకాంక్షతో తల్లి చేత వెళ్లగొట్టించవలెను.)

అని విశ్వనాథుడు.

"निस्वान्मात्रा विवासयेत्"   [दश. ३]

(ధనంలేనివాండ్లను తల్లి చేత పంపించివేయవలెను)

అని ధనంజయుడు

ఈవేశ్యామాత ప్రస్తావన తెలుగుకృతికర్తల స్వమార్గం కాక పూర్వసంప్రదాయానుసారిగా వున్నట్లు స్పష్టపడుతున్నది. ఈమెను వెగటుగా వర్ణిస్తూవచ్చారు.

''విటసమూహావిలంఘ్యమానసానావచోఝిల్లి దాని తల్లి
వేశ్యమాత విషమువేము విషము.

పైశాచసమితిలోపలి వికాంబెల్లంగపికోటిలోనుందు కాంక్ష.........
....లెల్ల
దీసి.........నిర్మించెబ్రహ్మ......లంజ తల్లిగాఁగ"

(ని. 2)

అని కంసాలిరుద్రయ్య.

''సూనశరభుక్తనిర్ముక్త శుష్కపత్రభాజనములైన వృద్ధవేశ్యాజనములు.
....
కాచుజాగిలములవోలెఁ గాచియుంద్రు

వేశ్యామాతలు తద్ద్వారవేదికలను,

....

వివిధమాయాప్రభూత యవ్వేశ్యమాత"
అని సారంగు తమ్మయ. (వై. వి)

"తల్లిగలుగు సానితగులుటరోతరా." (వే. శ.)

అని వేమన.

పైమార్గాన్ని అనుసరించే వీరచరిత్రకర్త వేశ్యామాతను మిక్కిలి వికారంగా ప్రదర్శించాడు. అది ముందుపుటల్లో ద్రష్టవ్యం.

భార్యాసమాగమం.

యుద్ధానికి బయలుదేరబోయే సమయంలో వేణీసంహారంలో

द्रौ—नाथ—असुरसमराभिमुखस्य हरेरिव मङ्गलं युष्माकं भवतु ।
यच्चाम्बा कुन्त्याशास्ते तद्युष्माकं भवतु ॥" [छाया]

(కన్నీరు ఆపుకొంటూ) నాథా అసురయుద్ధాభిముఖుడైన విష్ణువుకువలె మీకు మంగళమగుగాక. అంబ కుంతి ఆశాసిస్తున్నది మీకు కలుగును గాక.)

అనేచోట భీమసేనుడివలె బాలచంద్రుడు భార్య ఆశీస్సులను స్వీకరిస్తాడు. ఇంతటితో పూరుకొంటే వుచితంగా వుండేది. కాని ఆమెను చూడగానే బాలచంద్రుడు కామపరవశుడవుతాడు. రణదీక్షితుడు ఇట్లా కామవశుడు కావడం భారతీయ. వీరధర్మానికి విరుద్ధం. అనార్యుడై పరాజయం పొందబోతున్న వాలికి వాల్మీకి

तं तु तारा परिष्वज्य वालिनं प्रियवादिनी ।
चकार रुदती मन्दं दक्षिणा सा प्रदक्षिणम् ॥ [रा. कि]

(దక్షిణ ప్రియవాదిని అయిన తార ఆవాలిని కౌగిలించుకొని విలపిస్తూ తిన్నగా ప్రదక్షిణంచేసింది.)

అని భార్యాపరిష్వంగం ప్రతి పాదిస్తాడు.

విజయనగరరాజ్యంనాటి పారిజాతాపహరణ కర్త తమ శత్రువులను మహమ్మదీయులను మనస్సులో పెట్టుకొని కాబోలు అభాగ్యుడైన కృష్ణశత్రువు యుద్ధానికి పోతూ తనభార్యను కౌగిలించుకొన్నాడని చెప్పినాడు. ఇట్లా యుద్ధానికిపోతూ భార్యలను స్పృశించడం అనార్యుల ఆచారమై వుండవచ్చును. రావణుడికిసైతం యీకార్యం వాల్మీకి కనబరచలేదు. యుద్ధమాసన్నమై వున్నప్పుడు దుర్యోధనుడు భార్యనుచూసి మదనచేష్టలను ఆరంభించినట్లు భట్టనారాయణుడు వేణీసంహారంలో చెప్పితే అది అనుచితమని ఆకాండంలో ప్రథనమనే దోషమని

अकाण्डे प्रथनं यथा—वेणीसंहारे द्वितीयेऽङ्केऽनेकवीरक्षये प्रवृत्ते भानुमत्या सह दुर्योधनस्य शृङ्गारवर्णनम् ॥ **[का. प्र. ७]**

(అనవసరమందు వర్ణనానికి ఉదాహరణం—వేణీసంహారనాటకంలో ద్వితీయాంకంలో అనేకవీరక్షయం ప్రవృత్తమైనప్పుడు భానుమతితో దుర్యోధనుడి శృంగారంయొక్క వర్ణనం.)

అనేపట్టుల్లో మమ్మటుడు నిరసించాడు. భార్యను కలిసికొనడానికి అదేచివరసారి గనుకను తల్లికోరింది గనుకను బాలచంద్రుడట్లా చేశాడేమో నంటారా, చెప్పుతున్నాను. పరలోకానికికూడా భార్య తనను అనుసరించబోతున్నదని సంప్రదాయం ప్రబోధిస్తూవుంటే తన క్షాత్రధర్మంకోసం ప్రాణాలనుసైతం సమర్పించబోయ్యేవీరుడు సర్వత్యాగదీక్ష వహించవలసిన ఆసమయంలో యేకారణంచేతగాని యింద్రియవశుడు కావడం దీక్షాభంజకంగదా. కోడి మొదలైన ప్రాణులతో ఆడే జూదానికి సమాహ్వాయమని పేరు. ప్రాణంలేనిపాచికలు మొదలైనవాటితో ఆడేదానికి ద్యూతమని పేరు. ద్యూతసమాహ్వాయాలకు ధర్మశాస్త్రంలోగల నిషేధం, రాజ్యవ్యవహారంలో కౌటిల్యమతాన్ని అనుసరించి

వాటినియతత్వం ధర్మరాజు ద్యూతంలోవలె బ్రహ్మనాయుడు సమాహ్వాంయలో ప్రవర్తించడంయొక్క ఉచితానుచితత్వం, కార్యంపూడిలో అదివరకుజరిగిన యుద్ధాలు, అర్ధరాత్రంలోకన్నమనీడి యుద్ధరంగదర్శనం, యుద్ధరంగశుద్ధి, అక్కడి యెరుకలసాని, పిశాచాదులు, నీళ్లపైన తేలుతూవచ్చి నవ్విన తలపుర్రె, జలధిసోముడు, సాక్షిగా నిల్వబెట్టిన యుద్ధస్తంభం, శివపురి, రమపురి, అప్పటి ఇప్పటి స్త్రీపురుష వస్త్రధారణరీతులవివేకం, తెలుగుదేశంలో శైవవైష్ణవమతవ్యాప్తి, మహాకాళి ఆరాధన, తాంత్రికమతాభిరతి మొదలైన వాటినిగురించి చర్చించదలచాను గాని కొన్ని కారణాలచేత ఆవిచారణ ఇప్పుడు మానుతున్నాను.

వీరమతం.

వీరత్వం మిక్కిలి ప్రాచీనకాలంనుండి ఆరాధ్యంగా సంభావితమవుతున్నది. ఋగ్వేదంలో పూజ్యుడైన ఇంద్రుడికి వీర అని సంబోధనం కలదు.

"सुप्रवाचनं तव वीर......" [२-१३-११]

అని ఋక్కు.

"वीर बलवन् हे इन्द्र" [ऋ. भा.]

అని శ్రీవిద్యారణ్యులు. శ్రుతుల్లో అగ్నికికూడా వీరుడని ప్రశంస కలదు. వీరహత్య ఒకగొప్పపాపంగా పరిగణిత మవుతూవుండేది.

"वीरहा वा एष देहिनां योऽग्निमुद्वासयते न वा एतस्य ।-
यवः पुरान्नमक्षन्" [कृ. य. ५-१-२]

అని కృష్ణయజుస్సు. వేదభాష్యంలో

"देवानां मध्ये वीरोऽग्निः तद्वधकारिणः यजमानस्यान्नं ऋतायवः सत्यमिच्छन्तो ब्राह्मणाः पुरा नैवाक्षन् नैव भुक्तवन्तः"

(దేవతలమధ్య అగ్నివీరుడు. అగ్నినివధించిన యజమానుడి అన్నాన్ని సత్యాభిలాషులైన బ్రాహ్మణులు పూర్వం తినలేదు.)

అని శ్రీవిద్యారణ్యులు వివరించారు. వీరశబ్దం శ్రుతుల్లో కొన్ని చోట్లపుత్రపరంగాగూడా వ్యాఖ్యాతం.

తైత్తిరీయ బ్రాహ్మణంలో

"वीरहा ब्रह्महणि" [तै. ब्रा. ३-८]

అనేచోట వీరశబ్దం క్షత్రియవాచి అని కొందరంటారని అది పుత్రవాచకమని

"वीरहा गर्भघाती क्षत्रियवाचीत्येके" [भ.]

అనేపఙ్క్తుల్లో భట్టభాస్కరులు తెలుపుతున్నారు. ఋగ్వేదభాష్యంలో కొన్నిచోట్ల వీరశబ్దానికి శ్రీవిద్యారణ్యులు పుత్రపరంగా వ్యాఖ్య చేశారు.

"अवीरायाश्च योषितः" [म. ४-२१३]

అని వీరభార్యఅయినా వీరమాత అయినా కానటువంటి స్త్రీచేతి అన్నం తినగూడదనిమనువు నిషేధిస్తున్నాడు ఇక్కడ వీరశబ్దం పుత్రవాచిగాగూడా వ్యాఖ్యాతం. దుర్బలులైన శిశువులు త్యక్తులై, దేశరక్షకులు కాగల దృఢకాయులైన శిశువులుమాత్రం రక్షితులుగా వుండిన పురాతనపుగ్రీసుదేశంలోవలె, ఇప్పుడు ఇటలీవంటి దేశాల్లోవలె, ఒకప్పుడు భారతవర్షపు ఆర్యుల్లో వర్థిల్లిన పురుషులందరూ చాలామట్టుకు వీరులుగానే వుండిన కాలాన్ని పై శ్రుతిస్మృతి పఙ్క్తులు సూచించగలవేమో నని అనుకొంటున్నాను. క్షాత్రప్రతిపత్తిలో పుత్త్రుడు వీరుడు కనుకనే

"वीरप्रसवा भूयाः" [उत्तर]

"अपरा वीरमजीजनत् सुतम्" [रघु]

అని వీరపుత్రుణ్ణే భావిస్తూ వచ్చారు. మహాభాష్యంలో అనేక స్థలాల్లో వీరశబ్దం ప్రస్తావించబడింది. శాస్త్రంలో మంగళార్థకశబ్ద ప్రయోగాన్ని ప్రశంసిస్తూ

"मङ्गलादीनि मङ्गलमध्यानि मङ्गलान्तानि च शास्त्राणि प्रथन्ते वीरपुरुषकाण्यायुष्मत्पुरुषकाणि च भवन्ति" [महा]

[(మంగళాదులు, మంగళమధ్యాలు, మంగళాంతాలు, అయిన శాస్త్రాలు ప్రసిద్ధి చెందుతున్నవి. ఆయుష్మత్పురుషకాలు, వీరపురుషకాలు అవుతున్నవి. (వాటిని చదివినవారు ఆయుష్మంతులు వీరులు అవుతున్నారు.)]

అని పతంజలివీరత్వాన్ని సంభావించాడు.

మంత్రశాస్త్రంలోకూడా

"निस्सङ्गो निर्भयो वीरो निर्द्वन्द्वो निष्कुतूहलः" [कु]

(వీతరాగుడు నిర్భయుడు నిర్ద్వంద్వుడు నిష్కుతూహలుడు …………అయి వీరుడు)

అని వీరశబ్దం సాధకపరంగా అర్పితమవుతున్నది. ఇట్లానే మరికొన్నిచోట్ల కలదు. యోగశాస్త్రంలో కూడా ఈవీరశబ్దాన్ని స్వీకరించి వీరాసనమనే ఒకఆసనాన్ని ప్రతిపాదించారు. దీన్నే

"वीरासनैर्ध्यानजुषामृषीणां" [र]

(వీరాసనాలతో కూర్చుండి ధ్యానించే ఋషులయొక్క)

అనేచోట కాళిదాసు ప్రస్తావించాడు. శృంగారసందర్భంలో కూడా

"मनसि नः स्मरं वीर यच्छसि" [श्री. भा. १०]

[ఓ వీరుడా (కృష్ణుడా) మామనస్సులో మన్మథుణ్ణి ప్రభవించచేస్తున్నావు]

అని గోపికలచేత శ్రీభాగవతకారుడు వీరశబ్దాన్ని ప్రయోగించ జేశాడు. రామాయణంలో

"वीर्यशुल्केति मे कन्या स्थापितेयमयोनिजा" [रा. बा]

అని జనకుడు తనపుత్రిక వీర్యశుల్క అని ప్రకటించాడు. ఈ వీర్యశుల్క అనేమాటలనే కాళిదాసు

"दृष्टसारमथ रुद्रकार्मुके, वीर्यशुल्कमभिनन्द्य मैथिलः" [र. ११]

(పిమ్మట జనకుడు రుద్రకార్ముకమందు కనబడ్డ సారంకల వీర్యశుల్కానికి సంతోషించి) అనేచోట స్వీకరించి గౌరవాన్ని తెలిపినాడు. వీరమాతృత్వం, వీరపత్నీత్వం, మిక్కిలి ఆరాధ్యమైనవిగా ప్రాచీనకాలంలో సంభావిత మవుతూవుండేవి

"वीरसूर्वीरपत्नी त्वं" [म. उ. ९०-९२]

(ఓకుంతీ, నీవు వీరజననివి వీరభార్యవు) అని శ్రీకృష్ణుడు కుంతిని అభినందిస్తాడు.

"भर्त्रासि वीरपत्नीनां श्लाघ्यानां स्थापिता धुरि ।
वीरसूरिति शब्दोऽयं तनयात्त्वामुपस्थितः ॥" [मा. ५]

[శ్లాఘ్యులైన వీరపత్నుల అగ్రాన భర్తచేత నిల్పబడ్డావు. (ఇక) వీరజనని అనే ఈశబ్దం (బిరుదం) కుమారుడివల్ల నిన్ను చేరింది.] అని కాళిదాసు ఈధర్మాలపూజ్యతను విశదం చేస్తాడు. శివోద్భూతుడైన వీరభద్రుడి వీరత్వం ప్రసిద్ధమయ్యే వున్నది. తదారాధకులు ఇప్పటికీ వీరాంగాన్ని ఉద్బోధకంగా వెలయిస్తున్నారు. విష్ణువుయొక్క పది అవతారాల్లో నృసింహుడు, శ్రీరాముడు, పరశురాముడు, బలరాముడు యుద్ధవీరులే అయివున్నారు వైదికమతరక్షణాదులు విశేషలక్షణాలు వారికివున్నా వారు యుద్ధవీరుల్లో చేరినసంగతి నిర్వివాదం. బుద్ధుడు దయావీరుడు.

भो लङ्केश्वर दीयतां जनकजा रामः स्वयं याचते ।
कोऽयं ते मतिविभ्रमः स्मर नयं नाद्यापि किंचिद्गतम् ॥
नैवं चेत् खरदूषणत्रिशिरसां कण्ठासृजा पङ्किलः ।
पत्त्री नैष सहिष्यते मम धनुर्ज्याबन्धबन्धूकृतः ॥

(ఓ రావణా! సీత నియ్యవలసినది. రాముడు స్వయంగా యాచిస్తున్నాడు. నీకీ మతివిభ్రమ మేమిటి? నీతినిస్మరించు. ఇంకా యేమీామించిపోలేదు. అట్లాకాదా, ఖరదూషణత్రిశిరుల కంఠరక్తం చేత పంకిలమైన యీాబాణంనా ధనుర్జ్యాబంధానికి సంధించబడి సహించదుసుమా) అనే వాక్యాలను సాహిత్యదర్పణకర్త యుద్ధవీరుడైన శ్రీరాముడికి వుదాహరణంగా చూపినాడు. శ్రీరాముడికి వీరరాఘవత్వప్రతీతివిదితం. భవభూతికృతిలో శ్రీరాముడు మహావీరుడుగా ప్రసిద్ధుడు. అవతారవీరుల్లో నృసింహ శ్రీరాముల కిప్పటికీ ఆలయాల్లో పూజలు జరుగుతున్నవి. ఇంతకూ చెప్పదలచిం దేమంటే వీరారాధనం భారతవర్షానికి నూతనంకాదని. అయితే "భవిష్యద్రాజేతిహాసం" అని పురాణాల్లో ప్రదర్శితులైన రాజులకాలానికి పిమ్మట పల్నాటి వీరులవలెదైవత్వ మారోహించి పూజితులవుతున్న యుద్ధవీరులు ఇంతవరకు భారతవర్షంలో మృగ్యులు. భారతవర్షమందలి యితర దేశాల్లో యిట్లాటివీరారాధనం నాకు తెలిసినంతవరకు వున్నట్లు తోచదు. నేను కలకత్తాలో వుండేరోజుల్లో "Birbhum" (వీరభూమి) అనేపేరుగలఒకప్రదేశం వంగదేశంలో వున్నట్లు విన్నాను. కాని యిట్లాటి వీరమతప్రతిపత్తి అక్కడవున్నట్లు నేను వినలేదు. ఇటీవల పరాక్రమప్రధానమైన సిక్కు జాతిలోకూడా ఈరీతులు కనబడవు. మహమ్మదీయులు "మొహరం" సమయంలో ఆచరించే ఆరాధన కొంతవరకు దీన్ని పోలివున్నది. కార్లైలు వీరపూజను గురించి యూరపుఖండంలో యెక్కువప్రచారం చేశాడు. పల్నాటి వీరారాధనంవంటి మతప్రస్థాన మెక్కడా యేర్పడివుండలేదు. స్కాన్

డినేవియాయందలి నార్సుమతం జపాన్‌నందలి షింటోమతం యుద్ధ వీరారాధనతో సంబంధం కలవని తెలుస్తున్నది. ఈవీరమతం ఆంధ్ర దేశపు గొప్పవిశేషంగా కనపడుతున్నది.

బుద్ధభగవానుడిచేత ఆరబ్ధమై పిమ్మట రామానుజాదులు కొంత వరకు అనుసరించిన వర్ణాధికారసామ్యం యిందు ప్రతిపాదితం గనుక లోకతంత్రంలో సయిత మిది ప్రస్ఫుటస్థాన మాక్రమిస్తున్నది. దీంట్లో జాతిభేదం లేదు. బ్రాహ్మణుడు మొదలు చండాలుడిపర్యంతం అందరికీ దీంట్లో ప్రవేశం కలదు. చండాలుడైన కన్నమనీడు బ్రహ్మనాయుడి పుత్రుడుగా భావింపబడ్డాడు. దక్షిణదేశమందు బ్రాహ్మణేతరులైన కొందరు ఆళ్వారులవలె ఇతడు పూజనీయుడుగా వున్నాడు.

బ్రహ్మనాయుడి సైన్యంలో అన్నిజాతులవీరులు వుండేవారు. అందులో పంచములకు గోసంగులని పేరు. బ్రాహ్మణుడు చాకలి మంగలి కుమ్మరి మొదలైన నానాజాతియోధులు బాలచంద్రుడికి సోదరతుల్యులైన పరమమిత్రులు. వీరభక్తులైన యిద్దరు మహమ్మదీయుల గోరీలు కూడా వీరాలయంలో వున్నవి.

प्रद्योतस्य प्रियदुहितरं वत्सराजोऽत्र जह्रे ।
हैमं तालद्रुमवनमभूदत्र तस्यैव राज्ञः ॥
अत्रोद्भ्रान्तः किल नलगिरिः स्तम्भमुत्पाट्य दर्पा ।
दित्यागन्तून् रमयति जनो यत्र बन्धूनभिज्ञः ॥ [मेघ]

[ప్రద్యోతుడి ప్రియపుత్రికను వత్సరాజిక్కడ హరించాడు, ఆరాజుకే (ప్రద్యోతుడికే) ఇక్కడ బంగారుతాటితోపు వుండినది, ఇక్కడ స్తంభంపెరికి నలగిరి (యేనుగు) దర్పంతో పైకెగిసింది గదా, అని ఆగంతులైన బంధువులను అభిజ్ఞజనుడు అక్కడ (ఉజ్జయినిలో) వినోదపరుస్తుంటాడు.]

అనే కాళిదాసోక్తులను పోలి

> ఇచ్చోట భుజియించి రేకకార్యస్థులై
> సామంతనృపతులు చాపకూడు
> ఇచ్చోటఁ జింతించె నిచ్చనుపాయంబు
> నళినాక్షి యార్వెల్లి నాయురాలు
> నిజమనశ్శుద్ధికై నిప్పులయేటిలో
> నోలాడె నిచ్చోట బీ(శీ)లసాని
> యిచ్చోట బోరినారిలపణంబుగఁ గొల్ల
> సవతితల్లుల బిడ్డ లవనిపతులు
> ధీరులగువార లేవురు వీరపురుషు
> లై మదోద్ధతినిచ్చోట నాజీఁబడిరి
> అనుచుఁ జెప్పుదు రైతిహ్య మచటనచటఁ
> జనుప పెద్దలు పల్లెదేశములయందు. (క్రీ. రా.)

అని వీరచరిత్రవిషయాలను తిక్కరిబిక్కరిగా తెలిపే క్రీడాభిరామపద్యంలోని చాపకూడు నానాజాతుల యేకపఙ్క్తి భోజనంవంటిదిగా తోస్తున్నది. ఈ వీరమతస్థులందరికీ పాంగ్యం అని పారిభాషిక వ్యపదేశం. అన్ని అవైదికమతాలవలెనే ఈవీరమతంకూడా వైదికమతం ముందు తలవంచింది. ఉత్సవదినాలు గడచిపోగానే పాంగ్యం వారు సాధారణమతమార్గాల్లోనే వర్తిస్తున్నారు. దీనికి ఆచార్యులు బ్రాహ్మణులైన పిడుగువారు. వీరోత్సవంలో ఆచార్యప్రవృత్తిని చూచినప్పుడు కృపుడు, అశ్వత్థామ, ద్రోణుడు, పరశురాముడు ఇట్లాటి మహావీరుల సంప్రదాయాలు చిహ్నమాత్రంగానైనా ఆంధ్రదేశమందు నిల్చివున్నవి గదా అని సంతృప్తి చిత్తోన్నతి కలుగకమానవు. మహమ్మదీయులు దేశంవెంట దేశం అన్నిదేశాలను గ్రసిస్తూ ఉత్తరభారతవర్షాన్ని సంక్షోభపరుస్తుండినసమయాన విజృంభించిన భారతీయప్రతాపాగ్నియొక్క ఒక్కకణమే ఆంధ్రదేశంలో పల్నాటియందు భ్రాతృయుద్ధరూపాన వెలిగింది. ఆవశ్యకసమయంలో దేశాన్ని రక్షించగల

వీరత్వం దైవత్వాంశగా పరిణమింపజేసి జాతిమతాభేదప్రతిపత్తితో దేశ ప్రజలను యేకవర్గస్థులనుగా చేయయత్నించిన ఈవీరమతాచార్యులు మనకు అవశ్యం స్మరణీయు లవుతున్నారు.

ఇట్లా ఆచార్యులు సర్వవర్ణసామరస్యంతో యుద్ధక్రతుదీక్ష వహించడం దేశేతిహాసంలో గణించదగిన అంశం.

భారతవర్షేతిహాసంలో వీరచరిత్రప్రాధాన్యం

కలిశకం 43-వ శతాబ్దిలో చేదిదేశపు హైహయులు ఉత్తర భారతంలో అదృశ్యులైనారని వారేతీరుగా అదృశ్యులైనారో తెలియడం లేదని ఆధునికుడైన పాశ్చాత్యేతిహాసికుడు విన్సెంట్ స్మిత్తు చెప్పుతున్నాడు. ఈతీరుగా ఐతిహాసికులకు అగోచరమైన హైహయాదర్శనాన్ని, ఇంకా కల్యాణమేలిన పశ్చిమచాళుక్యవంశపుక్షయాన్ని ఈ పల్నాటివీరచరిత్ర వ్యక్తపరుస్తున్నది. క. 43-వ శతాబ్ది భారతవర్షేతిహాసంలో పూర్వోత్తరాలనుకలిపే ప్రముఖమైన ఒకగణుపుగా పల్నాటివీరచరిత్ర కనబడుతున్నది.

హై హ య లు.

ఈహైహయరాజవంశాలు ఇప్పుడే రూపాన యెక్కడవున్నవో చెప్పజాలను. భారతవర్షపు హైహయక్షత్రియుల మహాసభ యీనడుమ అలహాబాదులో జరిగినదని విన్నాను. పూర్వం వీరికి నర్మదాతీరమందలి మాహిష్మతిరాజధానిగా ఉండినట్లు విదిత మవుతున్నది. వీరికి మిక్కిలి ప్రాచీనకాలంనుండి ఒకవిధమైనవక్రత వాఙ్మయంలో విశ్రుతం. మాహిష్మతీస్త్రీలు స్వైరిణులుగా ఉండినారని భారతం చెప్పుతున్నది.

> "एवमग्निर्वरं प्रादात् स्त्रीणामप्रतिवारणम्
> स्वैरिण्यस्तत्र नार्यो हि यथेष्टं प्रचरन्त्युत"
>
> [म. स. २७ ३९]

(ఇట్లా అగ్ని దేవుడు స్త్రీలకు అప్రతివారణమైన వరమిచ్చాడు. అక్కడ స్త్రీలు స్వైరిణులై యథేష్టంగా సంచరిస్తారు).

శ్రీకృష్ణవిరోధి శిశుపాలుడు ఈచేదిదేశపురాజే. జమదగ్నిని చంపి బహుక్షత్రియవినాశకారణమైన పరశురామకోపాన్ని ప్రజ్వలింప జేసినది ఈ హైహయవంశమేను. వీరులకాలంలో అనుగురాజాదులు తమపూర్వులు చేసినపాపాలు తొలగించుకొనడానికి దేశభ్రష్టు లయినారని వీరచరిత్రకర్త చెప్పినవిషయం హైహయుల అనుస్యూతమైన న్యూనతకు అనుగుణంగానే ఉన్నది. వీరభద్రరావువారు వివరించిన కోనసీమహైహయులు. ఈపల్నాటివీరుల వర్గంలోనివారే అయి వుండవచ్చును.

వీరులకాలంనాటికి చేదిదేశపురాజధాని త్రిపుర అయినట్లు తెలుస్తున్నది. త్రిపుర రేవానదీసమీపంలో ఉన్నట్లు రేవామాహాత్మ్యంలో ఉక్తం. తమరాజధాని త్రిపురను స్మరించడానికి కాబోలు ఈ హైహయులే పల్నాటిప్రాంతాల్లో త్రిపురాపురం, త్రిపురాంతకం అనేగ్రామాలను నిర్మించి ఉంటారని అనుకొంటున్నాను. త్రిపురాపూర్ణిమ వచ్చే కార్తికమాసంలోనే పల్నాటివీరుల ఉత్సవంకూడా జరుగుతున్నది.

పల్నాటివీరచరిత్రలో హైహయులు పాలమాచాపురినుండి వచ్చినారని చెప్పబడినది. ఈపాలమాచాపురికి చేదిదేశంలో అవికృత నామమేదో నేను చెప్పజాలను. మత్స్యపురి అని వూహిస్తే అది చేదిదేశంలో వున్నదో లేదో నిశ్చయించలేను. త్రిపురకాక పాలమాచాపురికి ప్రకృతి అయిన పేరుగల మరివొకస్థలంలో కూడా వారు నివసిస్తుండి వుండవచ్చును. జంభనాపురి అని వీరచరిత్రలోనే మరియొకచోట కలదు. ఇది జబ్బల్పురమై వుండవచ్చునని అనుకొంటున్నాను. వీరచరిత్ర చంపువుగా వ్రాసిన వీరభద్రుడు జబలాపురమనే చెప్పినాడు.

ఇప్పుడు వేంకటగిరిరాజవంశానికి బ్రహ్మనాయుడిసంబంధం ఉక్తమవుతున్నది. పల్నాటియుద్ధంలో బ్రహ్మనాయుడు మొదలైనవారు ఆవిష్కరింపజేసిన శౌర్యానలం పిమ్మటకాలాన అణగి తిరిగి తద్వంశ్యులైన బొబ్బిలివీరుల్లో ప్రజ్వరిల్లింది

వెలమ—నాయుడు—రావు.

తెలుగుదేశంలో క్షాత్రసంప్రదాయాలను నిలవబెట్టిన నియోగి, వెలమ, రెడ్డి, కమ్మ, శాఖలవారిలో మనకు సన్నిహితకాలంలో శౌర్యస్థైర్యాదులను లోకోత్తరంగా వెలయించినది వెలమవారేను. ఈ వెలమలు హైహయులతో తెలుగుదేశంలో ప్రవేశించిన క్షాత్రధర్మపరాయణులని, అందువల్ల వైదేశికులని, భావిస్తే బ్రహ్మనాయుడితండ్రి దొడ్డనాయుడని దక్షిణదేశపుపేరుతో ఉండడం ప్రతిబంధకం. అనుగురాజపుత్రుల్లో ఒకరు పెరుమాళ్లరాజని పేరు వహించడం కూడా విచారణీయం. అవకాశం లేక ఆచర్చ వదలుతున్నాను. పల్నాటివీరుల కాలంలో వెలమవారికి నాయుడు, నీడు అని నామాంతాలు కనబడుతున్నవి. సంస్కృతంలోని నాయ అనే శబ్దంనుండి నాయుడు అని యేర్పడి ఉండవచ్చును.

“ श्रिणीभुवोऽनुपसर्गे (३-३-२४)

అనే సూత్రంప్రకారం నీథాతువునుండి నాయశబ్దం ఉత్పన్నమైనది. నాయ అనగా నీతి. అదిగలవాడు नायः అని, ‘भुक्ता ब्राह्मणाः’ అన్నచోట భుక్తశబ్దంవలె అది అచ్ ప్రత్యయాంతమని, భావించవచ్చును. లేదా నాయడు అనేది కేవలం దేశ్యమై ఉండవచ్చును. ఈ నాయుడుశబ్దానికి ఆకాలంలో గల గౌరవాన్నిబట్టి కమ్మ, ఈడిగ, చాకలి, మంగలి, మొదలైనశాఖలవారెందరో దాన్ని తరువాతకాలంలో తమకు చేర్చుకొన్నట్లు అనుమేయం. అయితే

ఆంధ్రులకు అలవాటైన అనుచితానుకరణధోరణిలో కర్ణాటరాజులను మహారాష్ట్రులను చూసి మంత్రి, అమాత్య, భట్ట, వర్ఝులు, మొదలైనవాటిని విడిచి బ్రాహ్మణులు రాయులు, రావులు, పంతుళ్లు, అయిన దశలో వెలమలు సయితం, తమ నాయుడుశబ్దాన్ని వదలి రావులు, నాయనింగారు అనేదాన్ని వదలి రాయనింగార్లు, అయినట్లు కనబడుతున్నది. రెడ్డిరాజులకాలంలోనే ఇది ఆరంభమైనట్లు విదితమవుతున్నా రెడ్లుమటుకు అనేకులు ఈఅనౌచిత్యానికి పాల్పడి రావులైనట్లు గోచరించదు. రెండు బేకులు బేకి మూడుసాకులు సాకమన్నట్లు అదీకావలె యిదీకావలెనని కొందరు రావుపంతుళ్లు, అయ్యపంతుళ్లు, అయిన విధాన ఈవెలమలలో కొందరు రావునాయుళ్లు కూడా అయినారని విదితం. ఈరావు అనేది యిప్పుడు మిక్కిలి దుర్వినియోగం చేయబడుతున్నది. కొన్నివంశవర్గాలను వేరుపరచి తెలపడమే నామాంతాల యొక్క ప్రయోజనం. కనుకనే ఇంగ్లాండు మొదలైన అభారతీయదేశాల్లోసయితం నామాంతాలు వంశవర్గాలనే తెలుపుతున్నవి. పిళ్ల, మొదలియార్, అయ్యర్, అయ్యంగార్, మొదలైననామాంతాలు దక్షిణదేశంలోను,సర్కార్, బెనర్జీ,ముఖర్జీ, మొదలైనవి వుత్తరభారతంలోను శాఖలను తెలపడంవల్ల ప్రయోజనవంతమై చరితార్థ మవుతున్నవి. లేదా వీటికి ఫలమేలేక అజాగళస్తనాలు కాగలవు. బ్రాహ్మణులు, కోమటి, కమ్మ, వెలమ, చాకలి, కుమ్మరి, మంగలి, బోయ, యానాది మొదలైనశాఖలవా రందరు తోచినట్లు రావుశబ్దం అనాలోచితంగా తగిలించుకొంటున్నారు. కనుక రావు ఇప్పుడు అర్థంలేనిదై పనికిమాలినదై పోయినది. ఇది తెలుగుదేశపు అవివేకాల్లో ఒకటి అని భావిస్తున్నాను. తెలుగుదేశంలో సర్వవర్ణసాధారణమైన అయ్యా, అన్నలవలె, యీరావునుకూడా అంగీకరించగూడదా అని అంటే దేశీయమైన అయ్య, అన్నలు ఉండగా పరదేశస్థులరావును స్వీకరించడం అప్రశస్తమని, ప్రయోజనం లేకుండా స్వీయంవదలి పరకీయానికి చేతులు

చాచడం చిల్లరపని అని, వాటికితోడు ఇది ఒకటి అని చెప్పితే అనావశ్యకం గనుక కల్పనాగౌరవ మనేదోషం సంభవిస్తుందని, అయ్య అన్నలలోకంటె రావులో విశేష మేమిలేదని చెప్పుతున్నాను వేంకటరామన్ సూర్యనారాయణ భాగవతర్ రాధాకృష్ణన్ అని ఈతీరున ఆంధ్రుల అరవనామాంతాల అనుచితత్వం కూడా ఇట్లానే వ్యాఖ్యేయమని చెప్పుతున్నాను. తెలుగుదేశంలో చాలాకాలంనుండి కొన్ని దురాచారాలు ఉన్నమాట యథార్థం. అయ్య, అన్న, అమ్మ, అక్కలకు అసమంజసంగా ఇకారాంతాలమీద, త్ర్యధికాక్షర సంస్కృతశబ్దాల మీదకూడా, సంధిచేసి ఆపేర్లను చప్పబడవేయడం, గోరుచుట్టుపైన రోకటిపోటన్నట్లు పురుషులు సీతయ్య, లక్ష్మయ్య, అంబయ్య, అని ఈతీరున ఆడపేర్లు పెట్టుకొనడం; స్త్రీలు రామమ్మ, హనుమమ్మ, శంకరమ్మ, సూరమ్మ, రాఘవమ్మ,అని ఈతీరున మగపేర్లు పెట్టుకొనడం; రామనాథం విశ్వనాథం ఇట్లా కొన్నిపేర్లు ద్వితీయాంతంగా ఉండడం తరుచుగా వుపలబ్ధ మవుతున్నవి. అయ్య,అమ్మ, మొదలైనవాటికి దాక్షిణాత్యుల్లోవలె గౌరవార్థం గారు వారు అని చేర్చి వాటిని పేర్లతో కలపకుండా మీనాక్షి అమ్మగారు మీనాక్షి అమ్మవారు విశ్వనాథ అయ్యగారు, రామస్వామిఅయ్యవారు అని యిట్లా ఈతీరున ప్రయోగించడం వుచితం. దురాచారాలు తొలగించుకొనడం సదాచారాలు స్వీకరించడం ఆవశ్యకమే అయినా వివిధదేశసంప్రదాయాల పరిజ్ఞానం,స్వసంప్రదాయానుభవం వుండి వివేకంతో ఆపని చేయవలసివుంటుంది. గాంధి, గోక్లే, తిలక్, మొదలైనపేర్లవలె వంశసూచకంగా వుండడం వుచితమని కాబోలు కొందరు పేర్లను పొడి అక్షరాలుచేసి వేపప్రభృతుల వలె యింటిపేర్లతో వ్యవహరింపబడుతున్నారు. వంశసంప్రదాయాభిరతిని తెలిపే యీమార్గం ఉపాదేయమేను ఇంటిపేర్లను పొడి అక్షరాలుచేసి పేర్లకు అయోమయత్వం కల్పించడంకంటె ఈ మార్గం ప్రశస్తం. తిక్కనాదులవలె యింటిపేరు పూర్తిగా మాని

వేస్తే మానివేయవచ్చును. పొడిఅక్షరాలు చేయదలిస్తే పేర్లను మట్టుకే క్లుప్తంచేయడం మంచిది. లేదా పేరు ఇంటిపేరు అన్నీ వుదాహరిస్తే మేలేను అనపాయమైన గౌరవసూచకమైన పూర్వసంప్రదాయాలను వదలిపెట్టడం యేదేశంలోనైనా అవివేకసూచకం అనర్థహేతువు కాగలదు. ఒక్కొక్కశాఖ, ఒక్కొకవంశం తన వుపాదేయసంప్రదాయాలను,ఆజాతి నాగరకతారాశికి కొంతచేర్చి లోకకల్యాణహేతువగుతున్నది. ఆనుషంగికంగా వచ్చిన యీవిచారణ యిక చాలిస్తాను.

బ్రహ్మనాయుడికి ఇతడితల్లిపేర శీలం బ్రహ్మనాయుడని పల్నాటిలో వ్యవహారం కలదు. కాని శీలం అనే యింటిపేరు వెలమశాఖకు చెందని నాయుడుశబ్దవాచ్యుల్లో కూడా కనబడుతున్నది. గౌరవార్థం వీరియింటిపేరు స్వీకరించారని అనుకొనవచ్చును. మతదీక్షకోసం మీరాబాయివలె అనేకక్లేశాలకోర్చి యిష్టదైవమైన మద్దులేటిస్వామికి అధీన అయి చివరకు బాధపెట్టిన అత్తమామ మొదలైనవారినికూడా తనపక్షానికి తిప్పుకొనగలిగిన చిన్నఅమ్మవారు శీలంవారియింటి ఆడబిడ్డేను.

ప్రస్తావవశానవచ్చిన యీ అంశాలనువదలి ప్రకృతానికి వస్తాను. పల్నాటివీరచరిత్రవంటివే కాటంరాజుకథ మొదలైన వీరగీతాలు ఇతిహాససంబంధాలు మరికొన్ని కలవు. కాటంరాజుకథకూడా శ్రీనాథ రచితమని ప్రతీతి కలదు. ఇవి దేశప్రభువులకు వారితో సంపర్కంగల వీరపురుషులకు సంబంధించిన యుద్ధాదులను తెలుపుతున్నవి. అవి ఇతిహాసజ్ఞానానికి సాధనమైన మూలగ్రంథాల్లో చేరినవై వున్నవి

"आन्ध्राणामेव काले तु बहवो म्लेच्छवंशजाः
सिन्धुतीर्त्वाभियास्यन्ति भारतश्रीजिघृक्षया"

(क. रा.)

(ఆంధ్రులకాలాన్నే అనేకులు మ్లేచ్ఛవంశజులు భారతశ్రీని ఆపేక్షించి సింధునదిని దాటివస్తారు.) అని పురాణకర్త ఖేదపడ్డట్లు మ్లేచ్ఛజాతులు భారతవర్షాన్ని ఆక్రమించినకాలంలో అస్తమించే సూర్యుడివలె భారతీయపరాక్రమం ఒక్కసారి దిక్తటాలను మహాతేజః ప్రదీప్తం జేసింది. ఆపరాక్రమావిష్కరణంలో యేసందర్భంలో నైతేనేమి ఆంధ్రదేశం తక్కినదేశాలకు తీసిపోనివిధాన ప్రవర్తించింది. కాటంరాజు చరిత్రం వంటి వీరగీతాలు ఆవృత్తాంతాన్ని వ్యక్తపరుస్తున్నవి. జిజ్ఞాసువులైన ఐతిహాసికులకు విజ్ఞానసాధనాలై భారతీయవీరత్వప్రవృత్తి విశేషాలను ప్రదర్శించే ఈ వీరగీతాలు ఉపాదేయమని చెప్పి ఈవిచారణ విస్తరభీతిచేత ముగిస్తున్నాను. నృత్త (లాస్యతాండవ) ప్రాముఖ్యం కలిగి జంపె, త్రిపుట, రగడ, చంద్రిక మొదలైన దేశ్యగీతవైఖరులతో అర్థోక్తులతో సముదాయ గానవిధానంతో, అత్యంతం వినోదహేతువులైన యక్ష గానప్రయోగాలను విస్మరించడంవల్ల ఆంధ్రుల ఒకవిశిష్ట సంప్రదాయానికి క్షతియే గాక అపేక్ష్యవినోదక్రమవినాశమనే అనర్థం గూడా ఆపతిత మవుతున్నది గనుక విక్రమోత్తేజకాలైన వీరగీతాలతోపాటు అవికూడా మనకు రక్షణీయమని ఆనుషంగికంగా చెప్పి వేరేఅంశానికి వస్తాను.

మాచర్ల చెన్నకేశవస్వామి ఆలయం.

దీనిని బ్రహ్మనాయుడు నిర్మించాడని పరంపరంగా చెప్పుతున్నారు. దీనికి దానంచేసినవారిలో వెంకటగిరి వెలుగోటి రాజవంశపు స్త్రీ ఒకరని అక్కడి శాసనంవల్ల తెలుస్తున్నది. ఇది ఒకప్పుడు బహుభాగవతమహితమై వుండవచ్చును. కాని యిప్పుడు ఉత్సవసమయాల్లో తప్ప తక్కిన రోజుల్లో పూజాదర్శనాలకు వచ్చేజనులసంఖ్య మిక్కిలి స్వల్పం.

మతం—దేవాలయం.

దేవుడొకడున్నాడని ప్రత్యయంలేని తత్త్వజిజ్ఞాసువులు కొందరుండవచ్చును. వారు సాధారణంగా శమదమాది సంపత్తిగలవారై ఆత్మవంతులై వుంటారు గనుక వారివల్ల లోకధర్మవిప్లవం సంభవించజాలదు. అయితే అట్లాటిస్పృహణీయగుణసంపద మామూలుప్రజల్లో వుండగలగడం అరుదు గనుక నాస్తికత సాధారణజనుల్లో హింసలు, కలహాలు, పరధనాపహరణాదులు, విషయలోలత మొదలయిన హేయలక్షణాలకే ప్రేరకంకాగలదు కనుక నాస్తికత యేదేశంలోగాని సాధారణజనులకు మతంగా వుండడానికి అర్హమయినది కాదు. తత్త్వజిజ్ఞాస లేతీరుగా ప్రవర్తిల్లినా రష్యా మొదలయినదేశాల్లో నాస్తికత యేమార్గంలో నడుస్తున్నా దైవభక్తి ముఖ్యలక్షణంగా గలమతంయొక్క ఆవశ్యకత లోకసంగ్రహానికి అనివార్య మవుతున్నది. మానవులయందలి హేయగుణాలను చంపి అభ్యుదయప్రదమయిన కల్యాణగుణాలు వర్ధిల్లజేసి అందు గుప్తమయివున్న దైవత్వాన్ని ప్రస్ఫుటం జేయడమే మతంయొక్క ప్రకృష్టప్రయోజనం. చిహ్నధారణాదిబాహ్యలక్షణాలే మతంకావు గాని యేమీలేకుండా వుండడంకంటె అవి కొంత మేలనవచ్చును. యేదశయందైనా యెప్పటికైనా అవి వాటికి సమీపానవున్న శ్రేయః పథాన్ని చూపించవచ్చును. కొందరు తమ దుష్టచిత్తవృత్తులను కప్పిపుచ్చి లోకాన్ని వంచించడానికి బాహ్యలక్షణాలను ధరిస్తుండడం సత్యం. అయితే అది మతంయొక్క మిథ్యాయోగం. అంతమాత్రంచేత మతం దుష్టం కాజాలదు. మిథ్యాయోగంయొక్క నింద్యతను వస్తువునకు ఆరోపించడం అనుచితం గదా. ఈ దేవాలయాలు ప్రజలకు సమాగమస్థానాలని నేను భావిస్తున్నాను. ధనాదులచేత ప్రవేశం నియమితమై ప్రాకృతక్రీడాసుఖాలకోసం చేరే పాశ్చాత్యుల క్లబ్బులవలె గాక మన దేవాలయాలు నిర్ధనులకు సైతం నిరవధికంగా ప్రవేశం ప్రసాదిస్తున్నవి.

" निरवधिजनताविश्रमार्हावकाशं............

युवयोराहुरास्थानरत्नम् " [श्री. गु]

మీ ఆస్థానరత్నం మితిలేని జనసమూహంయొక్క విశ్రమానికి అర్హమైన అవకాశం గలది అని అంటారు.) అని పరాశరభట్టు శ్రీవిష్ణుసభను వర్ణిస్తూ చెప్పినమాటల్లో పై అభిప్రాయంకూడా గర్భితమని వ్యాఖ్య చేయవచ్చును.

ఈ ఆలయాలు అక్కడ కొంచెంసేపైనా కూర్చుండవలెనని ఉత్తమధర్మాలను గురించి చింతించవలెనని వినేయులను ఉన్ముఖులను చేస్తున్నవి. భారతీయదేవాలయాల్లో ఆనందం, వినోదం, జిహ్వాతృప్తికూడా ఉపలబ్ధ మవుతున్నవి. అయితే అవి దైవనివేదితం కావడంవల్ల వాటికి ఉండగల మాలిన్యాన్ని వదలుతున్నవి. దేవాలయం మతానికి ప్రధానావాసం. మతంయొక్క సింహాసనస్థానంగాను తత్త్వజిజ్ఞాసాచోదకంగాను ఉండడమే కాక దేవాలయం సౌందర్యం గానం శిల్పం కవిత మొదలైనవాటికి సమావేశస్థానంగా కనబడుతున్నది. లోకంయొక్క సర్వసమృద్ధి, కమనీయత, శ్రీ, లక్ష్మి అనేనామాలతో లోకస్థితికారకుడైన విష్ణువుకు హృదయాసాదితంగా ఆరాధించబడడం, మాన్యత, శుభత, సాధ్వీత, ఆర్య, సర్వమంగళ, సతి, అనేపేర్లతో పరమశివుడి దేహంలో ఒకభాగంగా అర్పితం కావడం, భావకచేతస్సులకు వికాసం కలిగించక మానవు. ధనుర్దాసుడికి తన నత్యంతం ఆకర్షించినభార్యకంటె భగవంతు డెక్కువ మనోజ్ఞతతో గోచరించడం, ఆముక్తమాల్యద (గోదఆండాళ్), వేదవల్లి, పాదుషాపుత్రి మానుష్యాకృతులు నిరసించి భగవంతుడి వదనానికి మౌగ్ధ్యంతో పరతంత్రలు కావడం, వైష్ణవుల దివ్యసౌందర్యభావనయొక్క స్వరూపాన్ని కొంతవరకైనా తెలుపగలవు. మధురసమీపంలోవున్న స్వామయవిష్ణువు సుందరరాజు (అళగర్). सुन्दरः, मनोहरः [म. पि]

సాధకులు విష్ణువును ఆరాధిస్తున్నారు. శైవుల్లో కూడా ఇట్లాటి భావన ప్రసిద్ధం. శాక్తుల్లో ఒకప్రధానశాఖకు దేవత త్రిపురసుందరి. మధురలో మీనాక్షీప్రియుడైన శివుడు సుందరేశ్వరుడు. తామ్రపర్ణీ తీరాన కైలాసనాథుడు సౌందర్యవల్లీవల్లభుడు. కామాక్షి, కోమలవల్లి, సుగంధికుంతల, కాంతిమతి అని ఈతీరున దక్షిణదేశంలో వెలసిన మాంగల్యదేవతలు ఈసౌందర్యాంశను వ్యక్తం చేస్తున్నారు.

"त्वदीयं सौन्दर्यं तुहिनगिरिकन्ये तुलयितुम्"

(ఓ తుహినగిరికన్యా నీసౌందర్యాన్ని పోల్చడానికి)

అని

"तनोतु क्षेमं नस्तव वदनसौन्दर्यलहरीपरीवाहस्रोतस्सरणिरिव सीमन्तसरणिः ।"

(నీవదనసౌందర్యప్రవాహంయొక్క అలుగుకు కాల్వవలె ఉన్న సీమంతమార్గం మాకు క్షేమంకలిగించును గాక) అని శంకరాచార్యులు శ్రీచక్రాధిదేవతయందు,

1 "श्रीरङ्गहर्म्याङ्गणकनकलते"

2 "श्रीरङ्गेश्वरगेहलक्ष्मि"

3 "सौन्दर्यामृतसेकशीतलमिदं लावण्यसूत्रार्पितम्"

4 "प्रकृतिमधुरं गात्रं जागर्ति मुग्धविभूषणैः"

5 "श्रीरङ्गधाममणिमञ्जरि"

1. శ్రీరంగవిమానాంగణమందలి కనకలతా.

2. శ్రీరంగేశ్వరగేహలక్ష్మీ.

3. సౌందర్యామృతం చల్లడంచేత శీతలమైనది లావణ్యసూత్రార్పితమైనది అయి నీకోమలాంగకుసుమాల-కూర్పు శ్రీరంగేశ్వరీ.

4. స్వభావమధురమైనగాత్రం (శ్రీరంగనాయికా) మనోజ్ఞభూష ణాలచేత ప్రకాశిస్తున్నది.

5. శ్రీరంగవిమానమణిమంజరీ.

అని పరాశరభట్టు శ్రీరంగనాయికయందు,

या सौन्दर्यधुनीतरङ्गततिषु व्यालोलहंसायते ॥ [मू.]

[సౌందర్యనదీతరంగాలయందు హంసవలె ఉండే (స్మితం)]

అని పంచశతికారుడు కామాక్షియందు

सहस्ररतिसौन्दर्यशरीरीरायै ॥

[సహస్రరతి సౌందర్యశరీర అయినదేవికి (నమస్సు)]

అని ఉపాసకులు లలితయందు విషయాస్పృష్టమైన ఈ దివ్య సౌందర్యాన్నే దర్శించారని వ్యక్తం. దక్షిణదేశపు శైవవైష్ణవమత సంప్రదాయాల్లో దివ్యసౌందర్యం స్ఫుటాంశంగా పరిగణిత మవుతున్న దని స్పష్టం. శాక్తుల్లో ఇది ప్రసిద్ధమే గనుక వివరించవలసినపని లేదు. ఇంతేకాక దేవాలయాల్లో శిల్పాలంకరణాల ప్రత్యక్షసౌందర్యం ప్రకటం. దేవాలయంలో స్త్రీచిత్రాన్ని యతి కౌగిలించుకొన్నాడని కళాపూర్ణోదయాష్టమాశ్వాసంలో చెప్పిన పింగళిసూరన ఈ శిల్ప మనోజ్ఞతనే తెలిపినాడు. ప్రఖ్యాతగాయనులు తమకౌశలాన్ని దేవా లయాల్లో పవిత్రపరుస్తుండినట్లు విదిత మవుతున్నది.

ततः प्रविशति वीणां वादयन्ती ॥ [नागा]

[అంతట వీణవాయిస్తూ (మలయవతి) ప్రవేశిస్తున్నది.]

అనే పఙ్క్తుల్లో మలయవతి మలయపర్వతమందలి దేవాల యంలో గానం చేస్తుండినదని శ్రీహర్షుడు తెలుపుతున్నాడు.

గోకర్ణనిలయుడైన శివుణ్ణి వీణాగానంతో సేవించడానికి నారదుడు పోతుండినట్లు

अथ रोधसि दक्षिणोदधेः श्रितगोकर्णनिकेतमीश्वरम्
उपवीणयितुं ययौ......
[रघु]

(గోకర్ణక్షేత్రంలో వున్న యీశ్వరుణ్ణి వీణతో కీర్తించడానికి నారదుడు పోయినాడు.)

అనేవాక్యాల్లో కాళిదాసు తెలుపుతున్నాడు. దేవాలయాల్లో వున్న సీతారామాదులప్రతిమలు మూర్తమైన వాల్మీకి భావసృష్టే నని అనవచ్చును. గీతాదాత పార్థసారథి, వ్యాసుడు చిత్రించినట్లే గోచరిస్తున్నాడు. సర్వాంకుశ అయిన, జగన్నియంత్రియొక్క కరాళస్వరూపానికి దృష్టినిమరల్చి మానుషచిత్తవృత్తులకు ఒకవిధంగా పరిణతి కలిగించే భీభత్సభయానకాల నిష్పత్తికి సాధనాలైన కొన్ని దేవాలయాలు కలవు. దివ్యకవితాప్రయోగస్థానాలుగా కూడా దేవాలయాలు నాకు గోచరిస్తుంటవి.

दयावत्या दत्तं द्रविडशिशुरास्वाद्य तव यत् ।
कवीनां प्रौढानामजनि कमनीयः कवयिता ॥
[सौं]

[దయావతివి నీవిచ్చిన స్తన్యం తాగి ద్రవిడశిశువు ప్రౌఢకవుల్లో కమనీయకవి అయినాడు]

అని శ్రీశంకరాచార్యులు,

त्वत्प्रेयसः श्रवणयोरमृतायमानां तुल्यां त्वदीयमणिनूपुरशिञ्जितेन ।
गोदे त्वमेव जननि त्वदभिष्टवार्हां वाचं प्रसन्नमधुरां मम संविधेहि ॥
[गो]

(ఓ గోదాదేవీ! తల్లీ! నీప్రియుడిచెవులకు అమృతంవంటిది, నీమణినూపురశింజితంతో సమానమైనది, ప్రసన్నమధురమైనది, నిన్ను స్తుతిం

చడానికి అర్హమైనది అయిన వాక్కును నీవే నాకు కలిగేటట్లు చేయ వలసినది.)

అని వేదాంతదేశికులును

कवित्वश्रीकन्दः [मू.]

[కవిత్వవైభవకందం (అయిన కామాక్షి)]

అని మూకుడు

सूक्तिं समग्रयतु नस्स्वयमेव लक्ष्मीः ।
श्रीरङ्गराजमहिषी मधुरैः कटाक्षैः ॥

(శ్రీరంగరాజమహిషి లక్ష్మి స్వయంగానే మధురకటాక్షాలచేత మంచివాక్కును మాకు సమగ్రం చేయునుగాక)

అని శ్రీ గుణరత్నకోశకారులు ఈదివ్యకవితను స్మరిస్తున్నారు.

कलानिधिः काव्यकला रसज्ञा रसशेवधिः ॥ [ल. स]

(కళానిధి, కావ్యకళ, రసజ్ఞ, రసనిధి)

అని లలితను కావ్యకళగా ఉపాసించేసాధకులు ఈ దివ్యకవితనే సూచిస్తున్నారు.

పద్మపురాణకర్త దుఃఖించినట్లు ఆశ్రమాలు యవనధ్వస్తాలు కాగా మీమాంసకుల కర్మవాదపాటవం దేశంలో క్షీణించగా విజ్ఞానపీఠం అరణ్యాలను వదలి ఆలయాలకు మరలినట్లు కనబడుతున్నది. ఇంతేకాక భారతవర్షమందలి మతసంరక్షకు లెందరో దేవాలయాలతో సంబంధించివున్నారు.

వ్యాసుడు అగస్త్యుడు దేవాలయాలతో సంబద్ధులై ఉన్నారని కాశీఖండం చెప్పుతున్నది. మహాభాష్యకర్త పతంజలి చిదంబరక్షేత్రంలో ప్రవచించినట్లు వృద్ధవ్యవహారం కలదు. శ్రీరామానుజా

చార్యుల ఆవిర్భావానికి తిరువల్లిక్కేణి పార్థసారధి కృపావిశేషం ప్రేరకమని సంప్రదాయజ్ఞులు చెప్పుతున్నారు. బౌద్ధతర్కాలకు అడ్డుకట్ట వేసి వైదికమతాన్ని కాపాడిన మహావిజ్ఞానసంపన్నుడు కుసుమాంజలి కర్త ఉదయనాచార్యులు పురుషోత్తమ (జగన్నాథ) క్షేత్రాన్ని సేవిస్తుండినట్లు విదిత మవుతున్నది.

ऐश्वर्यमदमत्तोऽसि मामवज्ञाय वर्तसे ।
उपस्थितेषु बौद्धेषु मदधीना तव स्थितिः ॥

[ఐశ్వర్యమదమత్తుడవై నన్నవమానపరచి వర్తిస్తున్నావు. బౌద్ధులు దగ్గరకు వచ్చినప్పుడు నీస్థితి నాచేతులో వుంటుంది. (అంటే నాస్తికులవాదాలను నాతర్కంతో ఖండించి ఈశ్వరసద్భావాన్ని నేను సమర్థించవలసి ఉంటుంది).

అని ఒకప్పుడు ఉదయనాచార్యులవారు పురుషోత్తమదేవుణ్ణి ఉద్దేశించి పలికినట్లు ప్రతీతి కలదు.

श्रीरङ्गे शरदश्शतं...युष्मत्पादसरोरुहान्तररजः स्याम ॥ [श्रीगु]

[శ్రీరంగక్షేత్రంలో నూరేండ్లు (దాస్యరసికమైన ఉత్కృష్టసమృద్ధిని అనుభవించి) నీపాదాలనే కమలాలమధ్య రేణువు అగుదుము గాక] అని శ్రీరంగంలో నూరుసంవత్సరాలవునికిని పరాశరభట్టు అభిలషించాడు.

మాచర్ల చెన్నకేశవస్వామి అనుగ్రహం బాలచంద్రజన్మకారణమని వీరచరిత్ర తెలుపుతున్నది.

శ్రీరంగం శ్రీవిల్లిపుత్తూరువంటిచోట్ల దేవాలయాల్లో వైష్ణవ సంప్రదాయాలు వికసించినవి. కులశేఖరుడు విష్ణుచిత్తుడు మొదలైన మునిశ్రేష్ఠులు విద్వాంసులు ఆక్షేత్రాల్లో వర్ధిల్లినారు.

దేవాలయాలయొక్క జీవద్దశ, సమృద్ధి, దేశమందలి ప్రజలమత పరాయణత్వదార్ఢ్యానికి చిహ్నాలని చెప్పవచ్చును మతమంటే పట్టీపట్టక అది యెప్పుడో ఒకప్పుడు యెదటివాండ్ల తృప్తికై అవలంబించే లాంఛనంగా మారిన మనుష్యుల్లో లఘుచేతస్కత్వం, భీరుత్వంతో కూడిన అధర్మలాలసత్వం,జీవితవిధానమందు పశుతుల్యత,ఆపతితం గాక మానవు. తెలుగుదేశంలో కొన్నిచోట్ల దేవాలయాలు పిల్లకాయలకు క్రీడాభూములుగాను తుంటరులకు సమావేశస్థలాలుగాను మారడం నేనెరుగుదును.

దక్షిణభారతంలో ఆళ్వారులు నయినారులు యామున రామానుజులు మొదలైనవారివలె, ఉత్తరభారతంలో చైతన్యప్రభృతులవలె ప్రజలమధ్య మతధర్మాలను ప్రవచించి ప్రత్యక్షంగా ఆచరణాదులచేత ఉద్బోధం కలిగించిన ఆచార్యులు అంతగా లేకపోవడమే ఈదుర్దశకు హేతువై ఉండవచ్చును. వల్లభనింబార్కులవంటి ఉత్కృష్టపురుషులు పుట్టికూడా తమతేజః ప్రవచనాలను మనకు ప్రసాదించక ఆంధ్రేతర దేశాల్లో తమజీవితం గడపడం మనదురదృష్టమే నని అనుకొనవచ్చును. కాకతీయులకాలానవచ్చిన కాలాముఖశైవాచార్యులు, విజయనగర కర్ణాటరాజులు పంపిన వైష్ణవాచార్యులు, ఆవశ్యకమయినంతగా మతవిజ్ఞానాన్ని ప్రజల్లో ప్రతిష్ఠితం చేయలేదు అక్కడక్కడ అప్పుడప్పుడూ వున్న ఒకరిద్దరు రామదాస నారాయణతీర్థులంటి భక్తులవల్ల తగినంతపని జరుగలేదు. ఆంధ్రదేశపు హద్దులలోవున్న వేంకటాచలాలయంకూడా అనాంధ్రులైన మహంతులచేతుల్లో వున్నది.

అదిగాక ద్రావిడుల ప్రాబల్యంవల్ల తిరుమల తిరుపతి అనే అరవపేర్లు దానికి ప్రధానంగా యేర్పడినవి. అహోబలక్షేత్రంలోగూడా ద్రావిడుల ప్రాబల్యమే దృష్టమవుతున్నది. పురాణాల్లోనేకాక భవభూతి బాణుడు, శ్రీహర్షుడు ఇట్లాటి ప్రాచీనభారతీయ విజ్ఞులకృతుల్లో సైతం

ప్రస్తావించబడిన మన శ్రీశైలక్షేత్రాన్ని గురించి తగినంత శ్రద్ధవహించక వుదాసీనులంగా వున్నాము. ప్రస్తుతదీనస్థితికి కారణాలేవైనా మేలుకొని మనదేవాలయాల శోచనీయదశను తెలిసికొనడం మనకు కర్తవ్యమని చెప్పి ఈవిచారణ ముగిస్తాను.

మాచర్ల చెన్నకేశవస్వామి ఆలయపు ప్రాకారంలోపల శివుడిగుడివున్నది. ఇది ఉత్తరహరివంశాదుల్లో ప్రతిపాదితమై శంకరాదులచేతఅనుష్ఠించబడి స్మార్తులకు అపేక్ష్యమైన హరిహరారాధనకు ద్యోతకమని తోచవచ్చును గాని నెల్లూరు మొదలైనచోట్లను దక్షిణంలో కొన్నిస్థలాల్లోమవలె హరిహరాలయాలు వేరుగా ఉండండంవల్ల విప్రతిపత్తి కనబడుతున్నది.

विष्णोर्नाभेस्समुद्भूतो वेधाः कमलजस्ततः ।
विष्णुरेवेश इत्याहुर्लोके भागवता जनाः ॥
शिवस्य पादावन्वेष्टुं शार्ङ्गधर[illegible]; ।
ईशो न विष्णुरित्याहुश्शैवा अगममानिनः ॥ [पद्म]

(విష్ణువుయొక్క నాభియందు బ్రహ్మపుట్టినాడు కనుక విష్ణువే దేవుడు అని లోకంలో భాగవతు లంటారు.)

(శివుడిపాదాలను వెతకడానికి విష్ణువు అశక్తుడైనాడు కనుక శివుడు దేవుడు, విష్ణువు కాడు అని ఆగమమానులైన శైవులు చెప్పుతారు.)

అని శ్రీవిద్యారణ్యులు తెలిపినట్లు విష్ణువుకు విముఖులయ్యే వీరశైవులు శివనామం చెవులబడనీయని వీరవైష్ణవులు ప్రబలనికాలంలో వైష్ణవులు శివుణ్ణి శైవులు విష్ణువును అంగంగా ఆరాధిస్తుండిన మార్గానికి ఇది చిహ్నమని అనుమానించవచ్చును. శైవుడైన లీలాశుకుడు హరిప్రియుడుకావడం, ఇల్లాటి ప్రవృత్తియొక్క ఫలమేనని అనుకొనవచ్చును.

శరీరాన్ని బుద్ధిని దహించి జాడ్యం, మాంద్యం, మొదలయిన తమోగుణాలను పెంచే కారపుముద్దలు అధికంగా తినడంలోగాని, ఆరోగ్యప్రదం కాక కేశాదులకు పారుష్యం గలిగించే కటికిస్నానం సాధారణంగా ఆచరించడంలో గాని, అంతఃకచ్ఛం లేకుండా, ఒక్కొక్కప్పుడు కటిప్రదేశాలనుకూడా కనబరుస్తూ వీధుల్లో వెంట అప్పుడప్పుడూ నాకుతూ ఉండే గోచీలతో, వస్త్రం ధరించడంలోగాని పల్నాడు తక్కిన ఆంధ్ర దేశంవలెనే వున్నా

कक्षाबन्धं विदधति न ये सर्वदैवाविशुद्धाः । [विक्र १८–९७]

మొలతాడుధరించక యెప్పుడూ అశుచిగా వుంటారు

అని బిల్హణుడు గుజరాతీలను దూషించినట్లు పల్నాటిసీమ వారిని శ్రీనాథుడు విశేషించి నిందించాడు జొన్నల సజ్జల అన్నం, తేళ్లు, పాములు, రాళ్లు, మొదలయినవి యితడినిందకు విషయాలని విదితం. పాములేమో కాని తేళ్లుమటుకు పిన్నలి (అప్పకవి పింగళి) వంటిచోట్ల యెక్కువగా వున్నమాట వాస్తవం. జొన్నలు సజ్జలు దార్ఢ్యప్రదం గనుక దూష్యం కావు. సారవంతమయి శరీరపాటవం కలిగించి దేశానికి బలసమృద్ధిని సమకూర్చే ఆహారం దూష్య మనుకొనడం గొప్ప అవివేకం అందులో మరబియ్యపు అన్నం తిని నీరసులయివున్న యిప్పటివా రెవరయినా ఆమాటలు విని సంతోషిస్తే అది అత్యంతం మతిమాలినపనే కాగలదు. తక్కినవి అసంగతాలు పాటించదగనివి కనుక విచారించక వదలుతున్నాను. కొన్ని శ్రీనాథుడివి వుంటే మరి కొన్ని బహుశః పిమ్మటివారు రచించి అతడికి తగిలించి వుండవచ్చును. ఇతడి విద్యాప్రావీణ్యాన్ని కనుగొని ఆదరించగలిగిన ప్రభువులు, విద్వాంసులు అక్కడ అంతగా లేకపోవడం కారణమై ఉండవచ్చును. లేదా

యిప్పటికంటె కొంచె మెక్కువ దుర్దశలో వుండివుండవచ్చును. ఆ పద్యాలు ప్రథమభూమికలో ద్రష్టవ్యం.

పల్నాడు.

...समासादिताश्चर्यमन्त्रसिद्धिप्रभावा श्रीपर्वते कापालिकव्रतं धारयति ।
[मालती]

[(ఆసౌదామిని) ఆశ్చర్యమంత్రసిద్ధిప్రభావం పొంది (ఇప్పుడు) శ్రీశైలంలో కాపాలికవ్రతం ధరిస్తున్నది.)]

అని భవభూతిచేత

सकलप्रणयिमनोरथसिद्धिश्रीपर्वतो हर्षः । [हर्ष]

श्रीपर्वताश्चर्यवार्तासहस्राभिज्ञेन । [का]

[సకలార్థుల మనోరథసిద్ధికి శ్రీశైలం (మల్లికార్జున నివాసభూమి) అయిన హర్షుడు.]

అని

(శ్రీశైలాన్ని గురించి అనేకాశ్చర్యవార్తలను తెలిసిన)

అని బాణుడిచేత

अद्य किल भर्ता श्रीपर्वतादागतस्य श्रीखण्डदासनामधेयस्य धार्मिकस्य सकाशात् । [रत्ना]

(ఈనాడు రాజు శ్రీశైలంనుండి వచ్చిన శ్రీఖండదాసుడనే ధార్మికుడి వద్దనుండి)

అని హర్షుడిచేత ప్రస్తావించబడి

శైవులు పవిత్రంగా గణించే కాశి, ఉజ్జయిని, కేదారం మొదలైన ద్వాదశమహాక్షేత్రాల్లో అన్యతమమైన శ్రీశైలాన్ని ఆనుకొని

కృష్ణానదీతీరాన ఈపల్నాడు ఉన్నది. భారతవర్షేతిహాసంలో ప్రసిద్ధుడై సాతవాహనమంత్రి అయిన గుణాఢ్యుడు కథాసరిత్సాగరంలో

तस्य नागार्जुनो नाम बोधिसत्त्वांशसम्भवः
दयालुर्दानशीलश्च मन्त्री विज्ञानवानभूत् ।
यः सर्वौषधियुक्तिज्ञश्चक्रे सिद्धरसायनं
आत्मानं च राजानं विजरंचिरजीवितम् ॥ [कथा. रत्न ७]

[అతడికి (చిరాయువనే రాజుకు) నాగార్జునుడని బోధిసత్త్వాంశ సంభవుడైన మంత్రి వుండినాడు. ఆయన దయాళువు, దానశీలుడు, విజ్ఞానవంతుడు. అతడు సర్వౌషధియోగజ్ఞుడై రసాయనమహిమచేత తనను ఆరాజును ముసలితనంలేకుండా చిరాయువులుగా వుండేటట్లు చేశాడు.]

అనే పద్యాల్లో ప్రశంసించిన బౌద్ధమతాచార్యుడు నాగార్జునుడు నివసిస్తుండబట్టి కాబోలు నాగార్జునకొండ అని పేరువహించిన ప్రదేశం పల్నాటిసీమలోనే వున్నది. నాగార్జునకొండ ఉన్నప్రదేశం ఇప్పుడు రాజకీయులు తవ్విస్తున్నారు. అక్కడ పురాతనవస్తువిశేషాలు గణనీయమైనవి కొన్ని కనపడ్డట్లు తెలుస్తున్నది. విశ్వబ్రాహ్మణులను యాచించే గుంజలవారి ప్రశంసలవలన విదితమయ్యే ఆంధ్రశిల్పనివాసభూమి పెందోట పల్నాటిలోనే ఉన్నది.

ఒకప్పుడు మహావీరులకు క్షేత్రమైన పల్నాడు ఈ మధ్యకాలంలో లక్ష్మీ అమ్మవారి మహత్త్వాన్ని ప్రదర్శించ గలిగింది. కటికికుటుంబపు కోడలిక్లేశాలన్నీ అనుభవించి ప్రాణాలు విడిచేసమయంలోకూడా చంపుతున్న భర్తహస్తపు కరుణాస్పర్శను అభిలషించిన యీ సాధ్వి స్థానం దుర్గి. ఈమె కమ్మవంశానికి చెందినది. తండ్రి దిగుమర్తి ముసలప్పనాయుడు. ఆంగ్లకవిబిఖల్లోను స్మరింపజేసే చిరుమామిళ్ల వెంకా

నాయుడు లింగాపురనివాసి ఈమె భర్త ధర్మపరతంత్ర అయిన ఉదాత్త భారతీయగృహిణికి సర్వకాలాల్లో ఉదాహరణంగా ఉండ గలిగిన యీామె యిప్పటికీ పూజిత అవుతున్నది. ఈమె ఇతిహాసం సంచారికథకులు బొబ్బిలికథాదులవలె ఇప్పటికీ కీర్తిస్తున్నారు.

పల్నాటివీరచరిత్ర.

పల్నాడు+వీరులు = పల్నాటివీరులు. పల్నాడు అనే ప్రదేశానికి సంబంధించిన వీరులు పల్నాటివీరులు. షష్ఠీతత్పురుషం. ఇక్కడ షష్ఠి సంబంధసామాన్యాన్ని తెలుపుతుంది. ట్వాదేశం సమాసాశ్రయకార్యం వివరణం భాషావ్యాకరణంలో చూడవలెను పల్నాటివీరులయొక్క చరిత్ర పల్నాటివీరచరిత్ర షష్ఠీతత్పురుషం పల్నాడు అనేశబ్దం ప్రథమ భూమికలో వ్యాఖ్యాతం. వీరశబ్దం ఇందే వ్యాఖ్యాతపూర్వం

चर्+इत्र=चरित्रम्

"**चरेर्वृत्ते**" అనే సూత్రంచేత "**णित्रन्**" ప్రత్యయం వచ్చి చారిత్రం అనికూడా రూప మేర్పడుతుంది. "ఇత్రణిత్రన్" ప్రత్యయాలు ఔణాదికాలు. చరిత్రశబ్దానికి '**अण्**' ప్రత్యయం చేరిస్తేకూడా 'చారిత్రం' అని రూపమేర్పడుతుంది. అయితే స్వరంలోమాత్రం భేదం. 'చరిత్ర' శబ్దం వృత్తవాచకం

పల్నాటివీరచరిత్రప్రకటనం.

దీనిని మొదట నేను ప్రకటించి ద్వితీయభూమికారంభకాలానికి 23 సంవత్సరాలైనదని ఉక్తం. ప్రకటించిన కొద్దికాలానికి తక్కినభాగాలను ముద్రింపించవలసినదని దానికి శ్రీమహారాజువారి తోడ్పాటు లభించగలదని శ్రీపిఠాపురం మహారాజువారి ఆత్మీయకార్యదర్శికథాశేషులూ అయిన శ్రీ మొక్కపాటి సుబ్బారాయుడువారు నాకు వుత్తరం వ్రాశారు. తక్కినభాగాల్లో శ్రీనాథరచన అంతగా లేదని అక్కడక్కడ ద్విపదీఖండాలతో చాలామట్టుకు సళ్లుమాటలతో నిండివున్నదని ఇదే

శ్రీవీరభద్రఅయ్యావారిగ్రంథమని ఇట్లాటి అంశాలు సూచిస్తూ వున్నది వున్నట్లు ప్రకటించడం గాని క్రమమైనగద్యంలో తిరగవ్రాసి ప్రకటించడం గాని మీకు సమ్మతమైతే ఆపని చేస్తానని నేను ప్రతివచనం వ్రాశాను. పిమ్మట కొంతకాలానికి వీరచరిత్ర తక్కినభాగాలను శ్రీ జయంతి రామయ్యవారు ప్రకటించబోతున్నారని సాహిత్యపరిషత్పత్రికలో వెల్లడించారు. ఆంధ్రపత్రికలో యీసంగతినిగురించి నేను క శ. 5015 వైశాఖ బ. ష॥ శుక్రవారం ఒక ఉత్తరం, జ్యేష్ఠ శు. వి॥ బుధవారం మరివొక ఉత్తరం, రెండుత్తరాలు ప్రకటించాను రెంటిలోను విషయమొక్కటే గనుక ఒకదానిని ఉదాహరిస్తున్నాను

"పల్నాటివీరచరిత్రలో నొకభాగమైన బాలచంద్రయుద్ధమును బ్రకటించి యుంటిని. దీనిని నైజాముదేశమునుండి తెప్పించితిని. మఱి రెండు మా పల్నాటిసీమలో దొరికినవి. ఈభాగము కాక తక్కినది పల్నాడుతాలూకా కారెంపూడి నివాసులగు పిడుగు వీరభద్రయ్య గారివద్ద నున్నదని తెలిసికొని వారిగ్రంథమున కొకప్రతిని వ్రాసితిని. చెన్నపురి లిఖితపుస్తకాగారములోఁ గొన్నిప్రతు లున్నవిగాని వాని కర్తలు కొండయ్య ప్రభృతులు. ఈవిషయ మా పుస్తకములలో నే వ్రాయఁబడి యున్నది. వీరభద్రయ్యగారి ప్రతియొక్క ధోరణి చూడఁగా యతి గణ జ్ఞానముకూడ లేని సామాన్యుఁడు అపభ్రంశము లతో వ్రాసినట్లు కన్పడెను. ఏల యిట్లున్నదని యడుగఁగాఁ బిచ్చికుంటవాండ్రు చెప్పఁగా విని వ్రాసిరనియు, నిది యిటీవలిప్రతియే యనియు వీరభద్రయ్యగారు నాకుఁ జెప్పిరి. కొండయ్యప్రభృతుల గ్రంథములు దీనికంటె ననేకభంగుల శ్రేష్ఠములుగా నున్నవి.

అచ్చుఖర్చులను మే మొసఁగెదము. పల్నాటివీరచరిత్ర తక్కిన భాగమును బ్రకటింపవలసినది అని. శ్రీపిఠాపురము రాజాగారు నాకుఁ దెలిపినప్పుడు, ఉన్నస్థితి వివరించి చివరకు శ్రీనాథకృతగ్రంథము దొరకలేదనియుఁ దప్పుల తడకగా వ్యర్థపదములతోఁ గూడియున్న

ప్రతి (వీరభద్రయ్య ప్రతి) యున్నదనియు, దానిని సవరించి ప్రచురించుటకంటె గ్రొత్తది వచనముగా వ్రాసి ప్రకటించుట మేలు. లేదా, కొండయ్యగ్రంథమును బ్రకటించుట మేలు అనియు నేను వ్రాసితిని. శ్రీనాథకృతమే కావలెననియు, దదితర మక్కఱలేదనియు వారు తెల్పిరి వీరభద్రయ్యప్రతినే నేను సంపాదించితినని జయంతి రామయ్యపంతులుగారు నాతో నొకపర్యాయము చెప్పియుండిరి. దానినే పరిషత్తు ప్రకటింపఁ బోవుచున్నట్లు...సంవత్సర కార్యనివేదనమువలన నాకు సూచనగాఁ దెలియుచున్నది.

పరిషత్తు ప్రకటింపఁబోవునది, వీరభద్రయ్యప్రతియే యైనయెడల నే నిదివఱకు రాజాగారికిఁ దెలిపినగ్రంథమే కాని యది వేఱుకాదనియు, దీనికిని నేను బ్రకటించిన బాలచంద్రయుద్ధమునకును ఎట్టి సంబంధము లేదనియు, బాలచంద్రయుద్ధము దీనితోఁ జేరినభాగమని తలఁచుట భ్రమ యనియు, బరిషత్కార్యనిర్వాహకులకు విన్నవించుచున్నాఁడను ... ...

రాయవాచకమునువలె దీని నున్నదున్నట్లు ముద్రించినను ఒక విధమున మేలె. పల్నాటిసీమమాటల వ్యవహారము కొంతవఱకుఁ దెలియును. కథకొఱకైనయెడల దీనినిబట్టి వచనము వ్రాసి ప్రకటించుట మంచిది. ఇదివఱ కెందరో వ్రాసి, వ్రాయనున్న భారతరామాయణవచనములకంటె నిది యెక్కువ యుపయోగకరమైనది."

ముగింపు.

ఈవీరచరిత్రను రెండవపర్యాయం ముద్రితం చేయడానికి కలి శకం 5034-వ సంవత్సరంలో ఆరంభించాను. మద్రాసు విశ్వవిద్యాల

యంలో 5035-వ సంవత్సరపు బి. యే పరీక్షకు ఇది పాఠ్యగ్రంథంగా నిర్ణీతమైనది. దీని ప్రథమభూమికాసంస్కరణం ద్వితీయభూమికారచన 5032 లో ప్రవేశించిన కుజమహాదశలో ఆరంభించాను ఇంతకు పూర్వం మొదలుపెట్టిన రఘువంశఖండకావ్యప్రకాశ వివరణాల ప్రకటనం చాలాకాలం క్రిందటనే ఆగిపోయింది. ఈ ఉద్యమానికి అనారోగ్యం మొదలైనవిఘ్నాలు అడ్డుపడుతూ పడుతూ ఉంటే వాటిని నెట్టుకుంటూ నెట్టుకుంటూ ఇప్పటికి ముగించగలిగినాను. 5027-వ సంవత్సరంనాటికే వీరచరిత్ర ప్రతులు అయిపోయినవి. అందుకే ఈగ్రంథం కావలెనని నాకు వ్రాసినవారికి పంపజాలక పోయినాను. దీనిని తిరిగి ప్రకటించడం ఆవశ్యకమని నేననుకొంటూ ఉన్నసమయంలో శ్రీ వావిళ్ల వేంకటేశ్వరశాస్త్రులవారు ప్రకటననుగురించి ప్రస్తావించి దానిభారం దయతో అంగీకరించారు అందుకు వారికి అనేకనమస్కృతు లర్పిస్తున్నాను. అచ్చుచిత్తులు దిద్ది పంపడానికి జరిగిన ఆలస్యాన్ని సహించడంలో శ్రీ వావిళ్ల ముద్రాశాలాధికారులు చూపినక్షమకు దయకు నేను కృతజ్ఞతాబద్ధుడ నని విన్నవిస్తున్నాను.

ఈ ద్వితీయభూమికను సిద్ధపరచడంలో నాకు తోడ్పడిన విద్యార్థుల్లో శ్రీమాన్ ఆలంపూరు కృష్ణస్వామి బి యే., శ్రీమాన్ కొమరవోలు చంద్రశేఖరమంత్రి శ్రీమాన్ మదనగోపాల్, ముఖ్యంగా గణించదగినవారు కుశాగ్రబుద్ధి, విద్యాపరతంత్రుడు అయిన శ్రీమాన్ కృష్ణస్వామి దీని సమాప్తి చూడకముందే కథాశేషు డయినందుకు మిక్కిలి చింతపడుతున్నాను తత్కృతమయిన రఘువంశైకదేశానువాదం శ్రీమాన్ చంద్రశేఖరమంత్రి సమాహరించిన లక్ష్యఖండంలో ప్రకటితం. కృష్ణస్వామిమృతివల్ల సేవాపరతంత్రుల్లో, విజ్ఞానోజ్జీవనాభిలాషుల్లో ఒకరిని తెలుగుదేశం కోలుపోయింది. ఈసందర్భంలో ఉపకరించిన శ్రీమాన్ గుణభూషణ, బి. యే, సుదర్శనలాల్, చలపతి

మొదలైన తక్కిన విద్యార్థులను మిత్రు
లేఖనాదుల్లో, అందులో ముఖ్యంగా
కాంతులతో డ్పాటు లేకుండా యీ ది
ముగిసివుండేది కాదు. కనుక, కావ్యసిద్ధి
ప్రధానమైనదని నేనెప్పుడూ అత్యంతం అ

చెన్నపట్టణం,
క॥ 5038, వైశాఖ బ॥ ష॥ ఆదివారం.

Preface to the 2nd Edition.

Palnati Veeracharitra is the history of the fratricidal war, that took place during the latter part of the 42nd century Kali Era (12th century A. D.) between two princes of the Hyhaya family that had migrated into Palnad from Chedi, throwing side lights on the great socialistic movement led by Brahma Naidu, supposed to be the ancestor of the family of the Maharajah of Venkatagiri. The Chapakudu of Palnad heroes mentioned by the author of Kraedabhiramam may be taken as something like cosmopolitan -dinner of the present day. The army of Brahma Naidu includes people from all classes irrespective of caste, from Brahmin to Panchama. Kannama, a Panchama hero considered as the son of Brahma Naidu, has a temple at Karampudi even to this day. The ballad also gives an account of the heroism of our people of those ages and also their religious readiness to lay down even their lives at the call of what they considered their Dharma. The military prowess which shone with splendour in Brahma Naidu and Balachandra eight hundred years ago at Karyamapudi again manifested itself in their distant kinsmen, the Velama heroes of Bobbili like Vengalaraya.

Palnati Veera Charitra.

Palnati Veera Charitra may be considered as an important, original Telugu work fulfilling a few of the conditions of an epic poem. (महामबन्ध.) The subject matter viewed as a whole from Gurzala Kodipor to the end is extensive and grand with some episodes, and the characters also are to some extent varied in type. Mallidevaraj and his opponent Nalagamaraj are inactive heroes like Chandra-gupta of Mudrarakshasa, and Indian literary critics name such a hero as सचिवायत्तसिद्धिः (one whose purpose is achieved by his assistants) Anapotu, Balachandra, Brahma Nayudu, Alaraju, Perneedu and Kommaraj are all noble heroes for whom life was not an end in itself but only a means to Dharma to which it could be sacrificed if necessary at any moment. Of them Brahma Nayudu is treated as an incarnation of Vishnu but his human side is more prominent throughout the poem. His rebuke of his son for having shown the back to the battlefied, is befitting a true Indian hero. The female characters also are chaste and heroic. Rekhamba's pursuasion of her daughter not to prevent Balachandra from marching to battlefield, and Manchala's blessing to her husband when handing over the sword to him, cannot but stand before us for all time as noble examples of Indian womanhood. Rathnala Peridevi, reproaching her father for his wicked act and performing Sahagamana with her husband shows the high phase of the life of a Hindu wife. Nayakuralu is the abode of evil like Satan in Paradise Lost, Ravana in Ramayana and Sakuni in Mahabharata. Inspite of her vicious nature, she is represented here and there as a thoughtful diplomat and her negotiations for peace before the commencement of war show her diplo-macy. It is the misfortune of great heroes to have a rival in women. Brahma Naidu had it. Bhishma actually withdrew from the field at the sight of Sikhandi. Brahma Naidu avoided Nayakural in battle in accordance with the Indian military traditions. In places of heroism the author rises to the occasion, and exhibits high fervour as in the dialogue between Balachandra and his parents and his other speeches.

He shows some tendency and also skill for portraying scenes of awe as Kannama's midnight visit to the battle field and the ecstasy of the devils during the night after the close of the war. In other situations he is quite common-place, and does not rise above the ordinary level. Setting aside the waste trash such as ಬರಗ, ಖರಗನ, ಚಯ್ಯಸ, ಒಯ್ಯಸ, the narration is on the whole impressive and in some places vigorous.

As in Mahabharata, the end is disastrous to both parties and the predominant Rasa may be taken as Shanta, the auxiliary Rasas being Veera, Karuna etc. Unlike other classics, Palnati Veera Charitra is written in one continuous Dwipadee metre and in one strain.

Palnati Veera Charitra is deficient in graphic descriptions of even relevant naturesceneries in their picture-queness and grandeur as in Ramayana, Mahabharata, Kumarasambhava etc. It also lacks in conversational or non-conversational utterances of importance like Ajavilapa in Raghuvamsa.

Palnati Veera Charitra cannot claim a very high place from a literary point of view according to the canons of advanced literary criticism. When I say that, I do not mean that it is inferior to other Telugu works. It is as good as any other Telugu work. It is even superior to many of them. I only intend to point out that it is not an exception to the general order of Telugu works, and does not exhibit any extraordinary high merit.

Telugu works and Palnati Veera Charitra.

Before actually taking up Palnati Veera Charitra, I shall mention briefly some points about the general state of Telugu works. Telugu literature began with Puranic briefs and other such things. Later, some other works of the Manu and Vasu Charitra type and similar productions sprang up.

Translations are mutilated and deformed, and important poetic details are left off. Srinadha's Nishadha belongs to the same group. Palnati Veera Charitra too as said before is not of high literary excellence. Either in bringing out striking situations or in expressing illuminating and lofty sentiments, its author does not generally rise above the ordinary level. As will be shown presently, it was intended for the lower order of people as other Telugu works. Aswaghosha's Buddha Charitra, though history, is of a far superior poetic interest.

·In ancient and mediaeval times, Telugu was not the medium of instruction in the higher courses of study. All higher learning was received through Sanskrit, and Sanskrit was the cultural language of the country. Great scholars did not choose to write in Telugu on cultural subjects in several departments of knowledge, including literary criticisms. Telugu was thus relegated to an unimportant position, and had no place in academical courses. This backward position was not special to Telugu. It was common with all the Prakrit languages. The characters to whom Prakrit is allotted in Sanskrit Drama also to some extent indicate the position which they held in the academic circles. Perhaps, Pali, which was raised to the dignity of cultural and religious language by Bhagavan Buddha, was an exception to the general order of Prakrits. It is truly said that Tamil holds the same place in Southern India as Pali in the North. But the champions of Vedic culture had not recognised Buddha's step and had not allowed Pali to take the place of Sanskrit Even Tamil which rose up as an ally and not as an enemy was not looked upon with favour by them. Some of them went even a step further, and prohibited the adaptation of Vernacular words into Sanskrit and denounced them as incorrect. So says Nagesa, the great Grammarian, in his Manjusha,

देशभाषानुसारेण कृतानां ॰ ॰ ॰ ॰ रे आप्यकोण्डेत्यादि नाम्नामसाधुत्वमेव [वै.सि.म.]
(Substantives formed according to the Vernaculars like 'Kunchi' 'Manchi' and 'Apyakonda' are verily incorrect.)

The progress of Pali stopped with the decay of Buddhism. The other non-religious Vernaculars of India were in their undeveloped condition, and Telugu was one of them. Leaving aside the departments of learning, in poetry, Prakrits made same mark, though mostly in love sentiment. Men of cultural attainments wrote original works in Prakrits some of which drew the attention of great scholars like Bana, and provided examples for the celebrated literary critics like Anandavardhana in their treatment of poetic charm

As Prakrits were taken up by such eminent scholars, even original Prakrit dramas, transgressing in some details some of the Sanskrit Dramatic conventions, rose up like the Karpuramanjari of Rajasekhara which is now available. But even in this field, Telugu did not emerge out of its infant state on account of the crudeness of its verse and also other causes which will be explained below. Telugu works were intended for people of a lower status who had not access to the treasures of Sanskrit lore. They were intended to give an idea of the Puranas to the lower order of people for the guidance of their social and religious conduct. The leaving out of Bhagavadgita and other important portions by the translators of Mahabharatha ; the avoidance of writing Dramas, the highest form of poetry according to

Indian tradition and original poems and sastraic works in
Telugu by famous scholars like Sreenatha, under the
patronage of Ruling chiefs like Komati Vema Reddy,
Kataya Vema and Kumaragiri Reddy who were themselves
outstanding men of letters and commentators on classical
works, and the very mutilated forms of translations like
Telugu Naishadha, seem definitely to point out to the above
fact. I do not propose here to enter into a detailed dis-
cussion on the additions and contractions in Mahabharata,
writings of authors like Vemana and Pingali Suranna,
the works of Manu and Vasu charitra type which do not
generally present high thought or subtler feelings of
human heart or relevant imagery of endless charam. I
do not also give a full account of how these Telugu works
and poems are not useful even to the lower type of people
and how they misguide the intermediate class of quacks. The
misfortune of Telugu always stands strikingly before my
eyes whenever I ponder over the fact that a person like
Ahobala Pandita, deeply interested in Telugu, had to leave
some of his extremely valuable writings in Sanskrit only.

Perhaps such measures were the attempts, though un-
successful, of people like him to attract real scholars to
Telugu. Whatever it may be, it is plain that Telugu was
not the medium of higher culture, and that Telugu works
were intended only for people of inferior order. Ahobala
Panditha, the commentator of Andhrasabda Chinthamani,
in his scholarly discussion on Telugu observes thus.

" संस्कृतपुराणपठनाक्षमाणां तच्छ्रवणेऽप्यलालसानां मुमुक्षूणां शूद्रादीनां प्राधान्येन
ज्ञानोपयोगीन्यान्ध्रपुराणानि भवन्त्येवेति "

(The Telugu Puranic works are essentially useful to
Sudras etc., who aspire for liberation (Moksha) and who

are not capable of reading Sanskrit Puranas and who are not anxious even to hear them)

The situation has not altered after the advent of the Madras University.

English has taken the place of Sanskrit. On the one hand, the majority of educated Telugus have been cut off from touch with Sanskrit in which the invaluable treasures of Indian culture are stored up. On the other hand, they have not been able to properly assimilate alien culture, the customs. traditions and sentiments being different in many respects. To-day the majority of educated people in the Telugu country receive higher education through English, and some still through Sanskrit.

For further details on this topic my preface to Kavyaprakasa may be consulted. Then I come to scholars. Mature thinkers of the stamp of Sir S. Radhakrishna do not choose or try to express their thoughts in Telugu. This is evidently due to the fact that Telugu has no proper place in the realm of higher culture or thought at present. It is not the medium of higher education in collegiate courses in the Madras or Andhra University, and all higher knowledge is received, and imparted through English and also Sanskrit though in a limited atmosphere Our ancients though great scholars, did not give us valuable works in Telugu as they intended Telugu only for the lower order of people. Our present authors, equipped with the study of the trivial works of ancients, are capable only of producing similar or still more trivial works in Telugu. Perhaps the majority of our present Telugu writers are the worst sinners in India today in using quack Sanskrit. This guess language always reminds me of the famous story of the Sanskrit of the crack-brained daughter-in-law of a Somapeethin.

The works that have sprung up after the advent of the University education, from Lexicon down to the story books and other works that are prescribed for the University examinations, clearly point out to the above fact. Details are shown in the Telugu Preface. People study trivial works, and produce in their turn still more futile writings. Matters are thus moving in a vicious circle which ends no where unless the course of education is changed. It should be so modified that the Telugu youths would find their way to the original treasures of learning and not merely to the briefs and other similar works which alone Telugu now can offer. Under these circumstances, I think that the conferring of B. A. (Hons.), M.A., and other degrees for the study of existing briefs and other such works in Telugu which have little cultural value does not serve any useful purpose at the present stage. This situation always reminds me of the statement of Lord Macaulay in this connection.

" Had they (our ancestors) neglected the language of Cicero and Tacitus ; had they confined their attention to the old dialects of our own island ; had they printed nothing and taught nothing at the Universities but chronicles in Anglo-saxon and romances in Norman-French, would England have been what she now is ? "

Now I ask this question following Lord Macaulay. Having neglected the works of Gautama, Kanada and Sankara etc , and having confined ourselves to the Puranic briefs and other works of similar type, what is the worth of our Vidwans, Bhashapravinas or Ubhayabhashapravinas? Or what is the range and value of the oriental scholarship of our degree holders in Telugu ?

The memorable transition in the history of Telugu begins, in my opinion, on the day when it is made the compulsory medium of examinations in all non-language subjects for Telugu students for arts and science degrees or at least Siromani and Vidya Praveena titles. As a first step to this the University may transform the Telugu Research section, in which there is no adequate return for the expenditure incurred, into a translation department, and get as many outstanding works as possible translated into Telugu from English and Sanskrit at the present stage. As a step for this, the University should make provision for the rise of scholars who, in addition to their proficiency in their special subjects and practice in Telugu composition, will be equipped with sufficient knowledge of Sanskrit in which the treasures of Indian culture are stored up and without a strong control over which, expression of scientific, abstract and subtle ideas in Telugu is almost impossible.

I close this topic which has come up as a side issue, and proceed to the subject proper. I pointed out that Telugu was thus relegated to an inferior position and that Telugu writings were intended for people only of lower cultural status. There was no scope for works of high order to arise, and Palnati Veera Charitra was no exception. Moreover it does not belong to the section of Kavya or Rupaka, and therefore we cannot apply to it cannons of advanced literary criticism.

When I say that we cannot expect high literary excellence as in Valmiki, Kalidas etc., I do not mean as alredy stated that it is inferior to other Telugu works. On the other hand it is far better than many of them. All that I want to point out is that it is not of exceptional poetic merit and is not an exception when the general

condition of Telugu works is taken into consideration.
Palnati Veera Charitra is an unique work in many
respects in Telugu literature. The subject matter, unlike
that of the general mass of Telugu works which are
mostly Puranic briefs or Puranic fictions or stories, with
some descriptions, is the history of local heroes. The
prominent characters are indigenous and exhibit the
valourous life of the Andhras of those times in its brightest
form. The treatment of the subject matter also is different
from that of others where futile word-profusion, with scanty
meaning and mere story skeletons, is predominant or
speculations based on mythological details and hereditary
similies form the important poetic element. It is written in
verse which is half free from trash resulting from letter
adjustment (సళ, వ్రాస) which is common with almost all the
Telugu verse productions. It is different from works of
the Bobbilikatha type as it, unlike the latter, attempts to
maintain classic touch here and there.

Ballad Literature.

Palnati Veera Charitra comes under the Veera Gita
(Ballad) group. The ballad is a special branch of Telugu
literature and I have no information whether such a branch
exists in the other Vernaculars of India or not Whatever
may be the reason, such a branch does not evidently exist
in Sanskrit although episodes of Vatsaraja and Vikramarka
etc., are sufficiently inspiring. These ballads are recited
before big audiences generally during moon-lit-nights with
the necessary accompaniments and gestures and are semi-
dramatic in nature. They resemble the Vrittis mentioned
by Bharata which may be considered as the germs of the
developed Indian drama. Generally the purpose of the
ballads is to create mainly reverence and admiration to-

wards the heroic souls by a sort of narration appealing to the popular imagination and emotions. It is why poetic sublimity of high thought cannot be expected in it. The function of the Ballad above mentioned, Palnati Veera Charitra amply fulfills in a manner in which few others of this class do.

Brief review of some points in Palnativeeracharitra.

It shows anxiety for the life of her son Balachandra and tries to prevent him from going to battle. This appears some what derogatory to the Indian Kshatra (Military) traditions. She stands in strong contrast to Kunti, who sends word through Sri Krishna to her sons to fight to the end. Perhaps the author wished to show here feminine weakness. Even Vyasa makes Kunti express once that life without sons would be distressing.

Balachandra's visit to his damsel.

Under the pretence of taking her to battle field when he was about to start to Karempudi he meets his damsel in her house though he never took her there. This is somewhat repulsive to us of the present age. It was not so in ancient India. The Vesyas appear to be an important section of society in those days. All know how much Hindu mythology is interwoven with the stories of these damsels. The mother of the great Bharata race is the daughter of a divine damsel. Other episodes are too numerous to be mentioned. In spite of condemnation by thinkers like Bhartrihari they seem to have kept up their position even in historical times. **Vatsyayana** thinks that contact with a damsel is not sinful as it is neither enjoined nor prohibited in Dharma Sastras. Omen-experts state that the sight of a Vesya in

front for a man starting for some purpose is auspicous,
Kautilya recognises conjugal contract with a damsel
and imposes fine upon the intruder. The Literary
theorists like Dhananjaya, while ignoring the widow men-
tioned by Vatsyayana as a fitting object for making love,
recognised Vesya as a heroine in a poetical composition
though as of lower type.

If she is firm and constant in love like a duly wedded
woman, she certainly rises above the level of ordinary
Vesyas and can find a place in a dignified literary composi-
tion as Vasantasena in Mrichchakati.

Perhaps Rajasekhara thought it a compliment to him-
self when he declared as tradition goes, that he had love
dealings with women of several parts of India. Some of
these Vesyas were very rich Some were learned especial-
ly in fine arts and they were called Ganikas as different
from other ordinary Vesyas. The Ganikas of Pataliputra
are said to have deputed a scholar by name Dattaka to
prepare a treatise for their guidance Vatsyayana devotes
a special Adhikarana in his Erotic Science to the affairs of
these Vesyas. Even kings and men of status did not think
it degrading to keep these Vesyas as their consorts.
Vatsyayana refers to the amorous sports of a Chola (Tamil)
king with his damsel Chitrasena. Though we thus see that
intimacy with a Vesya was not considered a social stigma
in those days, the whole of the damsel scene in Palnati
Veeracharitra is quite irrelevant and the author ought to
have omitted it at least for artistic considerations. It would
have been different had he taken her to the battle field as
Sri Krishna did Satyabhama.

Harlot-Mother.

It has been a practice with authors in our country to
bring in the old harlot-mother where a Vesya is concerned
as in Nirankusopakhyana etc.

These damsel-mothers seem to be notorious from even early times. Vatsyayana lays down that the damsel should be under the guidance of either her old mother who is cruel and greedy or choose another woman in her absence possessing the above qualities to take her place. Kautilya also refers to the damsel-mother and provides compensation for her if any one forcibly meddles with her daughter. Literary critics also take note of this *Vesyamata* in prescribing the conduct of the Vesya Heroine.

Palnati Veera Charitra gives an interesting description of the old, contemptible Vesyamata.

Balachandra's indulgence with his wife.

Balachandra, before going to war, meets his wife and takes her blessings as Bhimasena in Venisamhara. But he also engages himself in love affairs with his wife. Embracing or sporting in any other way with a woman when marching to battle field is certainly in-appropriate and implies a kind of laxity on the part of the hero. That is why such a custom did not find favour with the famous heroes of ancient India. It is not said even of Ravana. Valmiki maintains it in the case of the ill-fated Vali. The author of Parijatapaharana, a Telugu work of the Vizayanagaram period, attributes it to Krishna's enemies who were going to be defeated. Bhatta Narayana presents a scene in Venisamhara in which the doomed Duryodhana amorously deals with his wife. Mammata, the author of Kavyaprakasa finds fault with him even for that. Balachandra's love affairs with his wife, when marching to war are not only out of place but also reflect upon his heroic character. If he did so as it was the first and the last time to meet her, it is no excuse for a hero who has to sacrifice everything for his noble purpose, especially when the wife

was also to follow him to the other world. If he did so
under the advice of his mother, it must be stated that her
anxiety for her son's wife was carried to the extreme. If
it is merely a statement of the fact of history, then we
must admit that Balachandra has no place in the
galaxy of the noble type of Indian heroes to whom Kshatra
Dharma was higher than anything else. The author for
the sake of propriety, ought to have avoided this in the
case of Balachandara, the prominent hero of the present
portion of the ballad.

Historical Importance of the Veeracharitra.

The time of Palnati Veeracharitra seems to be an
important period in Indian History. It was the time when
Mohamed Ghori was creating great havoc besieging
place after place in Northern India and the fate of the
Hindu Royal dynasties was hanging in the balance. The
influence of Ramanuja's preachings and Basaveswara's
religious overhauling were being strongly felt and the
cross currents of Veerasaivism, Vaishnavism, Jainism and
Buddhism were causing agitation in Southern India. It is
thus we find in Palnati Veeracharitra an interesting blend-
ing of the heroic fervour of the military families of the
North and the religious reformation of the spiritual precep-
tors of the South. More over, Palnati Veeracharitra seems
to be an important link in Indian History. It throws light
on the extinction of two ruling dyanasties Hyhayas and
Western Chalukyas. Mr. Vincent Smith in his "Early
History of India" observes thus. "The Kalachuri or
Haihaya Rajas of Chedi are last mentioned in an inscription
of the year 1181 A.D and the manner of their disappear-
ance is not exactly known; but there is reason to believe
that they were supplanted by the Bhugels of Rewa."

Palnati Veeracharitra reveals how the Hyhayas migrated from Chedi to Palnad and settled there never to return to their original homes. The reason of their migration is said to be somewhat religious in Palnati Veeracharitra. Perphaps the political incident was given a religious colouring. The migration might most probably be due to the inroads of the Mahomedan invaders or the pressure of the Bhugels of Rewa mentioned by Mr. Smith to be the successors of Hyhayas. Palnati Veera Charitra also shows how the Western Chalukya dynasty of Kalyan came to an end with the last prince dying in the Karempudi battle

Veera Cult of Palnad

To-day Palnad Heroes are worshipped as divinities and every year a big festival is held at Karempudi in their memory on the new moon day of Kartika roughly corresponding to November and important scenes of the episode are enacted there. There is no distinction of caste in the Veera cult and all have equal religious status. Balachandra's brothers come from different castes including a barber, a washerman and a Brahmin. A Brahmin is the Acharya of the Veera group and a Panchama hero by name Kannama has a temple at Karampudi. But as all non-vedic heterodoxical religions, Veera cult also yeilded to the Vedic influence. Followers of this cult return to their old religious ways after the festivities are over.

Veera Worship.

Veera worship is not new to India. In Rig Veda, Indra is addressed as Veera. Agni is also called Veera. Veerahatya was looked upon as a great sin, and abandoning Agni was compared to hero murder. In some places the word Veera was taken to mean a son. Perhaps there was a time when every male issue was a hero as in ancient Greece where weaklings were abandoned and only strong and robust children were preserved by the state. In the latter literature Veera is referred to in many places and Veeratva was thought to be a precious quality. Janaka proclaims that his daughter is Veeryasulka. Kalidas repeats the same phrase in that connection.

Patanjali, the author of Mahabhashya uses the word Veera in connection with Sastric treatise containing Mangala and mentions it in many places. The Yoga schools also took this into their fold and applied it to one of the yogic poses, the Veerasana. Tantrics also apply the word Veera to Sadhakas.

Hero worship has been continuing in India from very early times. Of the Avatharas of Mahavishnu, the maintainer of the Universe, half the number including Kalki are war heroes Buddha is a hero of mercy. Of the above, Rama and Narasimha have regular temples of worship in our country. The Veerathva of Veera Bhadra, offspring of God Siva is well known. His followers still preserve a dance scene called Veeranga as a religious ceremony. Sree Rama is known also as Veeraraghava and Bhavabhuti made him famous as Mahaveera Viswanatha quotes a verse from Rajahsekhara's Balaramayana to illustrate the warrior heroism of Sree Rama.

Since the time of the kings mentioned in the Puranas as Bhavishyadrajas I do not know of any other rulers except the Palnad heroes, raised to divinity and worshipped in any part of India. The Hero-worship preached by Carlyle in Europe did not take any definite form. Even the religion

of the Sikhs, the warlike people in India of to-day is not
of the nature of the Veera worship. The Moharam cele-
brations of Mahammadans may be said to resemble it in
some respects.

Features of the Veera Worship.

Although the Heroes themselves were Vaishnavites
and Saivites, yet the Veera cult is neither Vaishnavism
nor Saivism in their present form. It is socio-religious in
nature and has not got any Vedic ritual. It does not
accept distinction of caste, and all have equal status in it.
In the annual festival at Karempudi, people of all castes
participate. The Acharya of the cult, a Brahmin, casting
off his sacred thread and offering oblations of blood to the
departed souls of heroes of all castes should[be a historic
scene. In uniting the people under one banner and in
exalting, to the dignity of a religion, heroism which was
necessary to save the country in moments of need,
especially at a time when the Muhammadan conquerors
were devouring place after place in the land, the foresight
of the founders of the Veera cult is really worthy of our
esteem.

Ballads and National heroism.

In chivalrous ages, Indian valour expressed itself in
various forms. Andhras were second to none in the mani-
festation of heroism. It became a religion with them.
The Telugu Ballads breath the chivalrous life of Andhras
in those ages. It is only a spark of the Kshatra fire
kindled by the onrush of the semitic conquerers that
blazed forth in the form of the fratricidal war in Palnad.
As sources of original hisory and as records perpetuating
the deeds of National heroism of Andhras, they deserve to
be preserved and published in any suitable form. I cannot
close this topic without refering to Yakshaganas, the dance

3

Temple is the stronghold of religion. Besides
being the hall of the throne of religion and the
suggested philosophy, an Indian temple always appears to
me as the meeting place of art, beauty, music and poetry.
The sum total of the prosperity and loveliness in
the Universe being adored as Sree and Lakshmi, the
nearest and dearest to the heart of Maha Vishnu, the Main-
tainer of the Universe; and the essence of all reverence,
chastity and auspiciousness becoming part and parcel of
Paramasiva, the Lord of Supreme Bliss, as Arya, Sati and
Sarvamangala, cannot fail to appeal to our poetic fancy.
Dhanurdasa finding the face of Maha Vishnu more charming
than that of his wife and Andal (Goda), Vishnuchitta's
daughter, falling in love with Maha Vishnu rejecting the
form of human beings, give us a glimpse of the Vaishnavite
conception of divine beauty. Saivites also have this and
Siva is called Sundareswara in the South. More
details about this topic are given in the Telugu Preface.
Not only this; we have the actual artistic beauty of
sculpture and decoration at their best in temples.
Experts in music thought it an honour to exhibit their skill
at the feet of the deities. Kalidas refers to Narada as
going to the temple of Siva at Gokarna on the West coast
to sing there. Sri Harsha tells us in Nagananda that
Malayavati, the heroine, was in the habit of singing at a
temple on the same West coast.

Idols of Sree Rama, Sita and others are only an illus-
tration or symbolization of the portraiture by the poet
Valmiki. Vasudeva, the giver of the Gita and the charioteer
of Arjuua stands in the temple as depicted by the poet
Vyasa. There are other temples which are conducive to
the manifestation of Bhayanaka and Bibhatsa Rasas which

have their own part in elevating the human mind and turning it to the grim power controlling the Universe. Temples also appear to me as illustrations of the best divine poetry.

I always look upon them as social centres. They admit almost all un-objectionable people of the country and induce them to sit and entertain higher thoughts at least for a while. Unlike the clubs of Western countries where admission is restricted by financial considerations, and where people gather for wordly sport and enjoyments, Indian temples afford also mirth, rejoicing and even appeasement of the tongue, all of course, consecrated to the divinity, and thus rid of the grossness which is generally inseparable from such things.

After the destruction of the Asramas by Yavanas as the author of Padmapurana regrets and after the Mimamsakas waned in their influence, the centres of culture and light were shifted from forests and Asramas to temples. The Puranic legends of Kasikhanda etc., amply illustrate this truth. Some of the famous temples are associated with great thinkers and spiritual leaders of the country. Tradition connects the temple of Parthasaradhi at Triplicane with the birth of Sree Ramanujacharya, the great reformer who influenced the religious thought of the people of India in a manner in which few others have done. Udayanacharya the author of Kusumanjali is said to be a staunch devotee of Purushothamaswami of Jagannatha temple. Great saints like Kulasekhara and Vishnuchitta are said to have spent the major part of their lives in the temples. The birth of Balachandra of the present work is attributed to the favour of Chennakesavaswami at Macherla. Vaishnavite traditions and culture flourished in the

celebrated temples of Sreeranga and Sree Villi-
puttor etc.,

The healthy and prosperous condition of the temples
indicates the strength of the religious life of the people.
People that are indifferent to religion and to whom it is
only an occasional ceremonial of not much importance,
grow light hearted, timidly evil-minded and merely animal-
like in the ways of living.   I know that temples in the
Telugu country in some places have actually become play
grounds of boys and resorts of loafers.   This condition
may be to a great extent, due to the absence of great
Acharyas like Ramanuja, Alwars, Nayanars in the South
and Chaitanya and others in the North, who lived and
worked among the people.   Religious priests like the
Kalamukha Saivacharyas brought in from Radha by the
Andhra Queen Rudrama Devi and the Vaishnavite
Acharyas sent by the Karnata Kings of Vizayanagar could
not do the work to the necessary extent.   The presence of
a few devotees and religious people like Ramadoss was
not sufficient.   Whatever may be the reason for our
present condition, we must wake up and open our eyes to
the deplorable condition of our temples.   Even the temple
of Venkatachala which is within the limits of the Telugu
country is in the hands of non-Andhra Mahants and it
bears Tamil names as Tirumalai and Tirupati.   Even
the shrine of Sreesaila, which, besides being mentioned in
Puranas, was referred to by the celebrated Indian poets
like Bhavabhuti, Bana, and Sree-Harsha is not receiving
sufficient attention and care which it properly deserves.

Veera Charitra and History of Andhras.

Since the decline of Pouranic Satavahanas,
Andhras fell to the background. They were subjugated by

Pallavas and Chalukyas. The Andhras seem to have de-
graded to a great extent. When a Telugu author speaks of
the Telugu armies as Rakshasas and their conqueror, the
Chalukya King, as Vishnu, one can understand how much
the people had gone down in the necessary national
virtues. But the Andhra kings of Warangal tried to regain
the lost supremacy. After the fall of Warangal conse-
quent upon its capture by the Mahomedans, the Reddy
generals of the Kakatiyas endeavoured to revive the
Andhra Rule and set up independent states in the Country.
It is during the time of these Andhra Kings, Kakatiyas and
Reddies that great Scholars like Vidyanatha, Mallinatha I,
Kumaraswami, the world famous Mallinatha II, and Vema
Reddies flourished in the Telugu Country. But the Reddi
chiefs soon fell a prey to the Karnatic Kings of Vijaya-
nagar. The Telugu Country was entirely subdued. It
was added to and absorbed in the Karnatic Kingdom, and
almost lost its individuality. Thus the final suppression of
Andhras begun by Mahamadans was completed by the
Karnatic Rulers of Vijayanagar. The eminent centres of
culture and other activities like Kondavidu were subjected
to decline and extinction. Outstanding persons like
Nadendla Gopa-mantri and Salva Timma had to migrate
to non-Andhra lands as there was not favourable atmos-
phere for their abilities to thrive in their own country.

The Hyhayas.

The Hyhayas of Viracharitra from Chedi appeared on
the scene during the latter part of the 43rd century Kali
Era (twelfth century, A. D.). (I may mention here, simply
for the sake of information, that Tripuri, the site of the next
Indian National Congress was the capital of Chedi.) By the
time the Heroes came to Palnad, the Kakatiyas firmly esta-
blished themselves as the paramount power in the country.

That the Hyhayas did not meet with opposition either from the Kakatiyas or from the other subordinate states only strengthens the fact that they had not come here as invaders but as expelled persons of the Royal family in search of refuge and places of suitable settlement. These they found without much difficulty as a result of their matrimonial alliances with some of the local chiefs.

Srinatha and Palnad.

Though the rest of the Telugu country is in no way better than Palnad in swallowing extravagant quantities of chilly-powder etc., of which the evil effects are obvious, Srinatha is said to have specially blamed its people as Bilhana did the Gujaraties in his Vikramankadeva charita. Such verses are mentioned in the first preface. Perhaps the people there could not appreciate his scholarship and honour him befittingly. Some of them may be interpolations. His denunciation of Zonna and Sazza, the staple food of the people of Palnad, as coarse is out of place as it is highly nutritious making people sturdy and stalwart fit to protect the country in times of necessity. At any rate, we of the present age degenerating on account of polished mill-rice have no reason to find amusement in such deprecations.

Palnad.

Palnad is a place of historical interest in the Guntur District on the banks of the river Krishna. It is adjoining to the extensive forest regions of Srisaila referred to by Bana, Sree Harsha and Bhavabhuti in their works and included by Saivites among the twelve sacred places of Siva worship such as Benares, Ujjaini, Setu and Kedara in the Himalayas, etc. There is a place called Nagarjunakonda in Palnad which in all probability owes its name to Nagarjuna, the celebrated Buddistic Acharya, mentioned in Kathasarit-sagara (Vide Telugu Preface).

It is now under excavation by the Archaelogical Department of the Govt. of India and I learn that many valuable relics are found there. Pendota, the place of the Andhra architects as known from the utterances of the Runja people who are specially attached to the Viswa Brahmanas is also in Palnad. Palnad which was once the abode of great heroes also gave birth in recent times to the heroine Lakshmi of Durgi whose husband reminds us of the Othello of Shakespeare. Having experienced the hardships of a daugter-in-law in a merciless family, she eagerly yearned for a kind touch of her husband's hand even when he was about to kill her. The birth place of this Lakshmi, heroine of Dharma, is Durgi in Palnad. She belongs to the Kamma Sect. Her father is Digumarti Musalappa Naidu. Her husband is Chiumamilla Venka Naidu of Linga-puram. Lakshmi, a venerable model of chastity and Indian woman-hood, is still worshipped in Palnad. Her episode is still sung in the villages by the itinerant bards.

The publication of the remaining parts of the Ballad.

The first edition of this was published nearly twenty-seven years ago. Not long after its publication, the late Sri Mokkapati Subbarayadu Varu, the then private Secretary to the present Maharaja of Pithapuram wrote to me that the remaining parts of the ballad might be published with the financial aid of the Maharaja. But the other parts by Srinatha were not available and the manuscripts which I secured are the works some others and some of them are in loose language. Accordingly I intimated the matter to Sri Subbarayadu Varu. Sometime after, I understood that Sri Jayanti Ramiah Varu was going to publish the other parts of the ballad under the auspices of the Telugu Academy.

4

But I came to know that his manuscript was a copy of the same original from which my copy was prepared. I published a letter in the Andhrapatrika dated 14th May 1914 and the matter stopped there. I once again mention that as original sources of our history and as records of our national heroism, they deserve to be published as they are, or re-written in prose.

THE CONCLUSION.

As was already said, Palnati Veera charitra was published for the first time in 1911. All the copies were exhausted by 1926, and copies could not be supplied. There was thus a clear necessity for the publication of the second edition. It was also prescribed for the part II of the B.A. degree examination of 1934 of the Madras University. Sree Vavilla Venkateswara Sastrulu Varu kindly proposed the second edition and undertook the printing of the work. For this I thank him heartily and express my feelings of gratefulness to him. The work was begun in my Kuja-period which started in 1931. There were many obstructions in the execution of the work at every step, which caused immense delay in returning the proofs. The printing of Kavyaprakasa and Raghuvamsa, commenced in that period, is still unfinished. The obstructions were somehow got over by the grace of the Almighty and I have been now enabled to offer to the public the book in its present form. Of my pupils that assisted me in the course of this work, special mention has to be made of Sreeman A. Krishnaswamy B.A., Sreeman K. Chandrasekhara Mantri and Sreeman M. Ramachandra Reddy B.A. (Hons). I regret very much that Sreeman Krishnaswamy passed away at an early age without seeing the completion of the work. He

is an enthusiastic student of Telugu with a knowledge of
Sanskrit and also author of some works in Telugu. His
translation of a portion of Raghuvamsa into Telugu verse
is published in Lakshya Khanda compiled by Sreeman
Chandrasekhara Mantri. By his demise the country has
lost one of its promising youngmen and sincere workers.
in the cause of cultural renaisance. The perseverance
and interest with which Sreeman Ramachandra Reddy
copied the drafts and prepared the major part of the
index will always be fresh in my memory.   But for
the assistance of these ardent lovers of culture and
learning who were by my side even day and night on
some occasions, especially during times of my ill-health,
the work could not have seen the light of day even so late
as this.   In this connection I must also remember
with pleasure the assistance rendered by Sreemans
Seelam Madanagopal Naidu, Guna Bhushana B.A.,
Sudarsana Lal, Bhagavatula Chalapathi Rao and others.
I take this opportunity to express my gratitude to my other
friends who aided me while carrying the work through the
press.

MADRAS :
10—7—38.   EDITOR.

ప్రథమభూమిక.

వీరచరిత్రేతిహాసము.

"Unhappy the nation that has no history and happy the nation that can hear the ballads commemorating the adventures of her warriors sung with fervour and happy the country that can point with pride on the pages of history to patriots who wept for their countries' wrongs, stood againt the oppressor and the tyrant * * * *. But such is not our lot and our heroes passed away with their deeds unsung and unrecorded. (ఇతిహాసము లేనిజాతి యానందవిహీనము. మనఃపూర్వకముగఁ గీర్తింపఁబడిన యోధుల సాహసకార్యములను జ్ఞాపకము చేయు కథలు వినఁగల జాతి యదృష్టవంతము. దేశముయొక్క లోపములకు వగచి క్రూరకంటకుల నిరోధించిన దేశాభిమానులను ఇతిహాసపత్రములయందు గర్వముతోఁ జూపఁగలదేశముధన్యము. కాని మనభాగ్య మట్టిదికాదు. మనవీరులు గతించినారు. వారికార్యములు కీర్తింపఁబడలేదు. వ్రాయఁబడలేదు)" అని యొక భారతీయ కృతికర్త వ్రాసినవాక్యములు యథార్థములు. అచ్చటచ్చట మహాశూరులచరిత్రమును పాటలరూపమున పదములరూపమున నిసర్గకవులు కీర్తించియున్నారు. అవి కేవలము భావప్రధానములు. బొబ్బిలికథాదు లిట్టివే. ఈ కథలు చెప్పునప్పుడు నేను బాల్యమునుండియుఁ గుతూహలములో వినుచుండెడువాఁడను. మాగ్రామములలోఁ దఱచుగా నొకతెగవారు పల్నాటివారికథయని యొక కథను జెప్పుచు భిక్షకు వచ్చుచుండెడువారు. విద్యాగంధములేని చిన్నతనమం దాకథ వినినప్పుడు దానియందలి యంశములుగాని క్రమముగాని తెలియకపోయినప్పటికిని వారు కత్తులు త్రిప్పుట గంభీరముగా గర్జిలుట మొదలగు నభినయములఁ జూచి యిది యేదో కలహమని తలంచుచుంటిని. 1906 సంవత్సరమువఱకు దినములు గడచినవి. కథ వినినప్పుడు మాత్రము మరలమరల వినవలయునని యపేక్ష పొడముచుండెను. 1907 సంవత్సరము వేసవికాలపు సెలవులలో నింటికి వెళ్ళినప్పుడు తిరిగి యాకథ వినఁ దటస్థించెను. అప్పుడు కథాంశములఁ జాలవఱకు గ్రహింపఁగలిగితిఁ గానఁ దత్కథ

యందువచ్చు పాత్రముల పరాక్రమమున కాశ్చర్యపడి యొకటిద్దఱు పెద్దమనుష్యులతో ముచ్చటింప నది శ్రీనాథవిరచితమనియు దానినే పల్లించి విద్యావాసనలేనివారు తప్పులు కుప్పలుగాఁ జెప్పుచుందురనియు వారు దెల్పిరి. అప్పటికి శ్రీనాథకృతగ్రంథంబులఁ గొన్నింటినిఁ జదివియుండినవాఁడ నగుటచే అదిమొదల నాకథయందుఁ దొంటికంటె నెక్కువయాసక్తితోనుంటిని. దీనినిఁ జెప్పుచుండఁ బల్నాటిలోఁ బెక్కుగ్రామముల వినియుంటిని. ఎచ్చటఁ జూచినను వాద్యసహితముగాఁ గథకుఁ డీకథను జెప్పఁ దొడంగినప్పుడు పల్నాటి వీరవరుల సంకీర్తనము శ్రోత్రపుటంబులఁ బడఁగనే యాసక్తిగలవారందఱు శరీరము గగుర్పాటంద మనోవిలీనంబులై యణఁగియున్న యంతశ్శక్తులు ప్రబోధమునొందఁ దత్తద్రసోచితంబుగ ముఖంబులవికాసము మార్పుచెంద నింద్రియంబు లన్యవిషయపరాఙ్ముఖములై యుండఁ బరవశులై వినుచుందురు. గుణత్రయవికారంబులయిన మానవమనోవృత్తుల కిట్లేకాధిష్ఠానంబై శ్రీనాథ హృదయంబును గానము సేయఁ బురికొల్పిన యావీరవరులచరిత్రము విశేషమహిమాస్పదంబై వాల్మీకి వ్యాసమహర్షి పుంగవులచేఁ గీర్తింపఁబడిన శ్రీరామ శ్రీకృష్ణచరిత్రములంబోలె లోకధర్మమార్గదర్శకంబైయుండునని తలంచి తచ్చరిత్రము సంపూర్ణముగ గ్రహింపఁ గుతూహలుండనై పలుకష్టములకు లోనయ్యు 1910-వ సంవత్సరమునాఁటికి గ్రంథము కొంతవఱకు సంపాదించితిని. దీనిని సంపాదించుటలో నేమి తరువాతఁ బ్రకటించుటలో నేమి నాకుఁ గలిగినకష్టములన్నింటి నిచ్చట వివరించుట యప్రస్తుతము. చూచిన మిత్రులు కొంతవఱకు తెలియఁగుదురు. దీనినిఁ జదివినప్పటినుండియు నిది ప్రకటింపఁబడక పోవుట యాంధ్రదేశమునకు గొప్పకొఱఁతయని నమ్మి పలుమాఱు సంభవించిన నిరుత్సాహములకు లోనుగాక యిప్పటికొకతీరుగాఁ బ్రచురింపఁగలిగితి. ఈగ్రంథముపేరు పల్నాటివీరచరిత్రము. వీరులఁగూర్చియు వారిదేశకాలాదులఁగూర్చియు వ్రాయుటకుఁ బూర్వము పలనాటిసీమంగుఱించి కొంత ముచ్చటించెదను. పలనాడు ప్రస్తుతము గుంటూరుజిల్లాలో నొకతాలూకాయై యున్నది. దీనికి ముఖ్యగ్రామము గురిజాల. ఇచ్చటనే తహశీల్దారుండును. పలనాటిసీమ కృష్ణానదీదక్షిణతీరమున సముద్రమునకు సుమారు 120 మైళ్ళదూరములో నున్నది. దీనికి ఉత్తరమునఁ బడమట 75 మైళ్ళపొడవునఁ గృష్ణానది ప్రవహించుచున్నది. దక్షిణమునఁ గొండలచేతను సాంద్రారణ్యములచేతను నావరింపఁబడియున్నది. తూర్పునఁ జిన్నయడవులు వ్యాపించియున్నవి. దీని వైశాల్యమించుమించుగ 1050 చదరపుమైళ్ళు. నాగులేఱు, చంద్రవంక అనునవి యిచ్చటి ముఖ్యనదులు. వీరచరిత్రలోఁ బ్రధానముగవచ్చు కార్యమపూడి మాచెర్లపట్టణములలో మొదటిది నాగులేటితీరమునను రెండవది చంద్రవంకయొడ్డునను నున్నవి. అప్పకవి

నాగులేటిని నాగానదియని పేర్కొనియున్నాఁడు. ఒక గొప్ప నాగుపాముయొక్క ప్రాణముతీసి మధ్యముగాఁ బాఱుటవలన దీనికి నాగులేఱని పేరువచ్చిన ట్లీగ్రంథమున 86-వ పుటలో వ్రాయఁబడినది. కాని నాగులను నొకజాతివారీదేశమునను౦డిరని పూర్వచరిత్రమువలనఁ దెలియుచున్నది. నాగయ్య, నాగమ్మ అను పేరులుఁగూడ స్త్రీపురుషుల కిచ్చుట నెక్కువగాఁ బెట్టఁబడుచున్నవి. బహుశః నాగజాతివారికిఁ బ్రియమైనది గనుక దీనికి నాగులేఱని పేరువచ్చినదేమో. చంద్రవంకను జంద్రభాగ యని సాధారణముగ వాడుచున్నారు. ఈగ్రంథము 54-వ పుటలోఁ జంద్రభాగయని ప్రయోగము కాన నగును. మాచెర్ల వీరభద్రస్వామియాలయములోఁ దూర్పువైపున దక్షిణ ముఖముగానున్న యెఱ్ఱరాతిబండమీది శాసనమునందుఁగూడఁ జంద్రభాగ యనియే చెప్పఁబడియున్నది. ఆశాసనము నిం దుదహరించుచున్నాను.

"లింగాంబా ప్రదదాతి.........

స్వస్తిశ్రీ విజయాభ్యుదయ శాలివాహనశకవర్షంబులు...... నిజ ఆనందసంవత్సర...లు మాచెర్ల యిష్టకామేశ్వరికిన్ని వీరభద్రేశ్వరునకున్ను గాయిగోవాన ఖడ్గనారాయణ బిరుదాంకితప్రశస్తులై శ్వేతచ్ఛత్రాధీశ్వర- కేచెర్లగోత్రపవిత్రులయిన వెలిగోటి ......మనాయినింగారిప్రపౌత్రులై తిమ్మానాయనింగారి పౌత్రులై బ...నాయనింగారి పుత్రులైన కొమారి తిమ్మానాయనింగారి అర్థాంగి లింగాంబగారు దండంబెట్టి యిచ్చిన శాసనము.

శ్రీమద్రాజమార్తాండ రాజపరమేశ్వర శ్రీవీరప్రతాప సదాశివరాయదేవమహారాజులంగారు పృథ్వీరాజ్యం చేయుచుండగాను తద్రాజ్యధురంధరులయిన శ్రీమన్మహామండలేశ్వర రామరాజు తిరుమల జయదేవమహారాజులుంగారు కుమార తిమ్మానాయనింగారి నాయంకరానకు పాలించియిచ్చిన నాగార్జునకొండసీమలోని మాచెర్లకు ఉత్తరభాగాన చంద్రభాగానదికి పడమర సం॥కు ౪౧. నాలుగుపుట్లపండుముక్షేత్రం పాలిచ్చే లింగాపురం అనెడి అగ్రహారం కట్టించి యీసోమగ్రహణపుణ్యకాలమందుల గంగాగర్భమందుల ధారాపూర్వకంగాను సమర్పిస్తిమి గనుక ఆలింగాపురాన నలుదరిపొలాలు హేమ కూపతటాక నిధి నిక్షేప జల పాషాణ ఆగామిసిద్ధసాధ్యాలు అనెడి అష్టభోగతేజస్వామ్యాలు సమర్పిస్తిమిగాన ఆలింగాపురమందుల పొలము ఆచంద్రార్కస్థాయిగాను అంగరంగవైభవాలకు అవుధరించి ఆగ్రామం దేవరకు ఎవ్వరు ఇయ్యకపోయినా గంగాగర్భమందు గోబ్రాహ్మణహత్యచేసినపాపాన బోతారు. వారాణసిలో కలిదండ్రుల చంపినపాపాన బోతారు.

శ్లో. ఏకైవభగినీలోకే ఏషామేవ భూభుజాం
సభోగ్యా నకరగ్రాహ్యా దేవదత్తావసుంధరా”

ఇట్లు చంద్రభాగయని పెక్కుస్థలములం దుదాహరింపఁబడుటవలన “శరావతీ వేత్రవతీ చంద్రభాగాసరస్వతీ” యని యమరుఁడుచెప్పిన చంద్రభాగ యిదియే యేమో యని యభిప్రాయము కలుగవచ్చుఁగాని యది కేవలము భ్రమ. ప్రమగాదు. భారతము నందలి భీష్మపర్వము 9-వ అధ్యాయములో

“నదీంపిబంతిసిపులాం గంగాంసింధుం సరస్వతీం
... ...
శతద్రుం చంద్రభాగాంచ యమునాంచమహానదీం- 5
నదీం వేత్రవతీం చైవ కృష్ణవేణీం చ నిమ్నగాం- 17
విదిశాం కృష్ణవేణాం చ తామ్రాంచ కపిలామపి- 28
కాశికీం నిమ్నగాంశోణాం బాహుదామథ......- 29
సదానిరామయాంకృష్ణాం మందగాం చంద్రవాహినీం-” 33

అను శ్లోకములయందుఁ జంద్రభాగానది యుదాహరింపఁబడినదిగాని నదులిచ్చటఁ గ్రమరహితముగఁ జెప్పఁబడియుండుటచేతఁ జంద్రభాగ యెచ్చటిదో యీశ్లోకములంబట్టి నిశ్చయించుటకు వీలులేదు. ఎఱ్ఱన వేర్వేఱుదేశస్త్రీల విశేషంబులఁ జెప్పుసందర్భమున

గీ. “చంద్రభాగాసరిత్ప్రదేశములసతులు
వారిచందంబెయగు శరావతిశతద్రు
సింధుసరిదంతరంబులఁ జెలువలెల్ల” (హ°)

నని యుత్తరదేశస్త్రీల మొదటఁబేర్కొని తరువాత నాంధ్రదేశస్త్రీలంగూర్చి చెప్పినాఁడు. ఆపద్యములు ఇక్కడ అనుచితములగుటచే నిం దుదాహరింపఁబడవయ్యె. దీనినిఁ బట్టిచూడఁ జంద్రభాగానది యుత్తరహిందూస్థానమందలి నదిగాని యాంధ్రదేశపునది గాదని తెలియఁగలదు. ఇదియునుంగాక భారతమునందలి యానుశాసనికపర్వములో ద్వితీయాశ్వాసమున భీష్ముఁడు ధర్మజునకుఁ బుణ్యతీర్థవిశేషంబుల నెఱిఁగించుచో

సీ. “సప్తదినంబులు చంద్రభాగను వితస్తనునూర్మిమాలినిఁ దగవసించి
యాహారవిరహితులై యుండ మునిసమానుండగుఁ గాశ్మీరమండలమున

నదులుకొన్ని" అని యుత్తరదేశనదులు క్రమముగాఁ జెప్పఁబడినతరువాత "వింధ్యంబున నొకసెల" అని మొదలుగ దక్షిణాపథంబునందలి తీర్థంబులు చెప్పఁబడినవి గానఁ జంద్రభాగ యుత్తరదేశపునదియేయని తేలుచున్నది. విష్ణుపురాణ మీనాంశ యముం బూర్తిగ నివర్తించుచున్నది.

"శతద్రుచంద్రభాగాద్యా హిమవత్పాదనిఃసృతాః" అని విష్ణుపురాణ ద్వితీయాంశమందలి తృతీయాధ్యాయములోని 1-4-వ శ్లోకమునఁ జెప్పఁబడినది. దీనివలనఁ జంద్రభాగానది హిమవత్పర్వతమునందుఁ బుట్టినదనియు నందుచే నార్యావర్తములోఁ బ్రవహించునదియే యనియు స్పష్టమగుచున్నది. కావునఁ బల్నాటిలోని చంద్రవంక చంద్రభాగానది కానేరదు. చంద్రవంకకుఁ బర్యాయనామముగఁ జంద్రభాగయని వాడియుందురు. చంద్రవంకయు నాగులేటియు దక్షిణమునుండి యుత్తరమునకుఁ బ్రవహించి కృష్ణానదిలోఁ గలియుచున్నవి. పలనాటిసీమ దండకారణ్యములో నొకభాగమై పూర్వము ఖరదూషణాదులు నివసించినస్థలమయినట్లు తెలియవచ్చుచున్నది. విశ్వామిత్రుఁడు సత్రయాగము చేసిన చిచ్చోటనే యని మాచెర్లకు దగ్గఱగాఁ గృష్ణానదీ సమీపమున నొకప్రదేశమును జను లిప్పటికిఁ జూపుచున్నారు. అచ్చటి కనేకులు వెళ్ళి యాస్థలము నక్కడి ప్రకృతిరమణీయతచూచి బాహ్యప్రపంచంబు మఱచి స్ఫటికోపలముభంగి నిర్మలమయిన హృదయముతో భగవన్మహిమలఁ దలఁచితలఁచి తపశ్శీల మహర్షిపుంగవులు నిశ్చయముగ నివసింపఁదగిన ప్రదేశమే యని తలఁపోయుచున్నా ఈసీమయందుఁ బలువిధములయిన లోహపుగనులు గలవు. బాస్వెలుదొరగారు వా రిపోర్టులో నిట్లు వ్రాసిరి.

"I may mention that lead is found in considerabl quantities near Karempudi in the Palnad, but the mine are not now worked. Copper is found both in the Palna and Vinukonda Taluqs." (పల్నాటిలోని కారెంపూడివద్ద సీసము విస్తా ముగా దొరకునని చెప్పవచ్చును. కాని యిప్పుడు గనులు త్రవ్వఁబడుటలేదు. రా పల్నాడు వినుకొండతాలూకాలలో రెంటిలో దొరకుచున్నది) రాగి సీసమేగా యిచ్చట నినుముకూడ నెక్కువగ దొరకును. పల్నాటిలోని కొన్నిగ్రామములయం దిప్ టికి నినుము కరఁగిన పెద్దగోలుములచిహ్నములు వినుపరాళ్లు స్పష్టముగాఁ గానఁబ చున్నవి. గుత్తికొండగ్రామములో నిప్పటికి నొక భాగమునకుఁ గొలుములపాలెమ పేరుగలదు. అచ్చటఁ గొలుములుపెట్టినప్రదేశమును నినుపరాళ్లను దిబ్బలను స్ప ముగ దృగ్గోచరము లగుచున్నవి. ఈగ్రామములోఁ జేరిన యొక కొండ కినుపకొండయ

కూడఁ జేరుకలదు. దీనినిఁ బట్టిచూడఁ బలనాటిసీమ [illegible] నకు ముఖ్యస్థానమై మహాప్రసిద్ధిఁ గాంచి యున్నట్టి దేశము [illegible] రాగి మొదలగు లోహములఁ బంపుచు వాణిజ్యాశ్రయమై [illegible] మెంతమాత్రమును లేదు. లోహములేగాక శ్రేష్ఠమైనయిన [illegible] నాపరాయి దొరకుగనులు చాలఁగలవు. ఈగనులలో నిప్పటికిని బని చేయఁబడుచున్నవి. ప్రస్తర ములగు శిలలకును లోహములకునే గాక బలనాటిసీమ వజ్రములకును మిగుల ప్రసిద్ధి కెక్కినది. మెమోయర్స్ ఆఫ్ జియులాజికల్ సర్వే ఆఫ్ ఇండియా యను గ్రంథ మునయొక్క 8-వ సంపుటము (Memoirs of the Geological Survey of India, Volume 8) లోని 110-వ పుటయం దీక్రింది విధముగ వ్రాయఁబడినది:--

" Along the eastern edge of the Tumiukota Range, there are traces of old diamond workings, more decidedly around Mallavaram on the right bank of the Kistna where the limestones lapping round the base of the hill have been regularly undermined to get at the quartzite beneath them containing diamonds. Here there certainly seems good proof of the existence of a set of diamond bearing beds perfectly distinguishable from the quartzites of which the rest of the Range is mainly made, for the debris and other evidence of the old workings are strictly confined to the edge of the limestones........ .... These works date from the Moghul rule. " (M G.)

దీనివలనఁ బల్నాటిలోని తుమ్మకోటవద్దను, మల్లవరమువద్దను వజ్రపుగనులున్న ట్లును మొగలాయిరాజుల కాలమునం దాగనులలోఁ బని చేయఁబడుచుండినట్లును పై గ్రంథకర్తయొక్క అభిప్రాయమైనట్లు తెలియుచున్నది. వేయేల ఢిల్లీపురాధీశ్వరుం డయిన బేబరు దక్షిణహస్తతలంబున లాస్యమాడి హుజహానునకు బహిఃప్రాణమై, పార శీక నాదరుషాను వశీకరించి యాఫ్గనిస్థానాధినాథుని హృదయపీఠ మధిష్ఠించి తిరిగి భారతచక్రవర్తులపజ్జం జేరి బలాత్కారముగ ద్వీపాంతరమునకుఁ గొంపోఁబడి ప్రస్తుత మఖండసామ్రాజ్యధురంధరుండయిన పంచమజార్జియుత్తమాంగ మారోహించి [illegible] నానాగల రాజశేఖరుల కెల్లఁ గన్నెఱ్ఱ గానున్న యూయునర్ఘరత్నమున కాయమూల్య మణి కాంతిసౌభాగ్యఖని కోహినూరు వజ్రంబునకుఁ బలనాటిలోని కృష్ణానదీతీరప్రాంత

ప్రదేశముల వజ్రపుగనులే జన్మస్థానమని యూహింపఁబడుచున్నవి. అసంపూర్ణవైదగ్ధ్యంబులయిన మానవహస్తములచే నిర్మితంబులగు వస్తువైచిత్ర్యంబులు పెక్కులు లేకపోయినను గవిసార్వభౌముల మేధ కాహారముకల్పించి యోధవరుల సంకల్పములకుఁ బ్రోత్సాహము కావించి మహర్షిసత్తముల హృదయములకు నిర్భరానందమొసఁగు నైసర్గికవిలాసశోభితప్రదేశము లాసీమయందు మిక్కుటముగఁ గలవని చెప్పవచ్చును. దీనికిఁ బల్లెనాడు, పలనాడు, పలినాడు, పల్నాడని పలునామము లచ్చటచ్చటఁ గానవచ్చుచున్నవిగాని సాధారణముగ నిప్పుడు పలనాడని పల్నాడని మాత్రమే వ్యవహరింపఁబడుచున్నది. ఏది యుక్తనామమో విచారింతము. చిన్నిచిన్ని పల్లెలుగల దేశముగానఁ బల్లెనాడని పేరువచ్చినదని కొందఱుచెప్పుదురు. పల్నాటిలోని మాచెర్ల, గురిజాల, తుమ్మకోట, జెట్టిగామాలపాడు కారెంపూడి గ్రామములలోఁ గోటలుగలవు. పల్నాటిదేశము నేలిన రాజుల కొకప్పుడివి ముఖ్యస్థానముగ నుండెను. ఇవి యాకాలమునఁ బట్టణములుగనుండి యుండవలయును. కావునఁ బల్నాటిలోఁ గేవలము పల్లెలే గాక కొన్నిపట్టణములు కొన్నిపల్లెలు నుండెననుటకు సందియములేదు. దీనికి సమీపముననున్న కొండవీడు, వినుకొండ, బెల్లముకొండ సీమలలోఁగూడ నిట్లే కొన్నిపట్టణములు కొన్నిపల్లెలునుండెను. ఈతీరుననుండుట సామాన్యమైయుండఁ బల్నాటిసీమకుఁ బల్లెనాడని పేరిడఁ గారణము కానరాదు. లోకేతిహాసము నవలోకించినచోఁ బ్రతిదేశమునకును దానియందలి నదులనుబట్టియో, కొండలనుబట్టియో, యేలినరాజులనుబట్టియో, నివసించుజనులనుబట్టియో, నైసర్గికస్వరూపములను బట్టియో పేరువచ్చినట్లు కనఁబడును. మఱియు,

గీ. "చిన్నచిన్నరాళ్లు చిల్లరదేవుళ్లు, నాగులేటినీళ్లు నాపరాళ్లు
సజ్జజొన్నకూళ్లు సర్పంబులును దేళ్లు, పల్లెనాటిసీమ పల్లెటూళ్లు"

అను పద్యమును శ్రీనాథరచితమైన చాటుపద్యమని యుదాహరించుచు దీనిలో శ్రీనాథుఁడుకూడఁ బల్లెనాడనియే ప్రయోగించెననియు గాన బల్లెనాడను నామమే రూఢమనియు దానికిఁ దాము చెప్పిన వ్యుత్పత్త్యర్థమే యథార్థమనియుఁ బైపక్షమువారు నుడువవచ్చును. శ్రీనాథరచితమో కాదో నిర్ణయించలేము కాని ఒకచాటువు సందిగ్ధవిషయములో ప్రమాణము కాఁజాలదు.

"A more poetical derivation of Palnad is 'Milk Land' from the light cream-coloured marble that abounds there."

పాలరాయి విశేషముగా నుండుటవలనఁ బాలనాడని పేరువచ్చినదనియుఁ బాలనాడే పల్నాడయినదనియు వీరియభిప్రాయము. పాలనాడనఁగాఁ బాలదేశమని

యర్థము. రాయిశబ్దమునకుఁగల "పాల" యనువిశేషణము "నాడు" న కెట్లు రాఁగలదో తెలియదు. "పాలనాడు" అన్నప్పుడు పాలరాయిగలదేశమేయని యర్థము చెప్పుటకుఁ బ్రసక్తిలేదు. ఒకవేళ మెకంజీగారు చెప్పిన వ్యుత్పత్తియే నిజమయినను "పాలనాడు" పల్నాడుగా మాఱుటలోఁ గొంత యస్వాభావికమయినమార్పు కానంబడుచున్నది. పలునాడని యొకచోఁ గానంబడియెడు. నానావిధభూములుకలది యని దీనికర్థము చెప్పుచున్నారు. నాడనఁగా దేశముకాని భూమికాదు. ఈసీమ యున్నతములయిన కొండలచేఁ జుట్టు నావరింపఁబడి నడుమఁబల్లముగా నుండుటవలన "పల్లునాడు" నాఁబేరొంది "పల్లునాడు" పల్లు, విల్లు, ముల్లు శబ్దంబులంబోలె జడ్డకు లోపంబురాఁగా "పలునాడు" గా మాఱి "పలునాడు" కొద్దిమాఱ్పుచెంది పలనాడై పలనాడు పల్నాడై "పలనాడు" "పల్నాడు" అను రెండురూపములు మాత్రము వ్యవహరింపఁబడుచువచ్చెనని నాయభిప్రాయము. పూర్వగ్రంథములయందును శిలాశాసనములయందును బలనాడు పల్నాడను రెండురూపములే సాధారణముగ నుపయోగింపఁబడియున్నవి. శ్రీనాథుఁడు వీరచరిత్రమునం దెచ్చటఁ బల్లెనాడని ప్రయోగింపలేదు. పింగళిసూరన ప్రభావతీప్రద్యుమ్నములోని

ఉ. "రంగుగ గౌతమీపరిసరంబులఁ గృష్ణకెలంకులన్ ఘనుల్
పింగళిరామయాదులు లలిం బలనాటను బాకనాటనుం
బింగళిగాదయాదులిటఁ బెంపువహించిన యన్మదాదులా
పింగళిగోకమంత్రి యిలుపేరనె చాలఁబ్రసిద్ధులెల్లచోన్."

అనుపద్యమునఁ బలనాడని చెప్పినాఁడు. "పలనాటి గొల్లలపాటజాతి" యను సీసపద్యపాదంబున గణపవరపు వేంకటకవి పలనాడనియే వ్రాసినాఁడు. అమరావతిలోఁ గులోత్తుంగచోళుని పదారాధకుఁడగు కొమ్మ నాయకునిశాసనమునఁ బలనాడని లిఖింపఁబడియున్నది. ఆశాసనము కొంత యిట నుదాహరించెదను.

"స్వస్తిశ్రీ శకవర్షంబులు ౧౦౭౭ అగునేటి విషుసంక్రాంతినిమిత్తమున పలనాడు మహీమండలమండనంబైన దామలూరివిభుండును............చతుర్థవంశతిలకుండును శ్రీమన్మహామండలేశ్వర కులోత్తుంగచోడ గొంకమహేశ్వరపదారాధకుండునైన కొమ్మనాయకుండు............

श्लो॥ अस्तित्वरि रनगरग्रामै स्समग्रश्रिया
ज्रुष्टः, पुष्टजनो.......

…… ……पलनाड्डनामवोषयो…………
शाकाब्दे मुनिशैलखेन्दुगणिते श्रीधान्यवाटीपुरे'

కార్యమపూడి వీరాలయములోఁ దూర్పువైపుబండమీఁది నల్లాంచక్రవర్తులశాసనమునందు "పలినాటివారు" అని వ్రాయఁబడియున్నది. పలినా డనునది పలనాడుయొక్క వికృతరూపమే కాని వేఱొండు కాదు. తనకంటె బూర్వులు గ్రంథములయందును శాసనములయందును "బలనాడు" "పల్నాడు" అని ప్రయోగించియుండ

గీ. "పల్లెనాటను నూటతొంబదియు నాల్గు
గ్రామముల నీడుగానక కాపునూరి
వెంగనార్యుఁడు వేదవేదాంగములను
బ్రస్తుతికి నెక్కె మాఱుట బ్రహ్మయనఁగ." (అప్ప)

అను పద్యమున నప్పకవి ప్రాకృతజనచోధోరణిం బల్లెనాడని చెప్పుట ప్రామాదికము. వీనినన్నింటినిఁ బట్టిచూడ "పలునాడు" అనునది యథార్థనామమనియు "పలనాడు" "పల్నాడు" అనురూపములు వ్యవహారమున రూఢములైనవనియు స్పష్టమగుచున్నది. గ్రంథవిస్తరభీతిచేఁ బల్నాటివిషయ మింతటితో ముగించి ప్రస్తుతవిషయ వీరచరిత్రమునకు వచ్చెదను. వీరులనఁగా నెవరు? యుద్ధముచేయువారు మాత్రమే వీరులు కారు. ఎవ్వరి సంకల్పము లమోఘంబులో, ఎవ్వరి చరిత్రములు కర్మమార్గప్రదర్శకంబులో, ఎవ్వరి వచనంబులు మానవుల నాకర్షించి జీవితపరమార్థంబైన చిత్తవిశ్రాంతి నొసఁగుచున్నవో, యెవ్వరి నిశ్చంచలమనోవృత్తిచేఁ లోకములందలి మహాకార్యములన్నియుఁ గావింపఁబడినవో, ఎవ్వరియందుఁ బరమాత్మ పరిపూర్ణతకు సమీపించియుండునో యా భగవదంశసంభూతులందఱు వీరులే నని వ్యాఖ్యచేయవచ్చును. సత్యసంధుండై గురుభక్తిపరాయణుండై సమరరంగంబుల నసమానపరాక్రమశాలియైన భీష్ముఁడు వీరుఁడు. నిశ్చల సంకల్పుఁడై, యమోఘబాణుండై నిజనామసంచకితశాత్రవ బలుం డైన బ్రహ్మనాయుఁడు వీరుఁడు. తత్త్వరహస్యంబుల బోధించి కుమతఖండనంబు గావించి జగద్గురువనం బ్రఖ్యాతిఁగాంచి నిఖిల జనవందనీయుండైన శంకరుండు వీరుఁడు. అనేకవిధంబులఁ గాలవశంబున వీరు లచ్చటచ్చటఁ బొడకట్టుచుందురు. ఏ దేశమందీ పూజ్యులు జన్మించినను జనులు వారి నసాధారణులుగ భావించుచున్నారు. వారి నామములు పవిత్రములుగ స్మరింపఁబడుచున్నవి. వారి సంకల్పములు కార్యరూపములుగఁ బరిణమించి శాశ్వతమై యున్నవి. వారి వచనంబులు జనుల కర్ణంబులందు

ఘంటానాదమై మ్రోఁగుచున్నవి. కవు లీ మహానుభావుల చరిత్రముల గానముచేసియున్నారు. శిల్పు లీ పరమగురువుల ప్రతిమల శిలలపైఁ జెక్కియున్నారు. చిత్రకారు లీ పుణ్యపురుషుల యాకారమును మనోజ్ఞవర్ణములతో లిఖించియున్నారు. వారు మాటలాడుట చాలించియుఁ జాలించినవారు కారు. బోధించుట మానియు మానినవారు కారు. లోకమును విడిచియు విడిచినవారు కారు. మన కథానాయకులగు పలనాటివీరు ఉత్తరదేశమునఁ దమ నివాసము వదలి దక్షిణాపథమునకు వచ్చి పల్నాటి సీమను శ్వశురదత్తముగ స్వాధీనము చేసికొని యచ్చటనే స్థిరపడిరి. అప్పటినుండి వారు పల్నాటివారని పేర్కొనఁబడుచుండిరి. వీరు పలనాటి సీమరాజ్యభారము నిర్వహించుచుండిరి. ప్రజలసౌఖ్యమునకై యెక్కువగాఁ బాటుపడిరి. ఇప్పటికిని వీరు నిర్మించిన పట్టణములు గలవు; త్రవ్వించిన తటాకములు గలవు; కట్టించిన దేవాలయములు గలవు; కావించిన కోటలు గలవు. జనుల మతనాగరకతలయందు వీరివలనఁ బెక్కుమార్పులు కలిగినవి. వీరు కొద్దికాలము మాత్రమే రాజ్యము చేసిరి. ఈ కొద్దికాలములోనే జనులయొక్క విశ్వాసమునకు గౌరవమునకుఁ బ్రేమకుఁ బాత్రులై రామరాజ్యముగఁ బ్రభుత్వముచేసి సపత్నీపుత్రులకు సంభవించిన ఘోరయుద్ధంబున నసమాన పరాక్రమంబు నమానుషశౌర్యంబు నశ్రుతపూర్వధైర్యంబు కనఁబఱచి రణమొనరించి ఒకరినొకరు పరిమాణ్యమని మానవాతీతులని జనులచే భావింపఁబడిరి. మహామహులఁ జూచినప్పుడుగాని వారినిఁగుఱించి వినినప్పుడుగాని తనబుద్ధి కగోచరంబైన యొకశక్తి వారియందుఁ గలదని యెంచి పరమోత్కృష్టలుగఁ దలంచుట మానవునికి సహజము. వీరి నారాధించుట కాలయములు నెలకొల్పఁబడినవి. వీరి యాకారములు శిలలమీదఁ జెక్కఁబడినవి. వీరి నామములకు జ్ఞాపకముగా ప్రతిసంవత్సరము గొప్పయుత్సవములు జరుగుచున్నవి. కులమతభేదములు లేక జనులందఱు వీరి నర్చించుచున్నారు. ప్రస్తుతము కార్యమపూడిలోనున్న వీరాలయ మొక మహమ్మదీయునిచేఁ గట్టఁబడినట్టి క్రిందివృత్తాంతము చెప్పుదురు. మహమ్మదీయుల కాలమున నొక గొప్పసైన్యము దక్షిణమునుండి హైదరాబాదునకుఁ బోవుచు కార్యమపూడిలో నాగు లేటియొడ్డున విడిసి యచ్చటనున్న వీరులలింగంబులు పొయిగడ్డలుగఁ జేసి యన్నము వండికొనఁగా సైన్యమంతయు సర్పదష్టమై మూర్ఛిలుభంగి నేలకు వ్రాలెనఁట. అప్పుడు సేనాధిపతి యేమితోఁపక నివ్వెఱపడియుండ నొక బ్రాహ్మణుఁ డా మార్గమునఁ బోవుచు నిదియేమని యడిగెనఁట. ఆతఁడంతయు సవిస్తరముగఁ జెప్పిన మీఁద దీనికిఁ గారణము వీరుల కపచారము చేయుటయే యనియుఁ వారి కాలయము కట్టించెదనని మ్రొక్కినచో సైన్యము తక్షణమే లేచుననియుఁ జెప్పి కొంతదూర మేగి

II

యదృశ్యుండయ్యెనఁట. ఆ తురుష్కుఁ డాపదలోనున్నవాఁడు గాన నట్లే మ్రొక్కఁగా సైనికులు నిద్రవోయి మేల్కాంచినట్లు లేచిరఁట. అంతట నతఁడు లింగములకు గుడి కట్టించి వీరులయం దత్యంతభక్తికలవాఁడయి వారి యమానుషశౌర్యపరాక్రమము లాక నాఁడు వినవిన నతనికి నతని తమ్మునికి నావేశము కలిగి యొఱలలోనుండి కత్తులు దూసి నిర్భరోద్రేకంబునఁ బొడిచికొని ప్రాణములు విడువ నా సోదరశవముల వీరాలయము లోనేఁ బాతిపెట్టిరఁట. దీనిలో గొంత సత్యముండక మానదు. వారిగోరీ లిప్పటికిఁ జెడకుండ నున్నవి. ఈ తురుష్కవీరులకుఁగూడఁ బల్నాటివీరులతోఁబాటు పూజలు జరుగుచున్నవి. తురుష్కుం డననేల? పంచమకుల సంజాతుఁడైన యొక వీరునికిఁ బ్రత్యేకముగా వీరాలయములో గుడి నిర్మింపఁబడియున్నది. ఆహా! ఎంత శౌర్యము! ఎంత పరాక్రమము! ఎంత నిష్కళంకత! నిరుపమాన తేజోవిభాసితులై, యవ్యాజమనోవిరాజితులై నిజధర్మపథానుసారులగు పుణ్యపురుషు లేకులమున జన్మించిన నేమి? ఏదేశమునఁ బ్రభవించిన నేమి? సర్వజన పూజనీయులు. ఒక్కపల్నాటిసీమవారు మాత్రమే కాక యాంధ్రదేశముయొక్క నానాభాగములనుండి వేలకొలఁది జనులు ప్రతిసంవత్సరము వీరోత్సవమునకుఁ గార్యమపూడికి వచ్చుచున్నారు. కాని రానురాను జనులు వారివిగ్రహములకుఁ బూజచేసి వారినిఁ గేవలము దేవతలని భావించుచున్నారు. ఇప్పు డనేకులు తమకు జబ్బులు వచ్చినప్పుడుగాని యాపదలు సంభవించినప్పుడుగాని ఇతరదైవములకు వలె వీరులకు మ్రొక్కి గడగండ్లు గడచినచో ముడుపులు చెల్లించుచున్నారు. శుభకార్యములలో వీరుల నారాధించుచున్నారు. వీరపూజ లోక ముందునంతకాల ముండునదియే పోవునది కాదు. జ్ఞానము హెచ్చినకొలఁది మహాపురుషులయందు గౌరవము హెచ్చుచుండును. ఆధ్యాత్మికముగఁ దనకంటె నధికుని మహాత్ముని గౌరవించుటకంటె మానవునకు ఉత్తమగుణము మఱియొకటి యుండనేరదు. ఈ విషయమింతటితో ముగించి యిఁక ఇతిహాసాంశములఁ జర్చించెదను. కథలోఁ జెప్పఁబడినట్లుత్తరదేశమునుండి పలనాటికివచ్చిన రాజు "అనుగురాజు." ఈతఁడు ప్రబలసైన్యసమేతుఁడై దక్షిణాపథమునకు వచ్చెను. ఈయన కార్తవీర్యార్జునుని వంశస్థుఁడని చెప్పఁబడినది. కార్తవీర్యుఁడు హైహయ వంశసంజాతుఁడు. ఈ వంశపురాజులు హైయహయులని చెప్పఁబడుదురు. కనుక ననుగురాజు హైహయుఁడే యగును. నాకు లభించిన వీరచరిత్రతాళపత్రసంపుటముయొక్క ప్రథమభాగములో ననుగురాజు వంశక్రమ మీక్రిందివిధమున నున్నది.

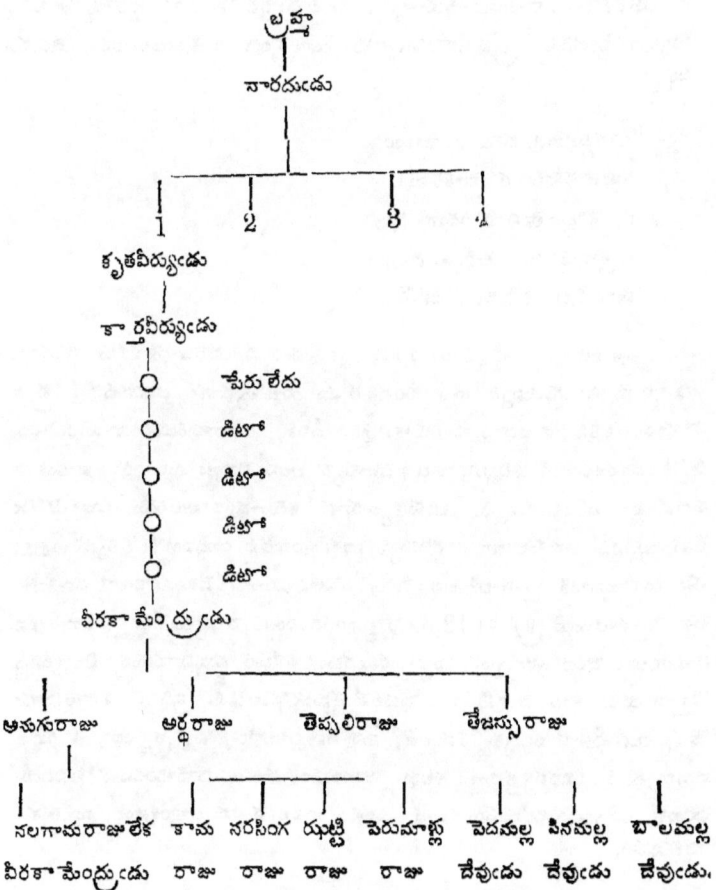

బ్రహ్మ
1
2
3
4
కృతవీర్యుఁడు
కార్తవీర్యుఁడు
పేరు లేదు
వీరకామేంద్రుఁడు
అనుగురాజు
అర్ధరాజు
తెప్పలిరాజు
తేజస్సురాజు
నలగామరాజు లేక వీరకామేంద్రుఁడు
కామ రాజు
నరసింగ రాజు
ఝట్టి రాజు
పెరుమాళ్ల రాజు
పెదమల్ల దేవుఁడు
పినమల్ల దేవుఁడు
బాలమల్ల దేవుఁడు.

ఇది వీరకామేంద్రునివఱకు సరిగాలేదు. ఈ వంశక్రమమునకును ముదిగొండ వీర భద్రుని పద్యగ్రంథములోని వంశక్రమమునకును భేద మగపడుచున్నది. అనుగురాజు సుందర చక్రవర్తికొడుకని వీరభద్రుఁడు చెప్పినాఁడు. అనుగురాజు పుత్రుని పేరు వీరకామేంద్రుఁడు. సాధారణముగఁ దాత పేరు మనుమనికిఁ బెట్టుచుందురు. కావున ననుగురాజు తండ్రి పేరు వీరభద్రుఁడు చెప్పినట్లు సుందరచక్రవర్తికాక వీరకామేంద్రుఁడేయై యుండవలయును. అనుగురా జుత్తరదేశమునుండి వచ్చెనని చెప్పియుంటిమి.

అది యేదేశమో విచారింపవలసియున్నది. ఇతఁ డుత్తరదేశములో స్వరాజ్యము విడిచి వచ్చెనని వీరచరిత్ర ప్రథమభాగములోని యీక్రింది వాక్యములవలనఁ దెలియుచున్నది.

ద్వి॰ "ఒగినస్గుభూపు డయోధ్యాపాలుండు
తమతాత చేసిన తగుపాతకముల
పో గొట్టవలెనని పొందుగా దలఁచి
ఉత్తరాదినినుండి ఉర్వీశు డపుడు
ఘనదక్షిణాదికి గదలెడు వేళ."

ఇందులో నయోధ్యపాలుఁడనియున్నందువలన నితఁడయోధ్యదేశము నేలినవాఁడని భ్రమ కలుగుచున్నది గాని వీరచరిత్రము సాకల్యముగఁ జదివినచో నీ భ్రమ పోవును. ఇతని రాజధాని పాలమాచాపురి. దీనికి జంభనాపురియని నామాంతరము. ఉత్తరదేశములనుండి వచ్చినరాజుల నయోధ్యరాజులని చెప్పుట మనవారికి వాడుకగా నుండినట్లు తోఁచుచున్నది. చాళుక్యులుకూడ నయోధ్యరాజులనియే యొకచోటఁ జెప్పఁబడినది. అనుగురాజు కార్తవీర్యుని వంశమువాఁడని యిదివఱకే తెల్పియుంటిని. ఈ వంశమువారికి హైహయులని పేరు. హైహయు లేదేశపురాజులో చూతము. ఈ హైహయులు క్రీ॥ శ॥ 12-వ శతాబ్ద్యంతమువఱకు రాజ్యముచేసినట్లు శిలాశాసనములవలనఁ దెలియుచున్నది. మిర్జాపురమునకుఁ బోపురోడ్డుసమీపమున బిల్వారివద్ద హైహయుల శాసనమొకటి పరిశోధకులచే కనుఁగొనఁబడెను. ఇది యొకరాతిమీఁదఁ జెక్కఁబడి 84 సంస్కృతశ్లోకములతో నున్నది. వీనిలోఁ గొన్ని స్రగ్ధరలు, శార్దూలములు మఱి వివిధవృత్తములు గలవు. శాసనమంతయు నుదాహరించినచో నిదియే యొక చిన్న గ్రంథమగును గాన మనకుఁ గావలసిన ముఖ్యాంశముల మాత్రము దెలిపెదను.

... ...

... ...

सोयं सोमाभि [illegible] मौक्तिमस्यैव शम्भो
रस्मादेव प्रवृत्तः किमपरमप्यन्वयो हैहयानां ॥

8. अस्मिंश्च वन्यसमताक्रमिते बुधाधौ
राधैर्नृपै र्नृपति रर्जुनइत्युदारः ।
आसीद् [illegible]कीर्तनीय
कीर्तिच्छटा [illegible] ॥

55. किंस्त्वग्रतेऽसौ मुनिपुङ्गवोऽथवा
श्रीचेदिचन्द्रो नृपतिः कृतादरः ।
सद्वृत्तभूपप्रहितैरुपायनैः
प्रदर्श्य भक्तिं विधिना निनाय यम् ॥

58. अथ स विहितकृत्यश्चेदिनाथः समर्थः
... ...
दिशमतिशयरम्यां सम्प्रतस्थे प्रतीचीं
अहितजनितभीति दुर्निवारप्रचारः ॥

69 यस्योत्तुङ्गगजेन्द्रमज्जनगलद्दानाम्बुभिर्मिश्रितं
रेवावारिविविक्ततिप्रमुचितस्नानेन तन्वीजनः ।
... ...
सर्वाङ्गं स्मरसौरभेण महता निर्व्याजमायोजितः ॥"(इं. आ)

శాసనము పూర్తిగ నుదాహరించిన జదువరులకు విషయములు బాగుగ విశదమవునుగాని గ్రంథవిస్తరభీతిచే నింతటితోఁ జాలించితి. ఈ శాసనములో హైహయ వంశస్థుఁడైన యువరాజ దేవుని వంశానుక్రమణిక కోకల్లునివద్దనుండి చెప్పఁబడినది. రెండియుఁ గోకల్లుఁడు మొదలు యువరాజదేవునివఱకు వారికార్యములు పరాక్రమ్ములు వర్ణింపఁబడినవి. 55-వ శ్లోకములోఁ జేదిరాజు కృతాదరుఁడై హృదయశివుఁడను మునికిఁ గానుకలిచ్చినట్లు చెప్పఁబడినది. "**श्रीचेदिचन्द्रो नृपतिः**" అనునది యువరాజు దేవుని తాతయైన కేయూరవర్షుని కన్వయించును. ఇచ్చటఁ జేదిచంద్రుఁ డనగాఁ గేయూరవర్షుఁడే. 58-వ శ్లోకములో యువరాజదేవుని తండ్రియైన లక్ష్మణుఁడు ససైన్యముగఁ బశ్చిమదిక్కునకేగెనని యున్నది. ఈ శ్లోకములోనే లక్ష్మణునికిఁ 'చేదినాథః' యను విశేషణము చేర్పఁబడినది. దీనివలన హైహయులు రాజ్యముచేసినది చేదిదేశమయినట్లు స్పష్టపడును. ఈ హైహయులదే మఱియొక శాసనము 'కరంబేలు' (Karambel) అను గ్రామమువద్ద దొరకినది. ఇదియు సంస్కృతశాసనమే. దీనిలోను 44 శ్లోకములు నొకపెద్ద గద్యముగలదు. దీనినిఁగూడఁ బూర్తిగ నుదాహరింపఁజాలక యచ్చటచ్చట ముఖ్యాంశముల వివరించుచున్నాఁడ.

5. श्लो ॥ हेलागृहीतपुनरु शस्त्रो
गोत्रे जयत्यधिकमस्य स कार्तवीर्यः ।
अत्रैव हैहयनृपान्वयपूर्वपुंसि
राजेतिनाम शशलक्ष्मणि चक्रमे यः ॥

7. तत्रान्वये नयवतां प्रवरो नरेन्द्रः
आसीन्मदान्धनृपगन्धगजाधिराज
निर्माथकेसरियुवा युवराजदेवः ॥

25 रमणगुणनिकेतः केतनं मङ्गलानां
प्रचुरतरयशोभिःशोभितस्तत्तनूजः ।
नृपतिरवनिभानुर्विश्वविश्रान्तभानु-
र्जयति विजयसिंहः संहताराातिसिंहः ॥

स च परमभट्टारक महाराजाधिराजपरमेश्वर श्रीवामदेवपादानुध्याता परमभट्टारक महाराजाधिराज परमेश्वर परममाहेश्वर त्रिकलिङ्गाधिपति निजभुजोपार्जिताश्वपति गजपति नरपति राजत्रयाधिपति श्रीमद्विजयसिंहदेवपते र्विजयिनः महाराज्ञी श्रीमहाकुमार श्रीअजयसिंहदेव महामन्त्रिशैवात्तार्य भट्टारक श्रीमद्राजगुरु विद्यादेव महापुरोहित पण्डित श्रीयज्ञधरधर्मप्रधान महामात्यठक्कुर श्रीकीकीमहाक्षपटलिक महाप्रधानार्यलेखी-ठक्कुर श्रीदशमूलिकवत्सराज महासान्धिविग्रहठक्कुर श्रीपुरुषोत्तममहाप्रतीहार दुष्टसाध्य-चराध्यक्ष भाण्डारिक प्रवात्ववार अश्वसाधनक इत्येतानन्यांश्च प्रदास्यमानग्रामनिवासि जनपदांश्च आहूय यथार्हमानयति बोधयति समाज्ञापयति च यथा ·विदितमस्तु भवतां संवत् ९३२ श्रीमत्तिपुर्यां ... ... नर्मदायां विधिवत् स्नात्वा श्रीमहादेवं समभ्यर्च्य मातापित्रोरात्मनश्च पुण्ययशोभिवृद्धये साम्बलापत्तलायां चौरलायाग्रामः... ... ... सावर्ण्यगोत्राय भार्गवच्यावन आप्नवान- और्वजामदग्न्येति प छन्दोगशाखिने पण्डितश्रीजनार्दनप्रपौत्राय पण्डितश्रीसुल्हणपौत्राय पण्डितश्रीछिकूपुत्राय पण्डित श्रीसोढ-शर्मणे ब्राह्मणाय उदकपूर्वकत्वेन शासनीकृत्य अस्मदभ्यनुज्ञया मातृश्रीकोसलदेव्या प्रदत्तः ॥(इं. आ)

44. श्लो. आभ्यदरस्य पौत्रेण श्रीधर्मस्यसूनुना ।
लिखितं वत्सराजेन चेदीशदशमूलिना ॥

ఈ శాసనమునందు హైహయసంజాతుఁడైన విజయసింహుని వంశవృత్తము యువరాజదేవునివద్దనుండి వర్ణింపఁబడినది. ఈయువరాజదేవుఁడు వెనుకటి శాసనములోని యువరాజదేవుఁడేయై యుండవచ్చును. శాసనమందలి సంస్కృతగద్యములో విజయసింహుఁడు తనదశమూలియైన వత్సరాజు మొదలగు వారలఁ బిలిపించి దానకాలమున బోధించి యాజ్ఞాపించినట్లు వ్రాయఁబడినది. 44-వ శ్లోకములో వత్సరాజునకుఁ '**चेदीशदशमूलिना**' యను విశేషణము చేర్పఁబడినది. వత్సరాజు విజయసింహుని దశమూలి. '**चेदीशमूलिना**' యని వత్సరాజునకు విశేషణముంచుటవలన విజయసింహుఁడు చేదీశుఁడైనట్లు విశదమగుచున్నది. విజయసింహుఁడు హైహయుఁడు గాన

హైహయులు చేదీశులని నిర్ణయింపవలయును. స్మిత్‌గారు తమ పూర్వహిందూదేశ చరిత్రలో 314-వ పుటయం దిట్లు వ్రాయుచున్నారు:—"The Kalachuri or Haihaya Rajas of Chedi are last mentioned in an inscription of the year 1181 A D. and the manner of their disappearance is not exactly known (చేదీశులగు కలచూరి లేక హైహయ రాజులు క్రీ॥ శ॥ 1181-వ సంవత్సర శాసనమునఁ గడసారి యుదాహరింపఁబడి యున్నారు. వీరెట్లు నశించిరది సరిగాఁ దెలియదు)" ఈవాక్యములలో స్మిత్తుగారును హైహయులు చేదీశులనియే చెప్పిరి. ఇంకఁ జాల నిదర్శనములు గలవు గాని యివి చాలునని యెంచి హైహయులు చేదీశులేయని స్పష్టముచేసికొని చేదిదేశ మెచ్చటిదో వివరించెదను. చేదిస్థలనిర్దేశమునకీ శాసనములయందే కొన్నియాధారములు కాన్పించుచున్నవి. మొదటిశాసనముయొక్క 69-వ శ్లోకములో యువరాజదేవునిఁగూర్చి "ఎవ్వని యుత్తుంగగజేంద్రములు మజ్జనము చేయుటవలన జారిన దానజలముతోఁ గూడి తిక్తమై వివిక్తమైన రేవా (నర్మదా) నదీనీరమును స్నానముచేయుటచేఁ బొంది తన్వీజనము నిర్వ్యాజముగ దేహమంతటను గొప్ప స్మరసౌరభముతోఁ గూడినదో" యని వర్ణింపఁబడినది. దీనినిఁబట్టిచూడ యువరాజదేవుఁడు రాజ్యముచేసినది నర్మదా నదీప్రాంతదేశమై యుండవలెనని తేలుచున్నది మఱియు రెండవశాసనముయొక్క గద్యమునందు 'त्रिपुर्यां नर्मदायां स्नात्वा' అని లిఖింపఁబడియున్నది. విజయసింహుఁడు దానమిచ్చుటకుముందు నర్మదానదియందు స్నానముచేసి నర్మదా నదీ జలమునే దాన కాలమున వాడినాడు. విజయసింహుఁడు రాజ్యముచేసినది త్రిపురిరాజధానిగాఁగల నర్మదానదీతీరదేశమేయని దీనినిఁబట్టి విశదమగుచున్నది. యువరాజదేవుఁడు విజయసింహుఁడు హైహయులే గావున నీరెండుశాసనములవలన హైహయులు రాజ్యము చేసినది నర్మదానదీప్రాంతదేశమే యని స్పష్టపడినదనుటకు సందియములేదు. భాగవత నవమస్కంధములో కార్తవీర్యుడు నర్మదానదిలో జలక్రీడ సల్పినట్లుగలదు అది యితఁ డాప్రాంతదేశమునే పరిపాలించుటను సూచించుచున్నది. ఇట్లు పురాణములవలనఁగూడ హైహయులు నర్మదానదీప్రాంతదేశమునే యేలినట్లు తెలియుచున్నది. మఱియు మనకుదొరకిన రెండు సంస్కృతశాసనములును నర్మదానదీ సమీప ప్రదేశములలోనే కనుఁగొనఁబడినవి. మొదటిది నర్మదానదీ సమీపమున నున్న జబ్బల్పూరునకు 50 మైళ్ళదూరమున బిల్హారియను గ్రామమునందు మిర్జాపురమునకుఁ బోవు రోడ్డువద్ద దొరకినది. రెండవదికూడ జబ్బల్పూరునకు దాపున "కరంబేలు" (Karanbel) అను గ్రామములోఁ గనుఁగొనఁబడినది. ఈ శాసనములచ్చట నుండుట

హైహయులు నర్మదానదీప్రాంత దేశమును బాలించిరనుటకు నిదర్శనముగ నున్నది. చేదీశునిచే కాకపోయినను శేదీశుఁడుదాహరింపఁబడినశాసనము నర్మదానదికుత్తరమున జబ్బల్పురమునకు దూరముగ గ్వాలియరులో భిల్సాకోటయందొకటి కనుఁగొనఁబడినది గాని దానినిఁగూడ నుదాహరించుట యనావశ్యకమని వదలుచున్నాను. ఈప్రబల దృష్టాంతము లన్నింటివలనను హైహయులు రాజ్యముచేసినది నర్మదానదీప్రాంత దేశమే యని నిర్ధారణచేయుట సంశయమేమియుఁ గానరాదు. హైహయు లేలినది చేదిదేశమని యిదివఱకు స్పష్టపఱుపఁబడినది. కనుక నర్మదానదీప్రాంత దేశమే చేదిదేశమని నిశ్శంకముగాఁ జెప్పవచ్చును. కెండవదియైన కరంబేలు శాసనముయొక్క గద్యములోని "సాంబల" జబ్బల్పురమనియే తోఁచుచున్నది. లేదా "సంబల్ పూర్" అయియుండును. ఇవియు నాప్రాంతములోనివే. ప్రస్తుతము జబ్బల్పురముజిల్లాలోఁ గొంతభాగమైనను శేదిదేశముగా నుండునని విష్ణుపురాణమును భాషాంతరీకరించిన విల్సను (Wilson) గారు నుడివిరి. వహానుత్సాంగను చైనాయాత్రికుఁ డుజ్జయినినుండి చాల దూర(one thousand miles) మీశాన్యముగఁ బ్రయాణముచేసిన తరువాతఁ జేరిన ("Tchi-ki-to") అనునది చేదిదేశమేయని కొందఱు పాశ్చాత్యపండితు లభిప్రాయపడియున్నారు. వహానుత్సాంగుయాత్రలను భాషాంతరీకరించిన జాల్లియన్ (Jullien) గారు "Tchi-ki-to"ను చిత్తూరని నిశ్చయించినారు గాని చిత్తూ రుజ్జయినికి వాయవ్యదిశనుండుటవలన నయ్యది ప్రామాదికమని యెంచవలయును. కొందరభిప్రాయములో "ప్రాచీనభూగోళ శాస్త్రచిత్రసంపుటము" (Atlas of Ancient Geography, classical and Biblical) అను గ్రంథములో హిందూదేశచిత్రమునందు జబ్బల్పురము చుట్టుప్రక్కలనున్న దేశమే చేదిదేశముగాఁ గర్నలుయూలు (Colonel Yule) గారు లిఖించినారు. స్మిత్తుగారు తన అర్లి హిస్టరి ఆఫ్ ఇండియా (Early History of India) అను గ్రంథమున నిట్లు వ్రాసిరి:—

"And the extensive region to the south of Bandalkhand, which is now under the administration of the Chief Commissioner of Central provinces nearly corresponds with the old Kingdom of Chedi. (బండేలు ఖండునకు దక్షిణమునఁ బ్రస్తుతము "మధ్యపరగణా"ల చీఫ్ కమిషనరు పరిపాలన క్రిందనున్న విశాలదేశము దాదాపుగఁ బూర్వపు చేదిరాజ్యమై యున్నది)." దీనినిఁబట్టి చూచినను చేది నర్మదాప్రాంతదేశమే యగుచున్నది. ఇట్లు ఐతిహాసికుల వచనములే కాక పైని నత్రతర్క్యములైన శిలాశాసన నిదర్శనములు చూపఁబడినవి. కావున నర్మదానదీ ప్రాంతమున జబ్బల్పురమును

జొట్టుకొని నాగపూరువఱకు వ్యాపించియున్న దేశమే చేదిదేశమని నిశ్చయింపవచ్చును. హైహయులు రాజ్యముచేసిన దీ దేశమే కనుకఁ దద్వంశస్థుఁడైన యనుగురాజు చేది దేశమునుండియే పలనాటికి వచ్చియుండవలయును. ఈతఁ డిచ్చటనుండి వచ్చెననుటకు వీరచరిత్రమునందు మఱియొకని దర్శనముగలదు. శ్రీనాథరచితమని చెప్పఁబడునట్టియు నాకు లభించినదియు నగు తాళపత్రగ్రంథమున

"ద్వి. కాశికి డెబ్బది యామడకనగ నయోధ్య
అచ్చటికి మఱియావలనున్న
యఱువదియామడగలదా కనకాద్రి
కనకజంభనాపురి ఘనమెట్లటన్న."

అని గణభంగముగల ద్విపదీపఙ్క్తులయం దనుగురాజు పట్టణము జంభనాపురి యని చెప్పఁబడినది. జబ్బల్పురమే జంభనాపురియని యూహింపవచ్చును. ఊహయేల? ముదిగొండ వీరభద్రుఁడు వీరభాగవతమందు "కాంతాసహితంబుగా భల్లాతకి తైలార్ద్రవస్త్రంబులు కట్టికొని జబలాపురంబు చేరి" యనుచోట జబలాపురమని స్పష్టముగఁ జెప్పినాఁడు. కనుక ననుగురాజు పట్టణము జబ్బల్పురమేయై యుండును. హైహయుఁడైన యనుగురాజు పలనాటికి వచ్చినది చేదిదేశమునుండియే యని నిస్సందేహముగఁ జెప్పవచ్చును. ఇఁక వీరి కాలమునుగూర్చి యోచింతము. వీరొనర్చిన యుద్ధముయొక్క కాలమును నిర్ణయించినచో వీరికాలము తేలును గాన నాయుద్ధకాలమును మొదట నిశ్చయింపఁగడఁగెదను. దీనికిఁ గొన్నియాధారములు వీరచరిత్రమునందే కలవు. బ్రహ్మనాయుఁడు వైష్ణవమతస్థుఁ డగుటయు, నీచజాతివారు కొందఱు వైష్ణవమత మవలంబించుటయు, శైవ వైష్ణవుల పరస్పరద్వేషములును,వీరచరిత్రయందుఁ గానవచ్చుటచేతఁ జలనాటివీరుల యుద్ధము రామానుజునిచే స్థాపింపఁబడిన వైష్ణవమతము వ్యాపించినతరువాతనే జరిగియుండవలయునని యెంచనగును. రామానుజుఁడు క్రీ॥ శ॥ 1017-వ సంవత్సరములోఁ బుట్టెనని తచ్చరిత్రకారుల అభిప్రాయము. కనుక నీయుద్ధము 11-వ శతాబ్దికి పూర్వము జరిగియుండనేరదు. ఇంతియకాదు. వీరచరిత్రలో నొకభాగమై నాకు లభించిన "అలరాజు రాయబారముకథ" గల తాళపత్రగ్రంథమున లక్షణరహిత ద్విపదులలో నీక్రిందివిధమున వ్రాయఁబడినది.

1. ద్వి. "విరజాజిమల్లెలు విభూతిపత్రి
లింగనికీరీతి పూజలుచేసి"

2. "లింగపూజలుచేసి నిజముగా దాను
విభూతిరేఖలు తిన్నగా దీర్చి"

అలరాజు భోజనము చేయుటకుఁ బూర్వము లింగపూజచేసినట్లును రాయబారమునకుఁ బోవుటకుముందు లింగపూజచేసి విభూతిరేఖలు దిద్దినట్లునుఁ బై ద్విపదీపఙ్క్తులు చెప్పుచున్నవి. మఱియు నా గ్రంథములోనే

ద్వి. "పిలుమనిజంగాల బిలిపించె రాజు
వచ్చిరి అప్పుడు పుణ్యజంగాలు
పసిడి పాత్రలవారు పదులఱువదులు
పెదమఠము జంగాలు పెద్దల బిలిపించిరి"

అని యలరాజుతో నతనిభార్యయగు రత్నాలపేరాంబ సమాగమనము చేయు పట్టున వ్రాయఁబడినవి. వీనినిఁబట్టిచూడఁ బల్నాటి వీరుల యుద్ధకాలమునాఁటికి జంగము లుండిరనియు, లింగపూజలు ప్రబలినవనియు విశదమగుచున్నది. బాలచంద్ర యుద్ధముయొక్క 7-వ పుటలోని

"అందెల బసవన్న యాదినాథుండ
కరినంది బసవన్న కంచి వరదుడ"

అనుపఙ్క్తులును బై విషయమును స్థిరీకరించుచున్నవి. వీరచరిత్ర ప్రథమభాగమైన తాళపత్రగ్రంథమున నలరాజుతాత, శివలింగురాజుమీఁదికి యుద్ధమునకుఁ బోవునప్పుడీ క్రిందితీరున వర్ణింపఁబడినది.

ద్వి. "గుఱి శివనందుల కోటకు వారు
యుద్ధసన్నద్ధులై ఉర్వికంపింప
వారితోడనె కూడి వడియజంగాలు
నల్లబొంతలవారు నాలుగువేలు
ఎఱ్ఱబొంతలవార లెనుబదివేలు
... ...
వారిపేరులఁగొన్ని వరుస జెప్పెదను
మేడయ్యపడమటి మేటి బస్వయ్య
బోడశివయ్య బొబ్బిడి బుగ్గయ్య
... ...
కఱకంఠ లింగయ్య కల్యాణబసవ

అక్కయ్య కక్కయ్య ఆదిమల్లయ్య
... ...
నిజలింగ చిక్కయ్య నీలకంఠయ్య
ఉరమున లింగాలు మెఱసెడువారు
గళముల రుద్రాక్ష గలిగినవారు."

పల్నాటి వీరుల యుద్ధకాలమునాటికి జంగములు ప్రబలముగా నుండిరనుట కింతకంటె విశ్వసనీయ సాక్ష్యము వేఱొండేమి కావలయును? కాబట్టి లింగధారి మతము స్థాపింపఁబడి జంగములు బయలుదేఱిన తరువాతనే పల్నాటియుద్ధము జరిగె ననుట నిర్వివాదం. లింగధారిమతము బసవనిచే స్థాపింపఁబడినది. వీరి మతగ్రంథము లైన బసవపురాణము, ప్రభులింగలీల, పండితారాధ్యచరిత్రము మొదలగునవి చదు వఁగాఁ బురాణములలో సహజముగానుండు నద్భుతకల్పనలుపోను వీరి మతస్వభావము బసవని చరిత్రము కొంత తెలియఁగలదు. పాల్కురికి సోమనారాధ్యుని బసవపురా ణములోని

"ద్వి. జినసమయస్థుల శిరములుదునిమి
మునువిష్ణుసమయుల ముక్కులుగోసి
అద్వైతులను హతహతము గావించి
విద్వేషబౌద్ధుల విటతటమాడి
చార్వాకవాదుల గర్వంబులణచి"

యను పఙ్త్తులవలన వీరి మతలక్షణము కొంచెము తెలియును. మతమెట్లున్నను మనకు గావలసినది ఇతిహాసమున నావిషయముల వివరించెదను. లింగధారిమతమును స్థాపించిన బసవేశ్వరుఁడు కర్ణాటదేశమునందలి హింగుళేశ్వరాగ్రహారములో మండెంగ మాదిరాజను బ్రాహ్మణునిపుత్రుఁడు. తల్లిపేరు మాదాంబ. పాల్కురికి సోమనరచిత బసవపురాణమునందలి కొన్ని ముఖ్యములైన పఙ్త్తుల నుదాహరించి దానినుండి తెలియ వచ్చు ఇతిహాసమును వ్రాసెదను.—

"ద్వి. పాండురంగవిభుని......బిజ్జలుని
బండారిబలదేవ దండనాయకుఁడు
శివభక్తునికిఁ బెండ్లి సేయుదునన్న
ప్రవిమలమగుతొంటి బాస తలంచి

యిట్టిభక్తునికిక యింక నాకూతు
సెట్టివారికి మఱి నేనిత్తునంచు
బసవకుమారుని పాలికిఁబోయి"
"మఖలీలబిజ్జలక్షోణీశ్వరుండు
తానునుబసవన దండనాయకుఁడు."

బసవేశ్వరుఁడు తండ్రిమతమున కిష్టపడక యుపనయనసంస్కారము నిరాకరించి, తలిదండ్రులవదలి తోఁబుట్టువైన యక్కనాగమ్మను వెంటఁబెట్టికొని కల్యాణమునకుఁ బాఱిపోయి యచ్చట రాజ్యము చేయుచున్న బిజ్జలునియొక్క దండనాయకుని కూతును వివాహమాడి తనమామయనంతరమునఁ తానే బిజ్జలునివద్ద దండనాయకుఁడాయెను. ఇతని క్రొత్తమతమువలన నితనిక నేకులు విరోధు లేర్పడిరి. రాజైన బిజ్జలునికి నితనికిఁ బరస్పర ద్వేషము హెచ్చి కలహము సంభవించెను. ఈకలహములో బిజ్జలుఁడు ప్రాణములఁ గోల్పోయెను. తరువాత బసవేశ్వరుఁడు కపిలసంగమమువద్ద లింగమందైక్యమైపోయెను. కల్యాణపురము రాజధానిగ రాజ్యము చేసిన పశ్చిమచాళుక్యులలో నొకఁడై క్రీ॥ శ॥ 1150-వ సం॥రం మొదలుకొని 1163-వ సం॥వఱకుఁ బరిపాలించిన రెండవ తైలపునివద్ద నీ బిజ్జలుఁడు దండనాయకుఁడుగానుండి ప్రబలుఁడై చివరకు రాజుమీఁద దిరుగఁబాటొనర్చి సింహాసన మాక్రమించుకొనినట్లు తెలియవచ్చుచున్నది. ఇతఁ డంతకుముందే కల్యాణపురము స్వాధీనము చేసికొన్నను క్రీ॥ శ॥ 1162-వ సంవత్సరములో మాత్రమే రాజబిరుదముల వహించెను. ఇతని శాసనములు క్రీ॥ శ॥ 1157 సం॥ మొదలుకొని కానవచ్చుచున్నవి. 1157-వ సంవత్సర మితనిరాజ్యకాలమున రెండవ సంవత్సరమని యొక శాసనమునఁ జెప్పఁబడినది కనుక క్రీ॥ శ॥ 1156-వ సంవత్సరమున నితని పరిపాలన ప్రారంభించి యుండును. ఈ బిజ్జలుని, దండనాయకుఁడు నాకాలముననే యుండిలీరవలయును. పలనాటియుద్ధము బసవనిచే లింగధారి (వీరశైన) మతము స్థాపింపఁబడినతరువాత జరిగినదని యిదివఱకే తెల్పఁబడినది గావున నీ యుద్ధము క్రీ॥ శ॥ 1150-వ సం॥ రమునకంటెఁ బూర్వమున జరిగియుండ నేరదు. అనుగురాజు కుమారుఁ డగు మల్లదేవుఁడు కల్యాణపురరాజైన వీరసోమునికూతును వివాహమాడినట్లు వీరచరిత్ర ప్రథమభాగమునఁ జెప్పఁబడినది. చదువరులకుఁ దెలియుటకై యీక్రిందిపద్యముల నుదహరించుచున్నాను:—

ద్వి. "పయనముచేసెను బ్రహ్మ తానప్డు
సుంకరికన్నను సొంపుగరాగ
తనవెంట దోడ్కొని తరలిబ్రహ్మన్న
కల్యాణనగరంబు కడువేగ చేరి

ఆపట్టణం బేలు నట్టిభూపతులు
అల్లాణరాజును భల్లాణరాజు
నందిసోముడు మఱి నాగసోముడును
కంచుసోముడు మఱి పెంచుసోముడును
జలములకర్తన జలసోమరాజు
అందఱకును బైని నావీరసోము
తమ్ములేడ్గురు కలధరణీశు కపుడు
పుత్రులు నల్వురు పుత్రియు నొకతె."

కల్యాణపురము నిజామురాజ్యములో బీదరునకు 35 మైళ్లదూరమున నున్నది. కల్యాణము నేలిన కలచూరి వంశపురాజులలో నొక వీరసోముఁడును చాళుక్యవంశపురాజులలో నల్వురు వీరసోములును గలరు. చాళుక్య వీరసోములలో మొదటి మువ్వురు బసవేశ్వరునిచే వీరశైవమతము స్థాపింపఁబడకపూర్వమే రాజ్యము చేసినవారు గావున నైనచో మల్లదేవుని మామ నాల్గవ వీరసోముఁడే యైయుండవలయును. కలచూరి వీరసోముఁడును లింగాయత మతస్థాపనానంతరమం దున్నవాఁడు కావున నితఁడును విచారణీయుఁడే. మొదలు చాలుక్య వీరసోముని గుఱించి తెలిసికొనుటకై యతని వంశక్రమము వివరించెదను. దక్షిణహిందూదేశమును బాలించిన రాజవంశములలోఁ జాళుక్యవంశము మిక్కిలి పురాతనమైనది. గుజరాతునం దన్హాల్వరపట్టణమున రాజ్యముచేసిన సాలంకీవంశమునకును దీనికిని సంబంధ ముండియుండవచ్చును. చాళుక్యు లుత్తరహిందూస్థానములఁ బరిపాలించిన రాజపుత్ర సంతతివారైనట్లు కానవచ్చుచున్నది. ద్రుపదుని కాపద కలుగఁజేయుటకై శపించిన ద్రోణుని చుళుక (పుడిసిలి) జలమునం దొకఁడు జనించెననియు, నతఁడు చుళుకజలమందుఁ బుట్టినవాఁడు గావునఁ జౌళుక్యుఁ డయ్యెననియు, నతనివంశమే చౌళుక్య (చాళుక్య) వంశమనియుఁ జేదిదేశపు మొదటిశాసనములో వ్రాయఁబడినది.

ఈ వంశమునుగూర్చి వేఱువేఱుచోట్ల వేఱువేఱుగఁ జెప్పఁబడియున్నది. చాళుక్యులు రెండుశాఖలుగా నున్నారు. కళ్యాణపురము రాజధానిగ నేలినవారు పశ్చిమచాళుక్యులనియు, రాజమహేంద్రవరము రాజధానిగ నేలినవారు తూర్పు చాళుక్యులనియుఁ ఇతిహాసమున బేర్కొనఁబడుదురు. పశ్చిమచాళుక్యుల వంశవృక్ష మీ క్రింది విధమున ఇతిహాసవేత్తలగ్రంథములలో కనఁబడుచున్నది.

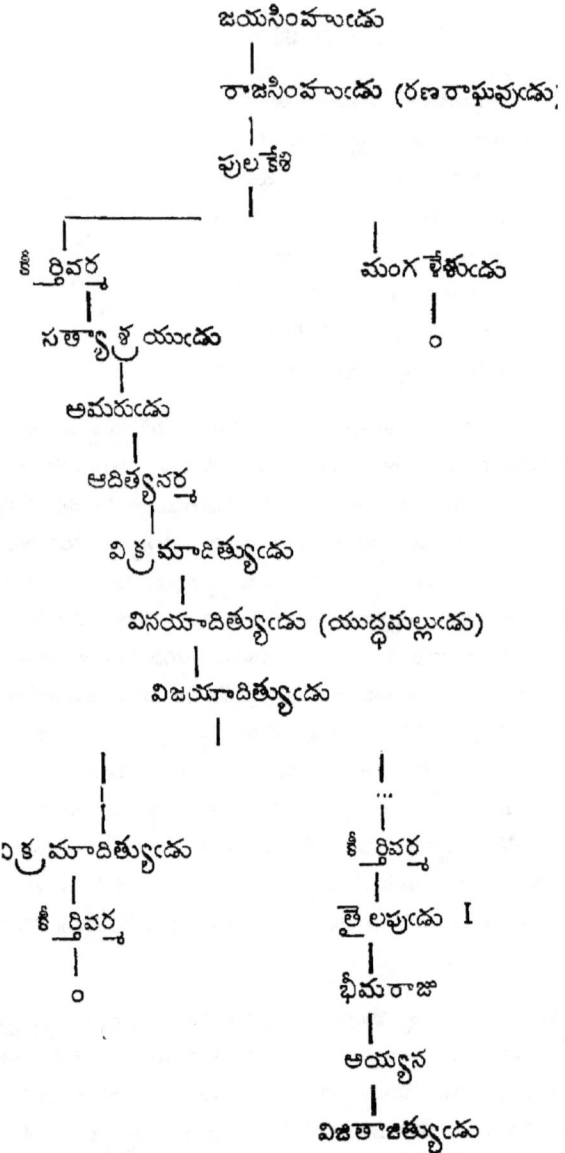

జయసింహుఁడు
|
రాజసింహుఁడు (రణరాఘవుఁడు)
|
పులకేశి

- కీర్తివర్మ
  - సత్యాశ్రయుఁడు
    - అమరుఁడు
      - ఆదిత్యవర్మ
        - విక్రమాదిత్యుఁడు
          - వినయాదిత్యుఁడు (యుద్ధమల్లుఁడు)
            - విజయాదిత్యుఁడు
              - విక్రమాదిత్యుఁడు
                - కీర్తివర్మ
                  - ౦
              - ... కీర్తివర్మ
                - తైలపుఁడు I
                  - భీమరాజు
                    - అయ్యన
                      - విజితాదిత్యుఁడు
- మంగళేశుఁడు
  - ౦

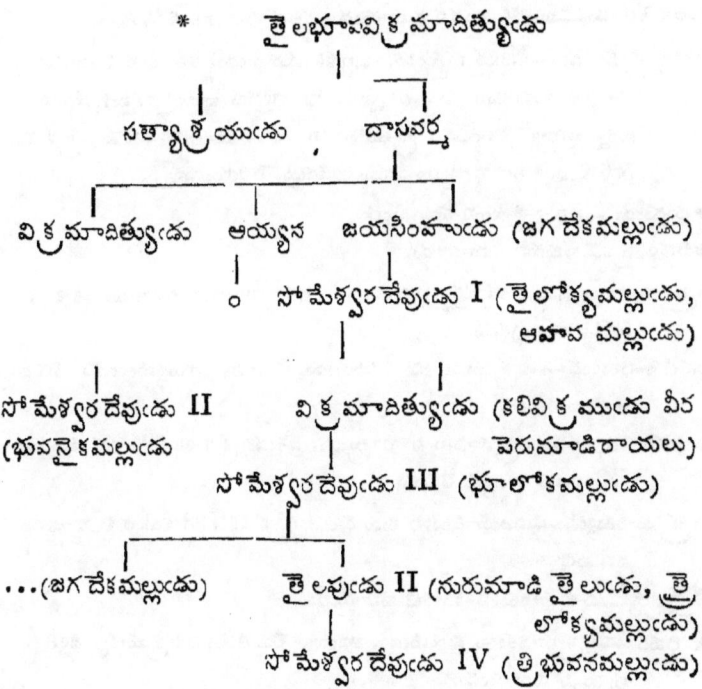

* త్రైలభూపవిక్రమాదిత్యుఁడు

సత్యాశ్రయుఁడు — దాసవర్మ

విక్రమాదిత్యుఁడు — అయ్యన — జయసింహుఁడు (జగదేకమల్లుఁడు)

౦ — సోమేశ్వరదేవుఁడు I (త్రైలోక్యమల్లుఁడు, ఆహవ మల్లుఁడు)

సోమేశ్వరదేవుఁడు II (భువనైకమల్లుఁడు — విక్రమాదిత్యుఁడు (కలివిక్రముఁడు వీర పెరుమాడిరాయలు)

సోమేశ్వరదేవుఁడు III (భూలోకమల్లుఁడు)

...(జగదేకమల్లుఁడు) — త్రైలపుఁడు II (నురుమాడి త్రైలుఁడు, త్రైలోక్యమల్లుఁడు)

సోమేశ్వరదేవుఁడు IV (త్రిభువనమల్లుఁడు)

జయసింహుఁడు:—ఇతఁడు రాష్ట్రకూటుల రాజైన కృష్ణుని జయించెను. ఇతని పూర్వికులు 59 మంది అయోధ్యరాజులుగ నుండిరి.

రాజసింహుఁడు.—జయసింహుని కుమారుఁడు. ఇతనికి రణరాఘవుఁడని బిరుదనామము గలదు.

పులకేశి:—రాజసింహుని కుమారుఁడు. ఇతనిచేఁ గాకుండిన దేశముపై నధికారిగ నియమింపఁబడిన సీలసాంద్ర వంశజుఁడగు శివనందుని తామ్రశాసనమువలన నితఁడు క్రీ॥ శ॥ 489-వ సం॥ లో రాజ్యముచేయుచు మిక్కిలి పరాక్రమముగల వాఁడుగా నుండినట్లు తెలియుచున్నది. ఈవూరి శాసనమువలన నితఁడు వాతాపిపురాధీశ్వరుఁడని కూడఁ దెలియుచున్నది.

కీర్తివర్మ:—పులకేశి మొదటికుమారుఁడు.

మంగళేశుఁడు—పులకేశి రెండవ కుమారుఁడు. కలచూరిరాజుల నోడించెను.

సత్యాశ్రయుఁడు—కీర్తివర్మపుత్రుఁడు. పులకేశి మనుమఁడు. ఇతనివలన నీవంశమునకు సత్యాశ్రయకులమని పేరు వచ్చినది. ధార్వాడకు నాలుగైదుమైళ్ళదూరమున నున్న ఆమీన్ భావియను గ్రామములోని శాసనమువలన నితఁడు క్రీ॥ శ॥ 566-వ సం॥ లో రాజ్యముచేయుచుండినట్లు తెలియుచున్నది.

అమరుఁడు—సత్యాశ్రయుని కుమారుఁడు.

ఆదిత్యవర్మ—అమరుని కుమారుఁడు.

విక్రమాదిత్యుఁడు—ఆదిత్యవర్మ కుమారుఁడు. ఇతని రాజ్యారంభకాలము క్రీ॥ శ॥ 592-వ సంవత్సరము.

వినయాదిత్యుఁడు—విక్రమాదిత్యుని కొమరుఁడు. ఇతనికి యుద్ధమల్లుఁడని బిరుద నామము గలదు.

విజయాదిత్యుఁడు—విక్రమాదిత్యుని పౌత్రుఁడు. ఇతఁడు క్రీ॥ శ॥ 695 సం॥ మొదలు 733 వఱకు రాజ్యము చేసెను.

విక్రమాదిత్యుఁడు—విజయాదిత్యుని కుమారుఁడు. క్రీ॥ శ॥ 733 సం॥ లో రాజ్యమునకు వచ్చెను.

కీర్తివర్మ—విక్రమాదిత్యుని మొదటి కుమారుఁడు.

కీర్తివర్మ—విక్రమాదిత్యుని మనుమఁడు. అనఁగాఁ బేరు తెలియని విక్రమార్క ద్వితీయ పుత్రుని కుమారుఁడు.

తైలపుఁడు I—కీర్తివర్మకొడుకు.

భీమరాజు—తైలపుని కుమారుఁడు.

అయ్యన—భీమరాజు కుమారుఁడు. కృష్ణనందనుని జయించెను.

విజితాదిత్యుఁడు—అయ్యనపుత్రుఁడు. నైజాము రాజ్యములోని యావూరి గ్రామమునం దుత్తరదిశనున్న బసవేశ్వరాలయములో నిల్వఁబెట్టఁబడిన రాతిమీది శాసనమున నితఁడు ఛేది (చేది?) వంశ్యుఁడైన లక్ష్మణరాజు కూతురు బొంతదేవిని వివాహమాడినట్లు తెలియుచున్నది. చేది దేశపు మొదటిశాసనమునందలి యువరాజదేవుని తండ్రి లక్ష్మణరాజే యీలక్ష్మణరాజైన యెడల నాశాసనకాల మొకవిధముగ నిర్ణయింపవచ్చును.

తైలభూపవిక్రమాదిత్యుఁడు—విజితాదిత్యుని కుమారుఁడు. దేశము చాలమట్టుకు రాష్ట్రకూటు లాక్రమించియుండ వారిని జయించి చళుక్యరాజ్యము నుద్ధరించెను.

ఇతఁడు క్రీ॥ శ॥ 973 సం॥ మొదలు 997 సం॥ వఱకు రాజ్యము చేసెను. ఇతఁ డాహవ మల్లబిరుదాంచితుఁడు. భార్య జాకబ్బ.

సత్యాశ్రయుఁడు—తైలభూపుని కుమారుఁడు. క్రీ॥ శ॥997 సం॥ మొదలుకొని 1008 వఱకుఁ బ్రభుత్వము చేసెను. భార్య అంబికాదేవి. సంతానహీనుఁ డైనందున సోదరుని కుమారు లితని తరువాత రాజ్యమునకు వచ్చిరి.

దాసవర్మ—సత్యాశ్రయుని సోదరుఁడు. తైలభూపునికొడుకు.

విక్రమాదిత్యుఁడు—దాసవర్మ పుత్రుఁడు. క్రీ॥ శ॥ 1008 మొదలు 1018 వఱకు రాజ్యము చేసినాఁడు.

అయ్యన—దాసవర్మ రెండవ కుమారుఁడు. కొడుకులు లేరు.

జయసింహుఁడు—దాసవర్మ మూఁడవకుమారుఁడు. ఇతనికి జగదేకమల్లుఁడని బిరుదనామము గలదు. క్రీ॥ శ॥ 1018 సం॥ మొదలుకొని 1040 వఱకుఁ బరిపాలించెను.

సోమేశ్వరదేవుఁడు I—జయసింహునికుమారుఁడు. ఆహవమల్లుఁడు, త్రైలోక్యమల్లుఁడని రెండు బిరుదము లితనికిఁ గలవు. క్రీ॥ శ॥ 1040 సం॥ మొదలు 1069 వఱకు రాజ్యము చేసెను.

సోమేశ్వరదేవుఁడు II—ఒకటవ సోమేశ్వరదేవుని కొడుకు. భువనైకమల్లుఁడని బిరుదనామము. ప్రజారంజకుఁడు గాఁడు. క్రీ॥ శ॥ 1069-వ సం॥ మొదలుకొని 1076 సం॥ వఱకుఁ బ్రభుత్వ మొనరించెను.

విక్రమాదిత్యుఁడు—ఒకటవ సోమేశ్వరదేవుని కుమారుఁడు. కలివిక్రముఁడు, వీరపెరుమాడిరాయలునని బిరుదములు కలవు. వివేకహీనుఁడైన సోదరుని రాజ్యభ్రష్టునిఁ జేసి చాళుక్యులందఱిలో నెక్కువ ప్రతాపశాలియై క్రీ॥ శ॥ 1076 సం॥ మొదలుకొని 1127 సం॥ వఱకు 51 సంవత్సరములు నిరంకుశముగఁ బరిపాలించెను. ఇతఁడు బహుభార్యా సమేతుఁడు. ఇతని రాజ్యాంతకాలమున ద్వారసముద్రపు భల్లాణుఁడు కల్యాణముమీఁదికి రాఁగా నితనిదక్షిణమండలేశ్వరుఁడు వెడలఁగొట్టెను.

సోమేశ్వరదేవుఁడు III—విక్రమాదిత్యుని కుమారుఁడు. భూలోకమల్లుఁడు, త్రైలోక్యమల్లుఁడని రెండు బిరుదనామములు గలవు. క్రీ॥ శ॥ 1127 మొదలుకొని 1138 వఱకుఁ బరిపాలించెను.

జగదేకమల్లుఁడు—మూఁడవ సోమేశ్వరదేవుని మొదటికుమారుఁడు. జగదేకమల్లుఁడను నది బిరుదనామముగాని వ్యావహారికనామము కాదు. క్రీ॥ శ॥ 1138 సం॥ మొదలు 1150 వఱకు రాజ్యము జేసెను. ఇతని పేరు శాసనములలోఁ గాన రాదు.

తైలపుఁడు II—మూఁడవ సోమేశ్వరుని రెండవ కుమారుఁడు. త్రైలోక్యమల్లుఁడని బిరుదము. నురుమాడి తైలుఁడని నామాంతరము. క్రీ॥ శ॥ 1150 సం॥ మొదలు కొని 1163 వఱకుఁ బ్రభుత్వము చేసెను. కలచూరివంశస్థుఁడైన బిజ్జలుఁడు తైలపునివద్ద దండనాయకుఁడుగా నుండి మిక్కిలి యధికారము సంపాదించి చిట్టచివరకు దిరుగఁబాటొనర్చి సింహాసన మాక్రమించుకొనఁగాఁ దైలపుఁ డసహాయుఁడై దక్షిణభాగమునకుఁ బాఱిపోయి పడమటి కనుమలలో డాఁగియుండెను. బిజ్జలుఁడు రాజును వెడలఁగొట్టి రాజ్య మాక్రమించుకొన్నను గొన్ని సంవత్సరములవఱకే కారణముచేతనో శాసనములందు దండనాయకోచితబిరుదములే యుదాహరించుచు క్రీ॥ శ॥ 1162-వ సంవత్సరములో దక్షిణమునకుఁ బోయి ఏకచ్ఛత్రాధిపత్యాది రాజబిరుదముల వహించెను. ఇతఁడు క్రీ॥ శ॥ 1156-వ సంవత్సరములో సింహాసన మధిష్ఠించెను. తైలపుని శాసనములు క్రీ॥శ॥ 1150 సం॥ మొదలుకొని 1163 వఱకుఁ గానవచ్చుచున్నవి. క్రీ॥శ॥ 1157-వ సం॥రములో నితఁడు కల్యాణపురములో రాజ్యము చేయుచుండినట్లు శాసంబడుచున్నది గాని యితని చిట్టచివరసంవత్సరమైన 1163-వ సంవత్సరపు శాసనములో బనవాసియందు రాజ్యము చేయుచుండినట్లు తెల్పఁబడినది.

సోమేశ్వరదేవుఁడు IV—రెండవ తైలపుని కుమారుఁడు. త్రిభువనమల్లుఁడని బిరుదనామము. వీరసోముఁడని నామాంతరము. తైలపునివద్దనుండి యన్యాక్రాంతమైన కల్యాణపురము నితఁడు క్రీ॥ శ॥ 1182-వ సంవత్సరములో స్వాధీనము చేసికొని చాళుక్యరాజ్యము పునరుద్ధారణ చేసెను. బిజ్జలుఁడు నతని కుమారుఁడును బసవేశ్వరుని లింగాయతమతకలహములలోఁ జిక్కియుండుటచే సోమేశ్వరుని కంతగా నాటంకములు లేకుండినట్లు తెలియవచ్చుచున్నది. మల్లదేవునికిఁ గూతునిచ్చినదీ వీరసోముఁడేయై యుండునేమో. ఇంకను దీనినిఁగూర్చి స్థలాంతరమునఁ జర్చింపఁబడును. యుద్ధప్రారంభమునకు ముందు నాయకురాలు సంధికై బ్రహ్మనాయునివద్దకుఁ బంపిన రాయబారులపేరు లీ గ్రంథము యొక్క 83 దవ పుటలో నిట్లు చెప్పఁబడినవి.

" కొండయన్నమరాజు కోటకేతుండు
కూరిమిహితుడు మాడ్గులవీరరెడ్డి
పరమాప్తుడా చింతపల్లి రెడ్డియును"

వీరిలోఁ గోటకేతుఁడు సుప్రసిద్ధుఁడైన ధరణికోటరాజు. ఇతనిశాసనము లమరావతిలోను వేల్పూరి రామేశ్వరస్వామి యాలయములోను బెక్కులుగలవు. ఇతనికి ధర్మముగానిచ్చినవియు నితనిభోగస్త్రీ లిచ్చినవియు శాసనములు గుంటూరుతాలూకాలోని యనమదల వీరభద్రస్వామి యాలయమునందును వేల్పూరి రామేశ్వరస్వామి యాలయమునందును గలవు. అమరావతిలోనున్న యతని శాసనమొకటి యుదాహరించుచున్నాను. కొన్ని సంస్కృతశ్లోకములు కొంత తెలుఁగు గద్యముగలిగి శాసనము పెద్దదిగానుండుటవలనఁ గావలసినంతవఱకుమాత్ర ముదాహరించెదను.—

' श्लो ॥ अस्ति श्रीधान्यकटकं (अमरावती) पुरं सुरपुराद्वरं
यत्रामरेश्वरो शम्भुरमरेश्वरपूजितः ।
बुद्धो देवस्ससान्निध्यो यत्रधात्रा प्रपूजितः
चैत्यमत्युन्नतं यत्र सर्वं चित्रसुचित्रितम् ॥

... ...

शाकाब्दे युगखेन्दुरूपगणिते माघे दशम्यां तिथौ
गुरुवासरे शुभदिने सम्प्राप्तराज्योन्नतिः ।
श्रीमत्केतनृपस्समस्तगुरवे ग्रामान् वरेण्यान् बहून्
सम्प्रादात्सुगतेश्वराय विपुलश्रीब्रह्मसम्पद्व्रतः ॥

స్వస్తిశ్రీ చతుస్సముద్రముద్రిత నిఖిలవసుంధరాపరిపాలక శ్రీమత్త్రిణయనపల్లవ ప్రసాదాసాదిత కృష్ణవేణీనదీ దక్షిణషట్సహస్రావనీవల్లభ భయలోభదుర్లభ చోళచాళుక్యసామంతమదాలేకప మృగేంద్ర విభవవామరేంద్ర శ్రీమదమరేశ్వరదేవ దివ్య శ్రీపద పద్మారాధక పరబలసాధక శ్రీధాన్య కటకపురవరాధీశ్వర ప్రతాపలంకేశ్వర కళిగళమోగ దక్కె బెద్దరగవక్కె గండరగండ గండభేరుండ జగమెచ్చుగండ అగ్నిమార్తాండ నామాది ప్రశస్తసహిత శ్రీమన్మహామండలేశ్వర కోటకేతమహారాజులు శకవర్షంబులు ౧౧౦౮ అగునేటి మాఘ శు ౧౦ గురువారంనాడు శ్రీమద్బుద్ధదేవరకు నాచంద్రతారార్కంగా నిచ్చిన యూళ్ళుకంద్రవాటిలోని కంతేరు కొండపడమటిలోని మేడికొండూరు, డోకిపఱ్ఱు.

ఈ ధర్మం నడపనివారు పంచమహాపాతకములు చేసినవారు. వారణాశివచ్చిన వారు తమ పెద్దకొడుకు కపాలము కుడిచినవారు.

'श्लो ॥ स्वदत्तां परदत्तां वा यो हरेत वसुन्धराम्
षष्टिर्वर्षसहस्राणि विष्ठायां जायते क्रिमिः ' ॥

కోటకేతుని కాలమునాఁటికి బౌద్ధమత మాంధ్రదేశమునందుఁ బూర్తిగ నశింపనట్లే యీ శాసనమువలనఁ దెలియుచున్నది ! ఈ శాసనప్రకారము కోటకేతుఁడు క్రీ॥ శ॥ 1182-వ సం॥రమునకు సరియైన శా॥ శ॥ 1104-వ సం॥ మాఘశుద్ధ దశమినాఁడు రాజ్యమునకు వచ్చెను. శాసనములోఁ దెల్పఁబడిన వంశక్రమమం దీ కోటకేతుని తండ్రి పేరు భీమదేవుఁడని చెప్పఁబడినది. అమరావతిలోని కోటకేతుని శాసనములలో మఱియొకదానిలోని

'श्लो ॥ गोङ्कक्षितीशमहितो भगिनी गुणाढ्या
सब्बाह्वया कमलचारुतरा स्फुटश्रीः ।
वत् प्रियतमा पुरुषोत्तमस्य
तस्मात्तस्यां समजनि सुधारश्मिकान्तिर्विवस्व
तेजोराशिर्गुणगणनिधिः केतभूपोऽभिरूपः ' ॥

అను శ్లోకములవలనఁ గేతనృపునితండ్రి భీమదేవుఁడు గొంకరాజు సోదరిని వివాహమాడినట్లును నాదంపతులకుఁ గేతరాజుపుట్టినట్లును మనకుఁ దెలియుచున్నది. దీనినిఁబట్టి కోటకేతుఁడు గొంకరాజు మేనల్లుఁడగును. ఈగొంకరాజు క్రీ॥ శ॥ 1127-వ సం॥రం మొదలుకొని 1158-వ సం॥ వఱకు రాజమహేంద్రవరము రాజధానిగ రాజ్యముచేసిన తూర్పు చాళుక్యుఁడు. వేలూపురి రామేశ్వరస్వామి యాలయములోఁ గోటకేతుఁడు క్రీ॥ శ॥ 1182 సంవత్సరమునఁ దనతల్లి సబ్బమదేవికి ధర్మార్థముగా బ్రాహ్మణులకు భూదానముచేసిన శాసనములో

' ॥ ग्रामं कोकल्लुनामानं प्रशस्तं सस्यसम्पदा ।
विप्रेभ्यो द्विजवर्येभ्यो जननीश्रेयसेऽददात् ' ॥

అను శ్లోకమున నితఁడు కోకల్లుగ్రామమిచ్చినట్లు కలదు. నే నుదాహరించిన చేది దేశపు శాసనములరెంటిలో మొదటిదానియందు యువరాజదేవుని వంశావళి కోకల్లుని

వద్దనుండి ప్రారంభింపఁబడినది. ఆకోకల్లని పేరే యీ గ్రామమునకుఁ బెట్టఁబడినయెడలఁ గోటకేతుఁడు హైహయుఁడనియుఁ, దనపూర్వికుఁడైన కోకల్లుని గౌరవార్థముగా గ్రామమున కీపేరు పెట్టియుండుననియుఁ, జేదిదేశపు మొదటి శాసనమునుబట్టి హైహయులకుఁ జాళుక్యులకు సంబంధబాంధవ్యము లున్నట్లు తెలియుచున్నది గనుకనే కోటకేతుని తండ్రి భీమదేవుఁడు చళుక్యవంశజరాలైన సబ్బను వివాహమాడెననియు, మన యనుగురాజు కొడుకులు పెదమల్లదేవరాజు నలగామరాజు హైహయులే రైనందున స్వవంశమువారు కలహించి చెడిపోవుదురను తలంపుతోఁ గోటకేతుఁడు సంధి కుదుర్చుటకై రాయబారిగ పోయియుండవచ్చుననియు నూహించినచో నసందర్భమేమి గానరాదు. వేల్పూరి రామేశ్వరస్వామి యాలయములోనే కోటకేతరాజుకొడుకు గణపయదేవర దివ్య శ్రీపాదపంకజభక్తి పరాయణుండైన కేతనబాలుఁడు క్రీ॥ శ॥ 1240-వ సం॥లో తమ తల్లికి ధర్మార్థముగ నిచ్చిన దానశాసనము కలదు. దీనినిఁబట్టి కోటకేతుని కొడుకు గణపరాజు క్రీ॥ శ॥ 1240-వ సం॥రములో రాజ్యము చేయుచుండినట్లు తేలుచున్నది. కనుకఁ గోటకేతుఁడు క్రీ॥శ॥ 1182-వ సం॥రము మొదలుకొని 1240-వ సం॥రమువఱకో లేక కొన్ని సంవత్సరములు తక్కుగనో ప్రభుత్వ మొనర్చియుండును. పల్నాటి యుద్ధము కోటకేతుఁడు సింహాసన మారోహింపకపూర్వమే జరిగినట్లు కానంబడుచున్నది. ఈయుద్ధలో నలగామరాజు తనకు సహాయులుగా రమ్మని కొంతమంది రాజులకు లేఖలు వ్రాసెను. ఆరాజులపేరు లీ గ్రంథముయొక్క 26, 27 పుటలలోఁ జూడనగును.

> "ద్వి. ధరణికోటపురికి దక్షుడై నట్టి
> భీమదేవుండను పృథ్వీశునకును."

అను 26-వ పుటలోని పఙ్క్తులవలన ధరణికోట రాజప్పుడు భీమదేవుఁడనియుఁ గోటకేతుఁడు కాఁడనియు నేర్పడుచున్నది. ధరణికోటకు వెనుక ధరణాలకోట, ధన్నాలకోటయను పేరులుండినట్లు గ్రంథమువలనఁ దెలియుచున్నది. పల్నాటియుద్ధకాలమున ధరణికోటరాజుగానున్న భీమదేవుఁడు కోటకేతుని తండ్రియే. క్రీ॥ శ॥ 1127 మొదలుకొని 1158 వఱకు రాజ్యముచేసిన గొంకరాజు తోఁబుట్టువును వివాహమాడెను గాననితఁడు క్రీ॥ శ॥ 1140-వ సం॥రమునకో లేక యీప్రాంతముననో రాజ్యముచేయనారంభించి క్రీ॥ శ॥ 1182 సం॥రమువఱకుఁ బాలించియుండును. పల్నాటియుద్ధము జరుగునప్పటికిఁ గోటకేతుఁడు సింహాసన మధిష్ఠింపకపోయినను రాయబారము మొదలగు రాచకార్యములు నిర్వర్తించుటకుఁ దగిన వయస్సుగలవాఁడై యుండుటచేత రాజ్యభారము వహించుటకు సిద్ధముగానుండి యుండవలయును. కావునఁ బల్నాటియుద్ధము

క్రీ॥ శ॥ 1182-వ సంవత్సరమునకుఁ బూర్వము కొద్దికాలము క్రిందటనే జరిగియుండును. అనఁగాఁ గొంచెము హెచ్చుతక్కువగ క్రీ॥ శ॥ 1176, 1182 సం॥ రములమధ్యమున జరిగెనని చెప్పవచ్చును. నలగాముఁడు లేఖలు వ్రాసినవారిలో వీరభల్లాణుఁడుగూడ నున్నాఁడు. వీరభల్లాణు లిద్దఱుగలరు. లింగాయమతము స్థాపింపఁబడిన తరువాతనున్నది రెండవ వీరభల్లాణుఁడు. కనుకఁ బల్నాటి యుద్ధకాలముననున్న దితఁడే కావలెను. ఈ యనద్వారసముద్రము రాజధానిగ క్రీ॥ శ॥ 1173 మొదలు 1224 వఱకు రాజ్యము చేసెను గావునఁ బల్నాటియుద్ధము 1173 సం॥రమునకుఁ బూర్వము జరిగియుండ నేరదు. కోటకేతుఁడు సింహాసన మెక్కకముందే జరిగెనని నిర్ధారణచేయఁబడియుండుటచేత 1182సం॥కుఁ బిమ్మటను జరిగియుండ నేరదు. కాఁబట్టి పల్నాటియుద్ధము 1173, 1182 సం॥రముల మధ్యమున జరిగినదని నిశ్చయముగఁ జెప్పవచ్చును. నలగామరాజునకు సహాయుఁడుగా సాగిపోతరాజను నతఁడు వచ్చినట్లు చెన్నపట్టణమునందలి లిఖితపుస్తకాగారములోని ప్రతిలోఁ గానవచ్చుచున్నది. సాగిపోతరాజు గుడిమెట్ట నేలినవాఁడు. రెల్లూరి తిరుమలయ్య తనగుఱ్ఱము నపహరించిన పోతరాజు నేఁడుదినములకుం జావఁ దిట్టిన చాటుధారయని యప్పకవి యుదాహరించినట్టి

ఉ. "హాయమదిసీతపోతవసుధాధిపుఁడారయ రావణుండు ని
శ్చయముగ నేను రాఘవుఁడ సహ్యజవారిధిమారుఁడంజసా
ప్రియతనయుండు లచ్చనవిభీషణుఁడా గుడిమెట్టలంక సా
జయమునుబోతరక్కసుని చావును నేవడనాఁడు సూడుఁడీ."

యను పద్యమీ సాగిపోతరాజును గూర్చియే. గుడిమెట్ట కృష్ణాజిల్లాలో నందిగామకు 8 మైళ్ళదూరమునఁ గృష్ణానదీతీరమం దున్నది. సాగిపోతరాజుయొక్క క్రీ॥ శ॥ 1199-వ సంవత్సరపు శాసనము బెజవాడ దుర్గామల్లేశ్వరస్వామి కల్యాణమండపములో నీశాన్యభాగ స్తంభపు తూర్పు పలకమీదఁ జూచితిని. ఇప్పుడు దీనిలోని యక్షరములు చాలవఱకు మాసిపోయి యస్ఫుటముగఁ గానవచ్చుచున్నవి. ఇతనిశాసనములు మఱికొన్ని కనుఁగొనఁబడినవి. వీనివలన నీయన 1199 సం॥రమునకుఁ బూర్వమే రాజ్యభారము వహించి 13-వ శతాబ్ద్యాదియందుఁ గొన్నిసంవత్సరములు జీవించియుండినట్లు తెలియుచున్నది గావునఁ బల్నాటి యుద్ధములోనుండియే యుండవచ్చును. యుద్ధమింక సుమారు నాలుగు సంవత్సరముల యేఱుమాసములకు జరుగుననఁగా నలగామరాజు మల్లదేవునికొసఁగిన మందపోటు నుపద్రవములో నీక్రిందిరాజుల సాహాయ్యము కోరుమని నాయకురాలు నలగామునకాలోచన చెప్పినట్లు శ్రీనాథరచితమని

చెప్పఁబడుచుండి నాకు లభించిన తాళపత్ర గ్రంథములోని మందపోటుకథయం దీ పఙ్క్తులు వ్రాయఁబడినవి.—

ద్వి. "ఎంతవారైనను మననేమి చేసెదరు
భల్లాణదేవుండు పంచపాండ్యుండు
తెలియగ విజ్జలదేశింగు విభుడు
కాశీమహారాజు గంగుదయుండు
వెలనాటిచోడుడు విక్రమాఢ్యుండు
మలిదేవుడన్నను మందుచుండుకురు."

వీనిలో వెలనాటిచోడుఁ డుదాహరింపఁబడినాఁడు. ఇప్పుడు చందవోలు బాపట్ల చుట్టుప్రక్కలనున్న దేశమే వెలనాడని శాసనములవలనఁ దెలియుచున్నది. వెలనాటికిఁ గమ్మనాడను నామాంతరము గలదు. వెలనాటిచోడుఁడు కుళోత్తుంగ చోళ గొంకరాజు కుమారుఁడు. ఇతని యసలుపేరు రాజేంద్రచోడుఁడు. రాజేంద్రచోడునికి వెలనాటిచోడుఁడని నామాంతర మున్నట్లు మంచనకేయూరబాహుచరిత్రములోని యీక్రింది పద్యములవలనఁ దెలియుచున్నది.—

క. "ధీరుండాగోవిందన, కూరిమినందనుఁడు వెలసెఁ గొమ్మనగొంక
క్ష్మారమణునకుదయించిన, వీరుఁడు రాజేంద్రచోడవిభు ప్రెగ్గడయై.

సీ. నవకోటిపరిమితద్రవిణమే భూపాలు, భండారమున నెప్డు పాయకుండు
నేకోనశతదంతు లేరాజునగరిలో, నీలమేఘంబుల లీలఁ గ్రాలు
బలవేగరేఖనల్వదివేలతురగంబు, లేనరేంద్రునివాగె నెపుడుదిరుగుఁ
బ్రతివాసరంబు డెబ్బదియేనుపుట్లునే,యేవిభు మందల నెపుడుకలుగు

గీ. నట్టియధికవిభవుఁడగుకుళోత్తుంగరా
జేంద్రచోడనృపలిఖిత సచివ
తంత్రముఖ్యుఁడనుగుమంత్రి గోవింద నం
దనుఁడు కొమ్మనప్రధానుఁడొప్పు.

ఉ. ఇల వెలనాటిచోడ మనుజేంద్రునమాత్యత యానవాలుగాఁ
గులతిలకంబుగా మనినకొమ్మనప్రెగ్గడ కీర్తిమాటలన్
దెలుపఁగనేల తత్క్రియఁ బ్రతిష్ఠితమైన కటాకదేవతా
నిలయమహాగ్రహారతతి నేఁటికి నెల్లెడఁ దానచెప్పఁగన్."

ఈ పద్యములలోని కొమ్మనమంత్రి శాసనము బాపట్ల భావనారాయణస్వామి యాలయములో నొకటి గలదు. రాజేంద్రచోడుఁడే వెలనాటిచోడుఁడైనట్లు వీని వలన స్పష్టపడినది. ఇతఁడు క్రీ॥ శ॥ 1158 సం॥ మొదలు 1200 వఱకు రాజ్యముచేసి నట్లు విదితమగుచున్నది. కావున నొకవేళ యుద్ధము 1182-వ సం॥రములోనే జరిగినను మందపోటు సమయమున నితఁ డుండియుండుననుట కాక్షేపమేమియు లేదు. అనుగు రాజు కుమారుఁడగు మల్లదేవునికిఁ గూఁతునిచ్చిన సోమేశ్వరుఁడు కల్యాణాధిపతియైన నాల్గవ సోమేశ్వరుండై యుండవచ్చునని యనుమానముగఁ జెప్పితిమి. చేదిదేశములో జబ్బలుప్పారువద్దనున్న బిల్హారియందలి శాసనమున యువరాజదేవుని తాతకేయూర వర్షుఁడు చళుక్యవంశజయైన నోహాలాదేవినిఁ బెండ్లాడినట్లున్నది. దీనివలన హైహయు లకుఁ జళుక్యులకు పూర్వమునుండి సంబంధబాంధవ్యము లున్నట్లు తెలియుచున్నది. కావున హైహయుఁడగు మల్లదేవుఁడు చాళుక్యుఁడగు వీరసోమునికూఁతును వివాహమాడిన నాఁడి యుండవచ్చును. ఈ యభిప్రాయముతోడనే యీగ్రంథముయొక్క ౬-వ పుటలోని పద పఙ్క్తిని వ్రాసితిని. తరువాత నాకు దొరకిన "యలరాజు రాయబారము" కథ గల గ్రంథము చూడ విషయములు వేఱుగఁ గాన్పించుచున్నవి. అలరాజు రాయబారము కథలోఁ (యుద్ధమునకు ముందు) గొమ్మరాజుభార్య బ్రహ్మనాయునితో నీక్రింది వాక్య ములు చెప్పినట్లు గలదు.—

"ద్వి. వినవయ్య నాయుండ విన్నవించెదను
తరుణిమాయత్తకు దనయులేడుగురు
ఏడ్వురికొక్కడె యొలమి నాసుతుడు
కల్యాణమేలుచు ఘనుడుమామమ
ఆడదేవరగొల్చి హరిపురికేగ
బదుగురుతనయులు బదితెర్వులైరి."

ఈ వాక్యములవలన నలరాజు రాయబారమునాఁటికే (యుద్ధమునకుముందే) కొమ్మరాజు తండ్రి వీరసోముఁడు మృతినొందినట్లు స్పష్టపడుచున్నది. కొమ్మరాజుతండ్రి యే పెదమల్లదేవుని మామ. చాళుక్యుఁడైన నాల్గవ వీరసోముఁడు 1182-వ సంవత్సర ములో సింహాసనమునకు వచ్చి పల్నాటియుద్ధము జరిగినతరువాతఁ గూడఁ గొన్ని సంవ త్సరములు బ్రతికినాఁడు. కనుక మల్లదేవునిమామ చాళుక్యవీరసోముఁడు కాక మఱి యొక వీరసోముఁ డై యుండవలయునని విశదమగుచున్నది. మల్లదేవునిపెండ్లినాఁటి కతనిమామయైన వీరసోముఁడు కల్యాణము నేలుచుండినట్లే గ్రంథములోఁ జెప్పఁబడి

నది. విచారింప బసవేశ్వరుని లింగాయతమతము స్థాపింపఁబడినతరువాత మల్లదేవుని పెండ్లికాలమునఁ గల్యాణము నేలుచు యుద్ధమునకుఁబూర్వమే చనిపోయిన వీరసోముఁ డొకఁడు కలఁడని చరిత్రవలనఁ దెలియుచున్నది. ఇతఁడే మల్లదేవుని మామ, లేక కొమ్మరాజుతండ్రియై యుండవలయును. ఇతఁడు కలచూరి వంశస్థుఁడు; రెండవతైలపుని రాజ్యమునుండి వెడలఁగొట్టి కల్యాణపురము స్వాధీనముచేసికొనిన బిజ్జలుని కుమారుఁడు. బిజ్జలుఁడు క్రీ॥ శ॥ 1156-వ సంవత్సరము మొదలుకొని 1165-వ సం॥వఱకు రాజ్యముచేసి గతింపఁగా నితఁడు సింహాసన మధిష్ఠించి 1165 సం॥ మొదలు 1176 సం॥ వఱకుఁ బాలించినట్లు శాసనవేత్తల అభిప్రాయము. మురారి సోమదేవరయనియు, వీరబిజ్జలుఁడనియు, సోమేశ్వరదేవుఁడనియు నితనికి మూఁడు నామములు. ఇతని రాజ్యకాలము 1165-వ సం॥ మొదలు 1176-వ సం॥వఱ కగుటవలన యుద్ధమునకుఁ బూర్వము సుమారు 10 సంవత్సరములక్రిందట జరిగిన మల్లదేవుని పెండ్లికాలమునఁ గల్యాణమునేలుచుండి యుద్ధము జరగకముందే చనిపోయిన వీరసోముఁ డితఁడే యగును. కావున మల్లదేవుని మామయైయుండుటకు సందియములేదు. కనుక బిజ్జలుని కుమారుఁడైన యీవీరసోముఁడే కొమ్మరాజుతండ్రి యగును. కొమ్మరాజు యుద్ధమునకుఁ బోవునపుడతని ననుసరించియున్న యంకాళశక్తి

'ద్వి. శీలము రఘురామ చెప్పెద వినుము
మావారు కల్యాణమందుననుండి
ఘనరాజ్యసంపదల్ కడకు బోదోలి
పొలుపొందగా విష్ణు పోరుకందఱము
లోనయివచ్చుట లోకంబు లెఱుగు
నీవు పెట్టినచిక్కు నీవెఱుంగుదువు
అందఱ మాయచే హతముగావించి
పరగ నీవిటువంటి పనియూహచేసి
నన్నెడబాపుట న్యాయమా నీకు."

అని బ్రహ్మనాయునితోఁ బలికినట్లు వీరచరిత్రములో నొకభాగమైన కొమ్మరాజు యుద్ధములోఁ జెప్పఁబడినది. కల్యాణపట్టణములో దన్నాదరించువారు లేరనియుఁ బలనాటిలోనున్న కొమ్మరాజొక్కఁడు యుద్ధరంగమునకుఁ బోవుచున్నాఁడనియుఁ దన కిఁక నాధారము లేదనియు నంకాళశక్తి విలపించినట్లు పై నుదహరింపఁబడిన ద్విపదుల వలన నర్థము కాఁగలదు. దీనినిఁబట్టిచూడఁ బల్నాటి యుద్ధకాలమునఁ గొమ్మరాజు

వంశమువారికిఁ గల్యాణపట్టణములో నధికారము క్షీణించినదని తెలియుచున్నది. తత్కాలమునఁ గల్యాణమున నధికారశూన్యమైనది కలచూరివంశమే కాని చళుక్యవంశము కాదు. కనుకఁ గొమ్మరాజుతండ్రి, లేక మల్లదేవుని మామ క్రీ॥ శ॥ 1165 సం॥ మొదలుకొని 1176 సం॥ వఱకుఁ బాలించిన కలచూరి సోమేశ్వరుఁడే కాని క్రీ॥ శ॥ 1182 సం॥ మొదలు 1189-వ సం॥ వఱకు రాజ్యముచేసిన చాళుక్యుఁడగు నాల్గవ సోమేశ్వరుఁడు కాఁడని స్పష్టముగఁ జెప్పవచ్చును. యుద్ధమునకుముందే కొమ్మరాజు తండ్రియగు సోమేశ్వరుఁడు మృతినొందినట్లు చెప్పఁబడుటవలన యుద్ధము క్రీ॥ శ॥ 1176-వ సం॥ తరువాతనే జరిగియుండవలయును. ఈకాల మిదివఱకుఁ గ్రీ॥ శ॥ 1173, 1182 సం॥ల మధ్యమున జరిగియుండవలయునని నిర్ధారణచేసినకాలమునకు సరిపోవుచున్నది. యుద్ధమునాఁటికిఁ గలచూరివంశము బొత్తిగ క్షీణదశలోనున్నదని చెప్పఁబడుటవలనను, గలచూరివంశము క్రీ॥ శ॥ 1182-వ సంవత్సరమునఁ బూర్తిగ నశించినందువలనను యుద్ధము 1182-వ సం॥ నకుఁ బూర్వము కడు స్వల్పకాలములోనే జరిగియుండవలెను. ఇది 1173, 1182 సం॥ల మధ్యమున జరిగినట్లు నిర్ధారణ చేయఁబడినది గనుక జరిగిన సంవత్సరము 1182 సం॥ రకు దగ్గఱగను 1173 సం॥ నకు దూరముగను నుండితీరవలయును. ఇట్టి సంవత్సరము 1178 సం॥ నకు వెనుకనుండ నేరదు గనుకను యుద్ధమునకుఁ బూర్వము కొమ్మరాజు తండ్రి చచ్చియుండుటవలన నది 1176 సం॥ నకుఁ బిమ్మటనే జరిగియుండును గనుకను మఱింతసూటిగాఁ గ్రీ॥ శ॥ 1178, 1182 సంవత్సరముల మధ్యమునఁ బల్నాటియుద్ధము చేయఁబడినదని నిశ్చయింపవచ్చును. గ్రంథములో ననుగురాజు కార్తవీర్యుని కేడవతరమువాఁడుగాఁ జెప్పఁబడినదని యిదివఱకే తెల్పియుంటిని. రావణుఁడు నర్మదానదీతీరమున శివపూజచేయుచుండఁ గార్తవీర్యార్జునుఁడు నర్మదలో జలక్రీడలు సల్పుటయు, నతనివేయిచేతులచేత నడ్డగింపఁబడిన జలప్రవాహ మెగఁదట్టి రావణునిపైఁ దొట్టుటయు వారిద్దఱు కలహించుటయుఁ బురాణప్రసిద్ధవిషయంబులు గానఁ గార్తవీర్యుఁడు రావణునికి సమకాలీనుఁడై యుండవలయును. రావణుఁడు రాముఁడు నేకకాలమందుండినవారు. రామాయణకాలము క్రీ॥ పూ॥ 13-వ శతాబ్దికి ముందేకాని తరువాతనైయుండదని రమేశచంద్రదత్తు మొదలగు పండితులు వ్రాసియున్నారు. అనఁగా నిప్పటికి మూఁడువేల రెండువందల సంవత్సరములకుఁ బూర్వమున నగును. కార్తవీర్యార్జునుఁడు రామాయణకాలముననుండినవాఁడగుటచే నతఁడును మూఁడువేలసంవత్సరముల క్రిందనే యుండితీరవలయును. అనుగురాజు కార్తవీర్యుని కేడవతరమువాఁడే యైనయెడలఁ దరమునకుఁ బూర్తిగ నూఱేండ్లప్రకారము చూచినను సుమారు రెండువేలసంవత్సరముల క్రిందట

ననుగురాజుండినవాఁ డగును. కురుక్షేత్రయుద్ధము జరిగినతరువాత నాలువందల సంవత్సరములకో యేడువందల సంవత్సరములకో పల్నాటియుద్ధము జరిగియుండును. ఇదియే నిజమైనచో వీరభల్లాణుని భీమదేవుని నాకాలమునకు నెట్టి శాసనములు రద్దు పఱిచి భారతేతిహాసము తలక్రిందు చేయవలసియుండును. కావున ననుగురాజు కార్తవీర్యుని కెడవతరమువాఁడని వ్రాసినవ్రాఁత నిరాధారపు వ్రాఁతయని స్పష్టము కాక మానదు. మెకంజీ దొరగారు సేకరించిన లిఖితగ్రంథములను విమర్శించినట్టి విల్సను (Wilson) గారు వీరచరిత్రనుగూర్చి యిట్లు వ్రాసియున్నారు.—"Account of seven years war from 1080 A, D. to 1087, which was carried on by Brahma Nayudu and Twelve other land-holders and graziers against two towns, Gurzala and Macherla in the Palnad country and which originated in a dispute at a Cock-fight. In. Ant. Vo. I. page 273 (1080 సం॥ మొదలు 1087 సం॥ వఱకు జరిగిన యేడుసంవత్సరముల యుద్ధచరిత్రము. బ్రహ్మనాయుఁడు మఱి పన్నిద్దఱు భూస్వాములు పశువుల మేపరులు గలిసి పల్నాటిదేశములోని మాచెర్ల, గురిజాల అను రెండు పట్టణములమీద యుద్ధముచేసిరి. ఒకకోడిపందెములో సంభవించిన కలహ మీయుద్ధమునకు మూలకారణము)." వీరు నిర్ణయించిన కాలమున కాధారములు చూపఁబడకపోవుట యటులుండఁగా యుద్ధమునుగుఱించి యిచ్చిన యభిప్రాయమునుఁబట్టి చరిత్ర మెంతమట్టుకు గ్రహించిరో చదువరులే యూహింపఁగలరు. గతానుగతికులై టెయిలరు (Taylor) మొదలగువారిట్లే నిరాధారముగా విపరీతములు వ్రాసినారు గాని యవియన్నియుం నిటఁ దెల్పుట యనవసరము.

క. గజనభగుణ చంద్రాదుల
భజనుండాషాఢశుద్ధ పక్షంబందున్
(విజయసమబాహుబలుఁడ
క్కజముగఁ) బల్నాటివీరగజమనిఁ బడియెన్.

అను నొకచాటుపద్యము వాడుకలో నున్నది. ఈపద్యము దుష్టమగుటకుఁదోడు దీని ప్రకారము యుద్ధకాలము శా॥ 1308 లేక క్రీ॥ 1386-వ సంవత్సరమగుచున్నది. ఈకాలమునాఁటికి దేశము కొండవీటిరెడ్ల స్వాధీనమైనది. కాన నీపద్యమెంతవిశ్వాస్యమో నేను వివరింపఁబనిలేదు.

పైనిఁ జూపఁబడిన నిదర్శనములన్నిటివలనఁ బలనాటివీరులు చేదిదేశమునుండి 12-వ శతాబ్దియందు వచ్చి 1178, 1182 సం॥ మధ్యమున యుద్ధముచేసిరని స్పష్ట

ముగాఁ దెలుచున్నది. అనుగురాజు చేదిదేశమునువిడిచి పల్నాటికేలవచ్చెనో చూతము. కార్తవీర్యుఁడు చేసినపాతకములు బాధింపఁగా బ్రాహ్మణుల యాలోచనవలన జీడిమాని గుడ్డలు ధరించి ససైన్యుఁడు సామాత్యుఁడు సకుటుంబుఁడై రాజ్యమునువదలి యిలువేలు పైన చెన్నకేశవుని వెంటఁబెట్టికొని తీర్థయాత్రకువెడలి వచ్చివచ్చి * కృష్ణానదిలో స్నానము చేసినప్పుడు తామధరించిన నల్లగుడ్డలు తెల్లనాయెననియు నంతటఁ బాపవిముక్తులైరనియుఁ జందవోలులో నప్పుడున్న రాజనుగుభూపాలునకుఁ గూఁతునొసఁగి కలనాడు వారణమిచ్చెననియుఁ గార్తవీర్యుఁడు చేసినపాపములు పట్టణము నంటియుండుటవలనఁ దిరిగి స్వదేశమునకుఁ బోవుట కిలువేల్పయిన చెన్నకేశవుఁ డిష్టపడలేదనియు, నందుచేఁ బలనాటిలోనే స్థిరపడిరనియు గ్రంథములోఁ జెప్పఁబడినది. ఎన్ని సంవత్సరముల క్రిందటనో కార్తవీర్యుఁడు చేసినపాపము లతనిపూర్వుల నెవరిని బాధింపక యనుగురాజునే యేల బాధించెనో తెలియరాదు. తీర్థయాత్రకు వెడలినచో రాజ్యమునఁ దమ ప్రతినిధి నెవ్వరినో యుంచి బయలుదేఱుదురు కాని దేశము నరాజకము చేసి యిలువేల్పును గూడఁ బెట్టికొని కట్టగట్టుక యందఱు నొక్కసారి బయలువెడలి యుండరు. కార్తవీర్యుఁడు చేసినపాపములు చేదిదేశమునంటికొని వదలకయుంట దురవగాహము. ఇది యెట్లున్నను దాను దేశము విడిచిపోవలసి వచ్చినప్పుడు తనపూర్వుఁడైన కార్తవీర్యుఁడు చేసిన పాపము లనుగురాజునకు జ్ఞప్తికివచ్చియుండుట వాస్తవము.

ప్రాచీనభారతదేశేతిహాసము (Early History of India) వ్రాసిన స్మిత్తు దొరగా రిట్లు నుడువుచున్నారు.—"The Kalachuri or Haihaya Rajas of Chedi are last mentioned in an inscription of the year 1181 A. D. and the manner of their disappearance is not exactly known; but there is reason to believe that they were supplanted by the Bhugels of Rewa. (చేదిదేశముయొక్క కలచూరి లేక హైహయ వంశపురాజులు క్రీ॥ శ॥ 1181-వ సంవత్సరపు శాసనములోఁ జివరసారి యుదాహరింపఁబడియున్నారు. వారెట్లు పోయినది సరిగాఁ దెలియదు. కాని రీవాభగేలులు వారిస్థానమునకు వచ్చిరని నమ్ముటకుఁ గారణము కలదు.)" 11-వ శతాబ్దప్రారంభమునుండి చేదిదేశము విభజింపఁబడి యొకరికంటె నెక్కువమంది రాజుల క్రింద నుండినట్లు చరిత్రవలనఁ దెలియుచున్నది. పల్నాటి యుద్ధకాలమున హిందూదేశముమీఁదికి మహమ్మదీయులు దండెత్తివచ్చుచుండిరి. ఈమహమ్మదీయుఁ

* చంద్రవంకలోనని కొందఱు చెప్పుచున్నారు. ఈకథగల గ్రంథభాగము దొరకలేదు.

కొందఱలవలననో స్మిత్తుదొరగారు చెప్పినట్లు రీవాభగేలులవలననో లేక యన్యశత్రువుల వలననో యనుగురాజు రాజ్యమును గోలుపోయి ససైన్యముగఁ బలనాటికి వచ్చియుండును. ఇతఁడు వచ్చినతరువాతఁ దక్కిన హైహయులు 1181-వ సంవత్సరమువఱకు నుండి వారు కూడ రాజ్యభ్రష్టులైయుందురు. ఇట్టికష్టకాలమున ననుగురాజు తనదురదృష్టమునకుఁ గారణము కార్తవీర్యుఁడు చేసిన పాపములే యని భావించుట యొకవింత కాదు. అనుగురాజు నిజదేశమువిడిచి వచ్చి చందవోలురాజుకూఁతును వివాహమాడ నతఁడు షమార్తికరణముగాఁ బల్నాడిచ్చినట్లు వీరభద్రకవియొక్క—

"శా. నానాచిత్రపటుప్రతానములు రత్నస్వర్ణభూషావళుల్
ధేనువ్రాతమిభాశ్వసంఘు మతిభక్తిస్ఫూర్తిగాఁ గన్యకా
దానప్రోత్సవవేళ నల్లునకుఁ జేతఃప్రీతిగా నిచ్చె స
న్మానంబొప్ప నొసంగెఁ బుత్రికకుఁ బల్నాడైదుదేశంబులున్."

అను పద్యమువలనఁ దెలియును. "పల్నాడైదుదేశంబులున్" అనఁగా నైదుదేశములు కలిసిన పల్నాడో పల్నాడుమఱియు నైదుదేశములో వివరములేదు. చందవోలు రాజప్పుడు ధవళశంఖుఁడని యీవీరభద్రకవి వ్రాయుచున్నాఁడు. ధవళశంఖుని శాసనము లెచ్చటఁ గానరావు. అతనిపేరు చరిత్రలో నెచ్చటఁ గనఁబడదు. పల్నాడంతదేశము నన్యులకు సర్వస్వతంత్రరాజు లీవలయును గాని తక్కినవా రీఁజాలరు. అనుగురాజిక్కడకు వచ్చునప్పటికి దేశమునందు సర్వస్వతంత్రరాజులు తూర్పుచాళుక్యులు. చాళుక్యులలో ధవళశంఖుఁడు లేఁడు. ఆకాలపుశాసనములు చందవోలులో వెలనాటి గొంకరాజుది యొకటి వెలనాటిచోడునిది మఱియొకటి కానవచ్చుచున్నవి గాని ధవళశంఖుని శాసనములు లేవు. చెన్నపట్టణమునందలి లిఖితపుస్తకభాండాగారములోని ప్రతియందుఁదనకు సహాయులుగారమ్మని నలగామరాజు రాజులకు లేఖలు వ్రాసిన స్థలమున "మామగు తమగొంకమహీపాలునకును" అని లిఖింపఁబడినది. ఈముద్రితగ్రంథములో "మామగుండముకోట మనుజేశునకును" అని వ్రాయఁబడియున్నది. లిఖితపుస్తకాగారములోని ప్రతిప్రకారము నలగామరాజు మామగొంకఁడేయైన పక్షమున ననుగురాజునకుఁ గూఁతునిచ్చినది 1127 సం॥ మొదలుకొని 1158 సం॥ వఱకు రాజ్యముచేసిన కుళోత్తుంగ చోడ గొంకరాజై యుండవలయును. దీనికి నిదర్శనముగాఁ బల్నాడాకాలమునఁ గుళోత్తుంగ చోడగొంకరాజు స్వాధీనములో నున్నదని తెల్పుటకై కారెంపూడి సురేశ్వరస్వామియాలయములో 115[illegible] సం॥న నతనిశాసనముకలదు. నలగామరాజుమామయని చెప్పఁబడిన గొంకమహీపాలుఁడు వెలనాటిచోడుఁడగును.

వెలనాటిచోడునికి గొంకరాజుసామంతరమున్నట్లు సూయల్ పట్టికలో ఉదాహృతమైన బాపట్ల భావనారాయణాలయశాసనమువలన తెలియుచున్నది. ఆశాసనమిట నుదాహరించెదను.

"స్వస్తిశ్రీ శకవర్షంబులు ౧౦౮౨ అగునేటి ఉత్తరాయణ నిమిత్తమున స్వస్తిశ్రీ సమస్తప్రశస్తసహిత శ్రీమన్మహామండలేశ్వర కులోత్తుంగ చోడగొంకరాజులు శ్రీమత్సంధివిగ్రహ కొమ్మనప్రెగడ కమ్మనాటిలోని భావనారాయణ దేవరకు నఖండ దీపము తమతండ్రి గోవిందప్రెగ్గడకు తమతల్లి కేతసానికి ధర్మముగా నిల్పి......."

ఈ శాసనములోని కొమ్మనప్రెగ్గడ కేయూరబాహుచరిత్రమునందలి కొమ్మన ప్రెగ్గడయే. కనుక శాసన సంవత్సరమునుబట్టియుఁ గేయూరబాహుచరిత్ర ప్రథమాశ్వాసములోని 19, 20, 21, 22, 23, 24, 25 పద్యములనుబట్టియుఁ బైశాసనములోని కులోత్తుంగ గొంకరాజు వెలనాటిచోడుఁడే యని స్పష్టపడక మానదు. అయినను బొన్నూరు డివిజనులోఁ జేరిన నిడుబ్రోలు గ్రామ మధ్యముననున్న చోడేశ్వరస్వామి యాలయముముందఱ రాతిమీఁది శాసనమువలనను నర్సరావుపేట తాలూకాయందలి యల్లమంద కోటీశ్వరాలయములోని శాసనమువలనను వెలనాటి గొంకరాజును రాజేంద్ర చోడుఁడును జతుర్థకులజులని తెలియుచున్నది గాన నీవిషయ మింకను విచారణీయము. మల్ల దేవుఁడు మాచెర్ల విడిచి మండాదికి వలసపోవునప్పటి కనుగురాజు నలువదియేండ్లును నలగామరాజు పదుమూఁడేండ్లును బల్నాటిలో రాజ్యముచేసినట్లు మండాదివలస కథలో వ్రాయఁబడినది. మండాదివలస తరువాత షుమారు 7 సంవత్సరముల 6 మాసములకు యుద్ధము జరిగినది. యుద్ధము 1178, 1182 సంవత్సరముల మధ్యమున జరిగి యిదివఱకే నిర్ధారణచేయఁబడినది. ఇది 1178-వ సం॥లో జరిగినను లేక 1182స జరిగినను మండాదివలస నాఁటి కనుగురాజు 40 సం॥లును నలగామరాజు 13 సం॥ రాజ్యముచేసినది నిజమేయైనపక్షమున ననుగురాజు పల్నాటికధిపతియైన సంవత్సర 1118-వ సంవత్సరమో లేక 1122-వ సంవత్సరమో యగును. కాని యనుగురా పల్నాటికధిపతియైనది 1127 సం॥ మొదలుకొని 1158 సం॥ వఱకు రాజ్యముచేసిన కులోత్తుంగ చోడగొంకరాజుకాలములోనని యింతకుముందు విశదపఱచియుంటిని. కావున ననుగురాజో నలగామరాజో మండాదివలస కథలోఁ జెప్పఁబడినట్లు గాక కొన్నిసంవత్సరములు తక్కువగా రాజ్యముచేసియుండవలెను. అనుగురాజు వివాహమాడిన కథగల గ్రంథభాగము, శ్రీనాథవిరచితము, నాకు లభింపలేదు. దానిలో నెట్లుండునో తెలిసినయెడల మఱియెక్కువ నిశ్చయముగా వ్రాయవచ్చును. హైహ

తోండఱులవలననో స్మిత్తుదొరగారు చెప్పినట్లు రీవాభగేలులవలననో లేక యన్యశత్రువుల వలననో యనుగురాజు రాజ్యమును గోలుపోయి ససైన్యముగఁ బలనాటికి వచ్చియుండును. ఇతఁడు వచ్చినతరువాతఁ దక్కిన హైహయులు 1181-వ సంవత్సరమువఱకు నుండి వారు కూడ రాజ్యభ్రష్టు లైయుందురు. ఇట్టికష్టకాలమున ననుగురాజు తనదురదృష్టమునకుఁ గారణము కార్తవీర్యుఁడు చేసిన పాపములే యని భావించుట యొకవింత కాదు. అనుగురాజు నిజదేశమువిడిచి వచ్చి చందవోలురాజుకూఁతును వివాహమాడ నతఁడు కుమార్తెకరణముగాఁ బల్నాడిచ్చినట్లు వీరభద్రకవియొక్క—

"శా. నానాచిత్రపటుప్రతానములు రత్నస్వర్ణభూషావళుల్
ధేనువ్రాతమిభాశ్వసంఘ మతిభక్తిస్ఫూర్తిగాఁ గన్యకా
దానప్రోత్సవవేళ నల్లునకుఁ జేతఃప్రీతిగా నిచ్చె స
న్మానంబొప్ప నొసంగెఁ బుత్త్రికకుఁ బల్నాడైదుదేశంబులున్."

అను పద్యమువలనఁ దెలియును. "పల్నాడైదుదేశంబులున్" అనఁగా నైదుదేశములు కలిసిన పల్నాడో పల్నాడుమఱియు నైదుదేశములో వివరములేదు. చందవోలు రాజప్పుడు ధవళశంఖుఁడని యీవీరభద్రకవి వ్రాయుచున్నాఁడు. ధవళశంఖుని శాసనము లెచ్చటఁ గానరావు. అతనిపేరు చరిత్రలో నెచ్చటఁ గనఁబడదు. పల్నాడంతదేశము నన్యులకు సర్వస్వతంత్రరాజు లీవలయును గాని తక్కినవా రీఁజాలరు. అనుగురాజిక్కడకు వచ్చునప్పటికి దేశమునందు సర్వస్వతంత్రరాజులు తూర్పుచాళుక్యులు. చాళుక్యులలో ధవళశంఖుఁడు లేఁడు. ఆకాలపుశాసనములు చందవోలులో వెలనాటి గొంకరాజుది యొకటి వెలనాటిచోడునిది మఱియొకటి కానవచ్చుచున్నవి గాని ధవళశంఖుని శాసనములులేవు. చెన్నపట్టణమునందలి లిఖితపుస్తకభాండాగారములోని ప్రతియందుఁదనకు సహాయులుగారమ్మని నలగామరాజు రాజులకు లేఖలు వ్రాసిన స్థలమున "మామగు తమగొంకమహీపాలునకును" అని లిఖింపఁబడినది. ఈముద్రిత గ్రంథములో "మామగుండమకోట మనుజేశునకును" అని వ్రాయఁబడియున్నది. లిఖితపుస్తకాగారములోని ప్రతిప్రకారము నలగామరాజు మామగొంకఁడేయైన పక్షమున ననుగురాజునకుఁ గూఁతునిచ్చినది 1127 సం॥ మొదలుకొని 1158 సం॥ వఱకు రాజ్యముచేసిన కులోత్తుంగ చోడ గొంకరాజై యుండవలయును. దీనికి నిదర్శనముగాఁ బల్నాడాకాలమునఁ గులోత్తుంగ చోడగొంకరాజు స్వాధీనములో నున్నదని తెల్పుటకై కారెంపూడి సురేశ్వరస్వామియాలయములో 115. సం॥న నతనిశాసనముకలదు. నలగామరాజుమామయని చెప్పఁబడిన గొంకమహీపాలుఁడు వెలనాటిచోడుఁడగును.

వెలనాటిచోడునికి గొంకరాజనుసామంతరమున్నట్లు సూయల్ పట్టికలో ఉదాహృత
మైన భొపట్ల భావసారాయణాలయశాసనమువలన తెలియుచున్నది. ఆశాసనమిట
నుదాహరించెదను.

"స్వస్తిశ్రీ శకవర్షంబులు ౧౦౨౾ ఆగునేటి ఉత్తరాయణ నిమిత్తమున స్వస్తి
శ్రీ సమస్తప్రశస్తసహిత శ్రీమన్మహామండలేశ్వర కులోత్తుంగ చోడగొంకరాజులు
శ్రీమత్సంధివిగ్రహ కొమ్మనప్రెగ్గడ కమ్మనాటిలోని భావసారాయణ దేవరకు సఖంక
దీపము తనతండ్రి గోవిందప్రెగ్గడకు తనకల్లి శేతసానికి ధర్మముగా నిల్పి........."

ఈ శాసనములోని కొమ్మనప్రెగ్గడ కేయూరబాహుచరిత్రమునందలి కొమ్మన
ప్రెగ్గడయే. కనుక శాసన సంవత్సరమునుబట్టియు కేయూరబాహుచరిత్ర ప్రథమాశ్వా
సములోని 19, 20, 21, 22, 23, 24, 25 పద్యములనుబట్టియు ఈశాసనములోని
కులోత్తుంగ గొంకరాజు వెలనాటిచోడుడే యని స్పష్టపడకడ మానదు. ఆయన
బొన్నూరు డివిజనలో కేరిన నిదుల్లోలు గ్రామ మధ్యమనున్న చోడేశ్వరస్వామి
యాలయముముందటి రాతిమీది శాసనమువలనను నర్సరావుపేట తాలూకాయందలి
యల్లమంద కోటీశ్వరాలయములోని శాసనమువలనను వెలనాటి గొంకరాజును రాజేంద్ర
చోడుడనను జతర్థకులకులని తెలియుచున్నది సాన సీసిమయ మింకను విచారణీయము.
మల్ల దేవుడు మాచెర్ల విడిచి మండాదికి వలసపోవునప్పటి కనుగురాజు నలువదియేండ్లను
నలగామరాజు పదుమూండేండ్లను బల్లాటిలో రాజ్యముచేసినట్లు మండాదివలన
కథలో వ్రాయంబడినది. మండాదివలస తరువాత షుమారు 7 సంవత్సరముల 6 మాసము
లకు యుద్ధము జరిగినది. యుద్ధము 1178, 1182 సంవత్సరముల మధ్యమున జరిగినదని
యిదివణకే నిర్ధారణచేయంబడినది. ఇది 1178-వ సంllలో జరిగినను లేక 1182సంllలో
జరిగినను మండాదివలస నాటి కనుగురాజు 40 సంllలను నలగామరాజు 13 సంllలను
రాజ్యముచేసినది నిజమేరైనపక్షమున ననుగురాజు పల్నాటికధిపతియైన సంవత్సరము
1118-వ సంవత్సరమో లేక 1122-వ సంవత్సరమో యగును. కాని యనుగురాజు
పల్నాటికధిపతియైనది 1127 సంll మొదలుకొని 1158 సంll వఱకు రాజ్యముచేసిన
కులోత్తుంగ చోడగొంకరాజుకాలములోనని యింతకుమందు విశదపఱిచియుంటిని.
కావున ననుగురాజో నలగామరాజో మండాదివలస కథలో జెప్పంబడినట్లు గాక
కొన్ని సంవత్సరములు తక్కువగా రాజ్యముచేసియుండవలెను. అనుగురాజు వివాహ
మాడిన కథల గ్రంథభాగము, శ్రీనాథవిరచితము, నాకు లభించలేదు. దానిలో
నెట్టుండునో తెలిసినయెడల మతియొక్క నిశ్చయముగా ప్రాయవచ్చును. హైహ

యులశాసనములు తెలుఁగుదేశమున మిక్కిలి విస్తారముగఁ గానరావు. క్రీ॥ శ॥ 1403 సం॥ లోఁ గార్తవీర్యుని వంశస్థుఁడును మధ్యదేశాధీశుఁడు నైన చోడునిశాసనము విశాఖపట్టణము జిల్లా సర్వసిద్ధితాలూకా పంచధార ధర్మలింగేశ్వరస్వామి యాలయములోఁ గలదు. పల్నాడు తాలూకా కార్యమపూడి వీరాలయములోఁ గన్నమదాసు మంటపము వెనుకనున్న బండమీద నయోధ్యరాజు శాసనమొకటియున్నది. అది స్ఫుటముగాఁ గనఁబడుటలేదు. ప్రయత్నముచేయఁగా నీక్రిందియక్షరములు చదువఁగలిగితిని. "స్వస్తిశ్రీమన్మహామండలేశ్వర అయోధ్యపురవరాధీశ్వర.........లసింగుమండలేశ్వరుని సన్నిధిని చెన్నరాయులవారి గుడి యెత్తించ.........దు కొనిలమస్యంది శకవర్షంబులు ౧౫౪౯ క్రోధిసంవత్సర... .....కార్తిక......౧౦ గు॥ చండప్రసిద్ధ గరుడగంబ" ఈ శాసనకాలమునకు షుమారు 4 సంవత్సరముల క్రిందటనే ప్రతాపరుద్రుఁడు మహమ్మదీయులచే ఢిల్లీకిఁ బట్టుకొనిపోఁబడి దేశము తురుష్కుల స్వాధీనమాయెను. శాసనము బొత్తిగ నగుపడుటలేదనియు నయోధ్యరాజు కొల్వులో నున్న యొకవణిజుఁడేమో కట్టించి శాసనము వ్రాయించెననియుఁ సూయలుగారు వ్రాసియున్నారు. ఎరుసతాన్వయరాజు భార్యయైన మైలమాదేవి శాసనము ద్రాక్షారామ భీమేశ్వరాలయములో నున్నట్లు సూయలు శాసనపట్టికలో నుదాహరించినాఁడుగాని యాశాసనము నాకు లభింపకపోవుటచేత నామైలమాదేవి యనుగురాజుభార్యయైన మైలమాదేవియో కాదో చెప్పఁజాలకున్నాను. పల్నాటివీరుల పేరులుగల గ్రామము లిప్పటికిఁ గలవు. అనుగురాజు పేర నలుగురాజుపల్లె పల్నాటిలోఁ గలదు. అనుగురాజని శ్రీనాథగ్రంథమందు నలుగురాజని వీరభద్రకవిగ్రంథమందుఁ గానఁబడుచున్నది. అలుగురాజను నామమే యథార్థనామమై యుండవచ్చును. అలరాచమల్లు పేర మాచెర్లకాఱుమైళ్లదూరమున రాచమల్లు పాడుగలదు. ఝట్టిరాజు పేరఁ దుమ్మృకోటకు నాలుగు మైళ్లదూరమున ఝట్టిపాలెము కలదు. తుమ్మృకోటవద్దనున్న మల్లవరము మల్లదేవుని పేరి గ్రామమైయుండును. అనుగురాజు సముద్రస్నానమునకు వెళ్లినపుడు దొడ్డనాయుని పేర నాయునిపల్లెయు శీలాంబపేరఁ జీరాలయుఁ బేర్నిని పేరఁ బేరాలయుఁ గట్టిరని వీరభద్రకవి వ్రాసినాఁడు. నాయకురాలిపేర "నాయకురాలికనుమ" అని యొక కనుమగలదు. ఇది కార్యమపూడికిని మేళ్ళవాగునకును మధ్యమున నున్నది. వీరమేడపి నుండి బాలచంద్రుఁడు యుద్ధమునకు వచ్చుచుండఁ గార్యమపూడి కనుమలో నాయకురాలు పంగచాచి యడ్డముగ నిల్చుండెననియు నదిచూచి బాలచంద్రుఁ డాడువారిలోఁ గలహించుట యుచితముకాదని ఖడ్గముచేఁ గొండయొక్క యొకప్రక్కను నఱికి త్రోవచేసికొని కార్యమపూడి చేరెననియు జనులు చెప్పుదురు. బాలచంద్రుఁ డొక్క

వచ్చిన వాహనపుగొట్టెవలనఁ బడినదని కార్యమపూడి నాగులేటియొడ్డున నొక గుఱుతు నిప్పటికిఁ బ్రజలు చూపుచున్నారు. నలగామరాజువద్దనుండి చీలి బ్రహ్మనాయుఁడును మల్లదేవులును మాచెర్లకుఁ బోయిరని కథాసారము చదివినచోఁ దేటపడఁగలదు. వారు గురిజాలనుండి బయలుదేఱి యొకచో మజిలీచేసి యచ్చటఁ బట్టణముకట్టిరనియు మజిలీ చేసిన పట్టణముగాన దానికి మాచెర్లయని పేరువచ్చినదనియు వీరచరిత్రములో వ్రాయఁ బడినది. పూర్వము మారీచుఁడేలినది మాచెర్ల, ఖరుఁడేలినది కార్యపూడి, దూషణుఁడేలినది దుర్గియని యచ్చటిజనులు చెప్పుకొందురు. శాసనములలో "మహాదేవిచెర్ల" అని యున్నది. మహాదేవిచెర్లయే మాచెర్ల గా మాఱియుండవచ్చును. మాచెర్లలోనున్న చెన్నకేశవుని దేవాలయము బ్రహ్మనాయుఁడు కట్టించెనని ప్రతీతిగలదు. ఈ యాలయములోని పనితనము, హనుమకొండ వేయిస్తంభముల గుడిలోని పనితనము నొక్కతీరుగ నున్నవి. ఫర్గ్యుసన్ గారు "ఈస్టర్న్ అండు ఇండియన్ ఆర్కిటెక్చర్ (Eastern and Indian Architecture) అను గ్రంథమున హనుమకొండ యాలయమును గుఱించి యిట్లు వ్రాసిరి. "According to an inscription on its walls the temple was erected in 1164 A. D. by Pratapa Rudra who, thoughnot exactly himself a Chalukya in blood, succeeded to their possessions and style." దీనివలనఁ బ్రతాపరుద్రునిచేఁగట్టఁబడిన యాదేవాలయములోఁ జాళుక్యశిల్పము కలదని తెలియుచున్నది. మాచెర్లయాలయములోని శిల్పము నట్టిదే కాన నదికూడఁ జాళుక్యశిల్పమై యుండును. బ్రహ్మనాయుఁడు చాళుక్యులకాలములోని వాఁడగుటవలన మాచెర్లయాలయము చాళుక్యశైలి ననుసరించి యతఁడేకట్టించెనని చెప్పవచ్చును. యుద్ధావసానము పూర్తిగవర్ణింపఁ బడిన శ్రీనాథరచిత గ్రంథభాగము నాకు దొరకలేదు. బ్రహ్మనాయుఁడు యుద్ధములో జచ్చినవారినందఱ బ్రతికించి వెంటఁబెట్టికొని గుత్తికొండ బిలములోఁ బ్రవేశించెననియు నందఱు నిజస్వరూపములు వైకొనిరనియు నందులో బ్రహ్మనాయుఁడు విష్ణురూపము నాయకురాలు యోగమాయారూపమునందిరనియు వీరభద్రకవి వ్రాసినాఁడు. మల్లయ్యయనునొకఁ డీవీరచరిత్ర ద్విపదములతో రచించినాఁడు. అది చెన్నపట్టణమునందలి లిఖితపుస్తకాలయములో నున్నది. చిట్టచివరకు బ్రహ్మనాయుఁడును బచకుల బ్రహ్మయుఁ బోరాడిరనియుఁ బచకుల బ్రహ్మ హతుఁడాయెననియుఁ దరువాతఁ జింతపల్లి రెడ్డి బ్రహ్మనాయునిమీదికిఁబోయి మూర్ఛిల్లి పడిపోయెననియుఁ బిమ్మట నాయకురాలు కదియఁగ స్త్రీలతోఁ బోరాడుట యుచితముకాదని బ్రహ్మనాయఁ డూరకుండ నాయకురాలే యతనిని బొడిచెననియు నతఁడామెయెక్కిన గుఱ్ఱమునుబొడిచి చంపఁగా దిగి పాఱి

పోయి నలగామరాజును గలిసికొని యిద్దఱు కొడమగుండ్లకుఁ బోయి విప్రుల యిండ్లలో డాఁగిరనియు బ్రహ్మనాయుఁ డచటికిఁ దఱుముచుఁ బోవ బ్రాహ్మణులు వచ్చి రాజును మన్నింపుమని యతనిని బ్రతిమాలికొనిరనియు నతఁడును వారిని క్షమించి నలగామ రాజును గురిజాలసింహాసన మెక్కించెననియు మల్లయ్య గ్రంథమువలనఁ దెలియుచున్నది. వీరచరిత్రమును ద్విపదలతో వ్రాసిన మఱియొకరు కొండయ గలఁడు. ఇతని గ్రంథములోఁగూడ యుద్ధావసానము మల్లయ్యగ్రంథములోనున్నట్లే యున్నది. యుద్ధానంతరము వీరు దీర్ఘకాలము రాజ్యము చేసినట్లు కనఁబడదు. యుద్ధము జరిగినతరువాత సుమారు 50 సం॥ ల లోనే దేశము కాకతీయగణపతిరాజుల యధీనమైనది. పల్నాటి వీరులఁగుఱించి వీరచరిత్రమునఁగాక ఇతిహాస గ్రంథాంతరములయం దెచ్చటనైనఁ గలదేమోయని విచారింపఁగాఁ గొండవీటి దండకవిలెలో మోహనరాజు గోపాల రాజు నను నిద్దఱు జైనులు ఉత్తరాదినుండి కుష్ఠవ్యాధి బాధితులై యనేక తీర్థ యాత్రలుచేయుచు గుంటూరునకు వచ్చి గుండువద్ద నెఱ్ఱచెఱువులో స్నానము చేయఁగా వ్యాధి కుదిరెననియు వారచ్చటనేయుండి యగస్త్యేశ్వరునికి మంటపప్రాకారములు కట్టించి ధనమును వినియోగించిరనియు వ్రాయఁబడియున్నది. ఇది మన యనుగురాజు మొదలగువారి విషయముగనే కన్పట్టును. దండకవిలె వ్రాసినయతఁడు వినికిడినిఁ బట్టి నిజము తెలియక యిట్లు వ్రాసియుండును. దండకవిలెలో విషయము లెంతసూటిగా వ్రాయఁబడినవో యాగ్రంథములోని యీక్రింది వాక్యములవలనఁ దేటపడఁగలదు— "ఈఅయిదుగురు ధర్మం నడిచిరి. అటుతరువాత ముక్కంటి అందురు. ఇతఁడే యోరుగంటి ప్రతాపరుద్రుఁడు............స్వస్తిశ్రీ విజయాభ్యుదయ శాలివాహన శక వర్షంబులు 836 అగు నేటి దుందుభిసంవత్సరమున ఈ ఓరుగంటి ప్రతాపరుద్రుఁడు పరరాజుచేతఁ బట్టువడును." ప్రతాపరుద్రుఁడు వాస్తవమునకు క్రీ॥ శ॥ 1323-వ సం॥లోఁ బట్టుపడినాఁడు. కనుకఁ బైవాక్యములలోని వ్యత్యాసములు ఇతిహాసము చదివిన వారికి తేలికగాఁ బొడకట్టఁగలవు. అనుగురాజు తీర్థయాత్రావశమున వచ్చెనని కథలు వ్యాపించియుండెను గాన నవికర్ణాకర్ణిగ విని నిజమైన పేరులు విషయములు తెలియక కవిలెకారుఁ డట్లు వ్రాసినాఁడని చెప్పవచ్చును.

అనుగురాజు వంశస్థులజాడ యీప్రాంతములఁ గానరాదు. కాని వెలమరైన బ్రహ్మనాయుని గోత్రమువారు మాత్రము కలరు. వారు వెంకటగిరి సంస్థానాధీశులైన వెలుగోటివారు. బ్రహ్మనాయఁడు రేచెర్లగోత్రుఁడు. వెలుగోటివారును రేచెర్ల గోత్రులే. వెంకటగిరి సంస్థానవంశచారిత్రమునందు వంశకథనము చేవిరెడ్డివద్దనుండి చెప్పఁబడినది. చేవిరెడ్డియు మఱియొక మాలవాఁడును బొలముదున్నుచుండఁగా ధనముదొరకె

ననియు సాధనమున కా మాలవానిని బలియిచ్చి వాని యభీష్టప్రకారము చేవిరెడ్డి తన గోత్రనామము రేచెర్లగా మార్చెననియుఁ దచ్చరిత్రమునందు వ్రాయఁబడియున్నది. చేవిరెడ్డి కాకతీయ గణపతిదేవుని కాలములోనివాఁడైనట్లు సంస్థాన చరిత్రమువలనఁ దెలియఁగలదు. గణపతిదేవుఁడు 13-వ శతాబ్దియందుండినవాఁడు కనుక వెంకటగిరి సంస్థానాధిపతులు 13-వ శతాబ్దినుండియే రేచెర్లగోత్రమువారయిరని దీనిచేఁ దేలును. కాని వెలమయగు రేచెర్లగోత్రుఁడునైన బ్రహ్మనాయుఁడు 13-వ శతాబ్దికిఁ బూర్వమందే యుండుటచేతఁ బైనిఁజెప్పఁబడిన చేవిరెడ్డి కథయొక్క యాథార్థ్యమును సంశయింపవలసియున్నది. వెలుగోటివారు బ్రహ్మనాయుని వంశమువారైయుందురు. వీరిగోత్రమునకు రేచెర్లనామము చేవిరెడ్డివద్దనుండికాక యంతకుఁ బూర్వమునుండి వచ్చుచున్నదని నమ్మవలయును. రేచెర్ల యను గ్రామమువలన గోత్రమున కాపేరు వచ్చి యుండును. పల్నాటియుద్ధము జరిగిన కాలము భారతేతిహాసమునందు ముఖ్యమైనదిగా నున్నది. యుద్ధము జరిగినకాలమునం దుత్తరమునఁ దేశదేశములో హైహయుల రాజ్యము నశించెను. దక్షిణమునఁ బశ్చిమచళుక్యవంశ మంతరించెను. తరువాత స్వల్ప కాలములోనే యుత్తరహిందూస్థానమంతయుఁ జాలమట్టుకు మహమ్మదుగోరి లోఁ బఱచుకొనెను. దక్షిణహిందూస్థానమున ద్వారసముద్రపు భల్లాణరాజులు దేవగిరి యాదవరాజులు ప్రబలిరి. చివరకుఁ జాళుక్యరాజ్యమంతయు యాదవుల స్వాధీన మాయెను. అప్పటిదేశస్థితి, పల్నాటివీరుల యాచారములు, నాగరకత, మతము మొదలగు సంశములు గ్రంథాంతరమందుఁ దెలుపఁదలఁచి వీరుల ఇతిహాసవిషయ మింతటితో సమాప్తము కానించెదను. వీరచరిత్రమును ద్విపదిలో మొదట రచించినది

శ్రీ నా థుఁ డు

శ్రీనాథ జీవిత సంగ్రహము.

ఈయన శృంగారనైషధము, భీమేశ్వరపురాణము, కాశీఖండము, హరవిలాసము రచించెను. పాకనాటి నియోగిబ్రాహ్మణుఁడు. భారద్వాజగోత్రుఁడు; ఆపస్తంబ సూత్రుఁడు; శైవమతస్థుఁడు. ఇతని తాత పద్మపురాణ సంగ్రహము రచించిన కమల నాభుఁడు; తండ్రి మారయ; తల్లి భీమాంబ; జన్మస్థలము కొండవీటి సీమయని కొందఱు వ్రాసిరిగాని యీ విషయమై కొంతసందేహముగ నున్నది. కర్ణాటదేశమితని జన్మభూమి యైన ట్లగపడును. సుప్రసిద్ధాంధ్రవిద్వాంసుడు కర్ణాటదేశీయుఁడనుట పలువురికి రుచింపకపోయినను మీదు మిక్కిలి నాకు నిష్టములేకపోయినను యథార్థముగఁ గనఁబడుచున్నది నమ్మకపోవుట సంభవింపనేరదు గాన నాయభిప్రాయము తెలుపుచున్నాను.

ఈయంశము నాలోచించుటకు సత్యాన్వేషణులు ప్రార్థితులు. శ్రీనాథుఁడు కాశీ ఖండములోని

సీ. "చిన్నారిపొన్నారి చిఱుతకూకటినాఁడు రచియించితిని మరుద్రాజచరిత
నూనూగుమీసాల నూత్నయౌవనమున శాలివాహనసప్తశతి నొడివితి
సంతరించితి నిండుజవ్వనంబునయందు హర్షనైషధకావ్య మాంధ్రభాషఁ
బ్రౌఢనిర్భరవయఃపరిపాకమునఁ గొనియాడితిభీమనాయకుని మహిమఁ
బ్రాయమింతకు మిగులఁ గైవ్రాలకుండఁ
గాశికాఖండమను మహాగ్రంథ మేను
దెలుఁగు చేసెదఁ గర్ణాటదేశకటక
పద్మవనహేళి శ్రీనాథభట్టసుకవి."

అను పద్యమున "కర్ణాటదేశకటకపద్మవనహేళి" (కర్ణాటదేశ పట్టణములను కమలములకు సూర్యుఁడు) అను విశేషణము తనకుఁ జేర్చికొనినాఁడు. జన్మస్థలమునందలి యభిమానమువలన నట్లు చెప్పికొనియుండును. మఱియు భీమేశ్వరపురాణములోని

గీ. "ప్రౌఢిపరికింప సంస్కృతభాషయండ్రు
పలుకునుడికారమున నాంధ్రభాషయందు
రెవ్వరేమన్ననండ్రు నాకేమికొఱఁత
నాకవిత్వంబు నిజము కర్ణాటభాష."

అను పద్యమునందలి "నాకవిత్వంబు నిజము కర్ణాటభాష" యన్న వాక్య మతనికిఁ గర్ణాటభాషయందుఁగల ప్రేమను సూచించుచున్నది. ఈపద్యములోని 'కర్ణాటభాష' యనుదాని కంధ్రభాషయని యర్థమనియు నాకాలమున నంధ్రరాజులను గర్ణాటరాజులని చెప్పుచుండిరనియు నొకరు వ్రాసిరి గాని యదియప్రామాణికము. ఆకాలమునఁ గర్ణాటరాజులు నంధ్రరాజులు వేఱుగానుండిరనియు నంధ్రభాష, కర్ణాటభాష వేఱువేఱుగ నెంచఁబడుచుండెననియు శ్రీనాథకృతగ్రంథములలోని యీక్రింది పద్యముల వలనఁ దెలియఁగలదు.

శా. "కర్ణాటోత్కళపారశీకనృపసఖ్యప్రాభవశ్రీనిధీ
యర్ణోరాశిపరీతభూభువన మధ్యాంధ్రక్షమాధీశ్వరా
కర్ణాభ్యర్ణవిశాలనేత్ర జగదేకప్రాజ్యసామ్రాజ్యదృ
క్కర్ణాధీశ్వరహారభక్తినిరతక్ష్మాపాలచూడామణీ." కాశీ. ఆ. 3.

సీ. ఝూడేశవసన్తమాడె బారువాదోంతివంతునాదిక్షితీశ్వరుల గెలిచి
యొడ్డాదిమత్స్యవంశోదయార్జునుచేతఁ బల్లవాధిపుచేతఁ బలచమంది
దండకారణ్యమధ్యపులిందరాజరంభాహివంశజాలకు నభయమొసఁగి
భానుమత్కులవీరభద్రాన్నవేమేంద్రగర్వసంరంభంబుఁ గట్టిపెట్టి

గీ. యవనకర్ణాటకటకభూధవులతోఁర
బలిమివాటించి యేలించెఁ దెలుఁగుభూమిఁ
దననిజస్వామి యల్లాడ ధరణినాథు
భళిరె యరియేటిలింగన ప్రభువరుండు. భీమ. ఆ. ౧.

మ. అరబీభాష తురుష్కభాష గజకర్ణాటాంధ్ర గాంధారఘూ
ర్జరభాషల్ మళయాళభాషశకభాషా సింధుసౌవీర బ
ర్బరభాషల్ కరహాటభాష మఱియుం భాషావిశేషంబుల
చ్చెరువై వచ్చునరేటియన్ననికి గోష్ఠీసంప్రయోగంబులన్. భీమ. ఆ. ౧.

ఇట్టిపద్యము లింకను గలవు. కర్ణాటదేశమనఁగా నంధ్రదేశమని కాని కర్ణాటభాషయన నంధ్రభాషయనిగాని శ్రీనాథునికభిప్రాయము లేనట్లు పైపద్యమువలన స్పష్టము కాఁగలదు. భీమఖండములో

మ. “కనకక్ష్మాధరధీరు వారిధితటీకాల్పట్టణాధీశ్వరున్
ఘనునిం బద్మపురాణసంగ్రహకళాకావ్యప్రబంధాధిపున్
వినమజ్జ్యాంతరసార్వభౌముఁ గవితావిద్యాధరుం గొల్తునా
యనుఁగుం దాతఁ బ్రదాత శ్రీకమలనాభామాత్యచూడామణిన్.”

అను పద్యమునఁ దనతాత సముద్రతీరమందలి ‘కాల్’ అను పట్టణమున కధిపతియని చెప్పినాఁడు. ఇది పశ్చిమసముద్రతీర పట్టణమై కర్ణాటములోఁ జేరియుండును. కొండవీటి కైఫియ్యతులోనున్న ప్రకారమితఁడు కోమటివెంకారెడ్డి యాస్థానకవిగానుండి విజయనగరమునకుఁబోవుట కర్ణాటదేశమందలి ప్రేమను దెలియఁజేయుచున్నది. వీధినాటకములోని

శా. “కుళ్ళాయుంచితిఁ గోకసుట్టితి మహాకూర్పాసముం దొడ్గితిన్
వెల్లుల్లిన్ దిలపిష్టమున్ బిసికితిన్ విశ్వస్త వడ్డింపఁగాఁ

జల్లాయంబలిత్రావితిఁ రుచులు దోసంబంచుఁ బోనాడితిఁ
దల్లీకన్నడరాజ్యలక్ష్మీ! దయలేదా నేను శ్రీనాథుఁడన్."

అను పద్యమునఁ గర్ణాటరాజ్యమును దల్లియని సంబోధించినాఁడు. ఈతని కవితయందే మొదటఁ గన్నడపదము లెక్కువగఁ గాన్పించుచున్నవి. ఈ నిదర్శనములన్నియు శ్రీనాథుని జన్మభూమి కర్ణాటదేశమని చాటుచున్నవి. ఈయన కర్ణాటదేశమందు జన్మించినను దలిదండ్రులితని శైశవముననే యుద్యోగవశముననో లేక మఱియొక కారణముననో కొండవిటిసీమకు వచ్చియుందురు. శ్రీనాథుని గ్రంథములు చదివినచో నంధ్రభాష యతని స్వభాషగనే కాన్పించును. ఇంతభాషాకౌశలము పరనమాత్ర సాధ్యము కాదు. కాననితఁడు బాల్యమునుండి తెలుఁగుదేశములో నుండెననుటకు సంశయములేదు. బాగుగ మాటలాడ నేర్చినప్పటినుండి తెలుఁగే మాట్లాడియుండును. తలిదండ్రులతో నింట నప్పుడప్పుడు మిశ్రమ కర్ణాటము మాటలాడుచుండినను నివసించినది కొండవీటిసీమ కావునఁ దెలుఁగువారితోఁ గలసిమెలసి తెలుఁగువారితో సహవాసముచేసి ప్రాతఃకాలము మొదలు సాయంత్రమువఱకుఁ దెనుఁగులోనే మునిఁగి తేలుచుండవలసినవాఁడై చివరకుఁ దెనుఁగుదేశస్థుఁడుగా మాఱియుండును. కాఁబట్టియే బెండపూడియన్నమంత్రి "పాక నాటింటివాఁడవు బాంధవుఁడవు" అని చెప్పినాఁడు ఇతఁడు రాజమహేంద్రపరమును బాలించిన రెడ్ల యాస్థానకవి అని కొందఱు వ్రాసియున్నారు. కాశీఖండము వీరభద్రారెడ్డికి, భీమఖండము తన్మంత్రియైన బెండపూడి అన్నయ్యకును నంకితముచేయుటయే వీరుదానికిఁజూపు కారణములై యున్నవి. ఇతఁడు తాను రచించిన గ్రంథములలోఁ జాలభాగము కొండవీటివారికే యంకితము చేసెను. పండితారాధ్యాది పెక్కు కృతులనందిన మామిడిప్రెగడయ్యది కొండవీటిసీమలోని బలిజేపల్లి. శృంగారనైషధ కృతినందిన మామిడిసింగనప్రెగడయ్యతమ్ముఁడు. హరవిలాసకృతినందిన తిప్పయ్య కొండవీటి కుమారగిరి భూపాలునకు సుగంధద్రవ్యము లిచ్చువాఁడు. కొండవీటి కైఫియ్యతులో నీ క్రింది విషయము వ్రాయఁబడినది. కుమారగిరి భూపాలుని కుమారుఁడగు కోమటివెంకారెడ్డివద్ద శ్రీనాథుఁడాస్థానకవీశ్వరుఁడుగానుండి కర్ణాటరాజుల రాజధానియైన విద్యానగరమునకుఁ బోయెను. అప్పుడు రాజ్యముచేయుచుండిన హరిహరరాయలితనిని గౌరవించి నీవునివసించు స్థలమేదియనఁగా నతఁడీ క్రిందిపద్యము చెప్పెను.—

సీ. "పరరాజగిరిదుర్గ వరవైభవశ్రీలఁ గొనికొని చెడనాడుకొండవీడు
పరిపంథిరాజన్యబలముల బంధించి కొమరుమించినబోడు కొండవీడు
ముగురురాజులకును మోహంబుపుట్టించు గుఱుతైనయుఱిత్రాడు కొండవీడు
చటులవిక్రమకళాసాహసంబొనరించు కుటిలాత్ములకుఁగాదు కొండవీడు

జవనఘోటకసామంత పరసవీర
భటనటానేక వాటకప్రకటగంధ
సింధురారవమోహనశ్రీలఁ దనరు
కూర్మి యమరావతికిజోడు కొండవీడు."

హరిహరరాయలొంటిస్తంభపుమేడ కట్టింపఁదలఁచి సభలోఁగూర్చుండి యెవ్వరైన నొంటిస్తంభపుమేడ యిదివఱకుఁ గట్టినారా యని యడుగ శ్రీనాథుఁడు లేచి కోమటి వెంకారెడ్డి కొండవీటిలోఁ గట్టించుచుండెనని చెప్పెను. వాస్తవమున నప్పుడు వెంకారెడ్డి కట్టించుచుండలేదు. కావున హరిహరరాయలు పోయిచూచినచోఁ దనమాట యసత్యముకాకుండ శ్రీనాథుఁడు నిజశక్తిచే నవులూరిలోనున్న బ్రహ్మాండమైన తుమ్మచెట్టును గొండవీటికి రప్పించి మేడనిర్మింపఁబడునట్లు చేసెను. హరిహరరాయలు దూతనుబంపి కనుఁగొనఁగా శ్రీనాథుఁడు చెప్పినది నిజమాయెను. ఆతఁడు మెచ్చి ఆతనికి జాగీరొసఁగెను. ఒంటిస్తంభము మేడవిషయమెట్లున్నను శ్రీనాథుఁడు కోమటి వెంకారెడ్డి యాస్థానమందుండెనని పైయంశములు తెలుపుచున్నవి. పల్నాటి వీరచరిత్రము కొండవీటిసీమప్రాంతములయందుండియే వ్రాసినాఁడు. పైఁ జెప్పఁబడినరీతి నితఁడు వ్రాసిన గ్రంథములలో రెండుతప్పఁ దక్కినవన్ని కొండవీటివారికే యంకితము చేసినాఁడు. కొండవీటి వేమారెడ్డివద్దను, కోమటి వెంకారెడ్డివద్దను నీయన ఉండెనని కొండవీటికైఫియ్యతు చాటుచున్నది. ఇన్ని ప్రబల నిదర్శనములు శ్రీనాథుఁడు కొండవీటిరెడ్ల యాస్థానవిద్వాంసుఁడని ఘోషించుచుండఁ గాశీఖండము భీమఖండము రెండు గ్రంథములు రాజమహేంద్రవరమువారి కంకితముచేసెనన్న కారణమున నతఁడు రాజమహేంద్రవరపురెడ్ల యాస్థానమున నుండెనని చెప్పుట కారణమునకు దూరముగ నుండును. తననివాసస్థలమైన కొండవీటిసీమలో నఖండసామ్రాజ్యధురంధరులుండ వారిని విడిచి వారిచేనీయంబడిన కొద్దిరాజ్యమేలెడు రాజమహేంద్రవర రెడ్లకాస్థాన విద్వాంసు డయ్యెననుట యసంభవము. కావున

"వీరభద్రారెడ్డి విద్వాంసుముంజేత వియ్యమందెనుగదా వెదురుగోడియ"

అను సీసపద్యపాదమునకుఁ దాత్పర్యము విచారించి వీరభద్రారెడ్డికిఁ బ్రియుఁడైన విద్వాంసుఁడని యర్థము చెప్పవలయునుగాని యాస్థానవిద్వాంసుఁడని యర్థముచెప్ప నవకాశములేదు. కొండవీటిరెడ్లకు బంధువులుగాన రాజమహేంద్రవరపురెడ్లు శ్రీనాథుని సన్మానించి కృతులందియుందురు. గ్రంథములవలన నితఁడు 1397 సం॥ మొదలు 1422 సం॥ వఱకు రాజ్యముచేసిన * ఫిరోజషాకాలములోను, 1381 సం॥ మొదలు 1395

సం॥ వఱకు రాజ్యముచేసిన కుమారగిరిభూపాలునికాలములోను, 1379 సం॥ మొదలు 1401 వఱకు రాజ్యముచేసిన హరిహరరాయలకాలములోను, 1395 సం॥ మొదలు 1423 వఱకు రాజ్యముచేసిన కోమటి వెంకారెడ్డికాలములోను, వీరభద్రారెడ్డిపేరుగ 1415 సంవత్సరమునకుఁ బూర్వమే రాజ్యమునకువచ్చి 1436 సం॥ వఱకు రాజ్యము చేసినట్లు దృష్టాంతములుగల యల్లాడ వేమారెడ్డికాలములోను నున్నట్లు తెలియఁగలదు. ఇతఁడు భీమకాశీఖండములల్లాడవేమారెడ్డికాలమునఁ రచించెను. కాశీఖండములోని "చిన్నారిపొన్నారి" యను పద్యమువలన నితనికి నైషధము రచించునాఁటికి 20 సంవత్సరములును, భీమఖండము రచించునాఁటికి 40 సంవత్సరములును వయస్సుండినట్లూహింపవచ్చును.

భీమేశ్వరపురాణములోని

ఉ. "అన్నయమంత్రిశేఖరుఁ డహమ్మదుశాసనదానభూమిభృ
త్సన్నిధికేఁ మదిఁ సముచితంబుగ నేమమహీసురేంద్ర రా
జ్యోన్నతి సంతతాభ్యుదయమొందఁగఁ బారసిభాషవ్రాసినం
గన్నులకుండువై యమరుఁ గాకితమందలివర్ణపద్ధతుల్."

అను పద్యమువలన నహమ్మదుషా రాజ్యమునకువచ్చిన తరువాతనే భీమఖండము రచింపఁబడినట్లు తేలుచున్నది. కల్బురిగ (Kulburga) రాజధానిగఁ బరిపాలనచేసిన భామినీరాజులలో నహమ్మదుషా యొకఁడు. ఈయన క్రీ॥ శ॥ 1422 సం॥ మొదలు 1435 సం॥ వఱకు రాజ్యము చేసెను. దీనినిఁబట్టి భీమఖండము 1424 సం॥ ప్రాంతమున శ్రీనాథుఁడు రచించియుండునని చెప్పనగును. కావున నితఁడు క్రీ॥ శ॥ 1384 సం॥ ప్రాంతమున జన్మించి, 1401 సం॥న నైషధము, 1424 సం॥ ప్రాంతమున భీమఖండము, 1432 సం॥ ప్రాంతమునఁ గాశీఖండము నాంధ్రీకరించియుండును.

శ్రీనాథుఁడాచారమునకుఁ వీరశైవుఁడైనను శివుఁడని విష్ణువని పోరాడెడు బుద్ధిమంతులవలెఁగాక న్యాయాదిశాస్త్రము లభ్యసించి జ్ఞానదృష్టిగలిగిన వేదాంతిగాఁ గన్పట్టుచున్నాఁడు. హరవిలాసములోని

గీ. "అవగింజంత బూదిపైనలఁదనేని
వెలఁదిగుమ్మడికాయంత వెట్టిపుట్టు."

అను పద్యపాదముల వలనను మఱికొన్ని పద్యములవలనను భస్మధారణాది బాహ్యవేషములయం దితనికెక్కువ నమ్మకములేనట్లు కనఁబడుచున్నది. ఈయనగొప్ప

పౌరాణికుఁడు. తర్క-వ్యాకరణాదుల పరిచయమితఁడు తన గ్రంథములలోఁ గనబరచెను. భీమఖండకృతినాయక వంశవర్ణనములోని

"కంసాసురధ్వంసిచరణపల్లవంబులు దనకుఁబుట్టినిల్లు కావునఁ గారణగుణసంక్రమణంబునం బోలెఁ జామరచ్ఛత్రధనుఃఖడ్గాది చిహ్నోపశోభితంబై"
యను వాక్యములును

సీ. "ముక్కంటిదరహాసమున కనుప్రాసంబు మిన్నేటిపేటికి మిక్కుటంబు
శారదాజ్యోత్స్నాప్రసాదంబునకు వీప్సనలువశుద్ధాంతమ్మునకనుభావ
కల్పకారామలేఖకుఁ బ్రతిచ్ఛందంబు త్రిదశేంద్రు కరటికామ్రేడితంబు
పుండరీకారణ్యమునకు నధ్యాహారమమృతాంబునిధికభిధాంతరంబు."

అనువాక్యములును శ్రీనాథుని తర్క-వ్యాకరణజ్ఞానమును దిఙ్మాత్రము సూచించుచున్నవి. తర్కపరిభాషాపదములైన "ప్రధ్వంసాభావము, ప్రాగభావము" అనునవి వాడఁబడిన పద్యమొకటి వీథిలోఁ గలదు గాని యది యశ్లీలముగ నుంటచే నుదాహరింపఁజాలను. ఈ పద్యము శ్రీనాథరచితమో కాదో కూడ విచారింపవలసియున్నది. శ్రీనాథుఁ డాంధ్రీకరించిన కాశీఖండము నైషధము "కాశీఖండమయఃపిండం, నైషధం విద్వదౌషధం" అని ప్రతీతిగన్న గ్రంథములు. ఇంద్రియలోలత్వ మీయన కారోపించి యనేక కథలు చెప్పుచున్నారు. యౌవనమున స్వేచ్ఛగాఁ దిరిగినమాట వాస్తవమైనట్లే తెలియుచున్నది. ఇది యితనికిఁగల కళంకమని చెప్పక తప్పదు. కాని కాశీఖండము రచించునాఁటి కితని మనోవృత్తియందును ప్రవర్తనమునందును సంపూర్ణమైన మార్పు కలిగినట్లు కాన్పించుచున్నది. శ్రీనాథుఁడు రచించిన గ్రంథములు మరుద్రాజచరిత్రము, శాలివాహన సప్తశతి, పండితారాధ్య చరిత్రము, భీమఖండము, కాశీఖండము, వీథి, హరవిలాసము, పల్నాటివీరచరిత్రము. నందనందన శతకముకూడ రచించినట్లు తెలియవచ్చుచున్నది. వీనిలో మరుద్రాజచరిత్రము, శాలివాహనసప్తశతి, పండితారాధ్య చరిత్రము నిప్పుడు కానరావు. వీథి అనఁబడు చిన్నపుస్తకమొకటి ఇప్పుడున్నది కాని యది శ్రీనాథకృతమో కాదో సందేహముగ నున్నది. వీథి దశవిధరూపకములలో నొకటి. దీనికి లక్షణము దశరూపకమునం దీక్రిందివిధమునఁ జెప్పఁబడినది:—

'वीथी तु कैशिकीवृत्तौ सं-   भाणवत्
रसः सूच्यस्तु शृङ्गारः स्पृशेदपि रसान्तरम् ।
युक्ता प्रस्तावनाख्यातैरङ्गैरुद्घात्यकादिभिः
एवं वीथी   द्व्येकपात्रप्रयोजिता' ॥

దీనిలోఁ బ్రధానరసము శృంగారము. సంధ్యంగాంకములు భాణములోరీతి నుండును. ప్రస్తావనలో నుద్ఘాత్యకాద్యంగము లుండవలయును. మహావిద్వాంసుఁడైన శ్రీనాథుఁడు పూర్వోక్తలక్షణ లక్షితంబగు వీథీరచన కారంభించి యసందర్భములైన వెఱ్ఱితొఱ్ఱిపద్యములతో గ్రంథము నింపియుండుట సంభవింపనేరదు. శ్రీనాథుఁడు సలక్షణమైన వీథి రచించియుండును. అది యేకారణముచేతనో నశింపఁగఁ గొన్ని శ్రీనాథ రచిత చాటుపద్యములను గొన్నియన్య విశ్రుతములను గైకొని గ్రంథ మీరూపమును దాల్చియుండును. దీనిలోఁ గొన్నిపద్యములు గౌరవహీనులైన వ్యర్థులు వ్రాసినవిగాఁ గనఁబడుచున్నవి.

లెస్లిస్టీఫెన్ (Leslie stephen) అనునతఁడు జార్జి ఎలియట్ (George Eliot) జీవచరిత్రములో "A strong imaginative genius is developed early; it is an overmastering faculty which forces its possession into activity often before knowledge or serious thought has accumulated; draws romances, epic poems, and dramas from children in their teens; and suggests that not only the material surroundings, but even the storage of intellectual accomplishments is but an accidental stimulus to the innate creative power" అనిచెప్పినట్లు శ్రీనాథుఁడు బాల్యమునుండి పద్యాలు రచించుచుండెడువాఁడు. బుద్ధివిజ్ఞానయుతము కాకముందే యపూర్వమేధావంతుల నిర్ఝరశక్తి పొంగి పొరలి బయటికివచ్చుచుండుట సహజము. సీ. "చిన్నారి పొన్నారి చిఱుతకూకటినాఁడు రచియించితిని మరుద్రాజచరిత" అనుపాదమువలన నీయనపిల్లజుట్టునాఁడే మరుద్రాజచరిత్రము వ్రాసెనని తెలియఁగలదు. భీమఖండములోని "భాషించినాఁడవు బహుదేశబుధులతో విద్యాపరీక్షణవేళలందు" అనువాక్యమువలన గృహమునో లేక తన్నాదరించు సంస్థానమునో కనిపెట్టికొనియుండు తక్కిన వారివలెఁ గాక యంధ్రదేశమంతయుఁ గలయఁ దిరిగినట్లు కాన్పించుచున్నది. రెడ్డిరాజాస్థానమందు విద్యాధికారిగానుండి అనేకదేశపండితులను పరీక్షించెనని తెలియుచున్నది. వాస్తవముగా శ్రీనాథుఁడు తెలుగుదేశములో పుట్టిన మహావిద్వాంసులలో ఒకడు. వేంకటగిరి ప్రభువగు సర్వజ్ఞసింగమనాయుని యాస్థానమునకుఁ బోయినప్పుడు "గోలకొండ, మాలముండ, పూలదండ, కొత్తకుండ" యను పదములనుంచి భారతార్థమువచ్చునట్లు పద్యము చెప్పుమని యడుగ నీక్రిందివిధమునఁ జెప్పెనని వాడుకగలదు.—

గీ. "ఓయిధృతరాష్ట్ర నీ కొడుకుత్తగోల
కొండవిధ మాలమందుఁ గృష్ణుండు కాచి
పాండుసూనుల గెల్పించు నండయగుచు
నుదరమునఁ బూలదండ రే కొత్తకుండ."

[ఉత్తగోల=పట్టి యవివేకి; కొండవిధము = కొండవలె నభేద్యమై; ఆలము = యుద్ధము; ఉండఁగ=ఉండఁగా; ఉదరమున = మెడలో వేసికొనిన నుదరము పైఁబడి యుండు; పూలదండరేకు = పువ్వులదండరేకు; ఒత్తకుండ = ఒత్తుకొనకుండ ననఁగా నలఁగకుండ; మెడలో వేసికొన్న పూలదండయొక్క రేకైన నలఁగకుండు నంతభద్రముగా రక్షించి కృష్ణుఁడు పాండవుల గెలిపించునని యర్థము].

మఱియు నితని చాటుపద్యములని యీ క్రిందివి వాడుకలో నున్నవి :—

సీ. దీనారటంకాలఁ దీర్థమాడించితి దక్షిణాధీశు ముత్యాలశాలఁ
బలుకుతోడై యాంధ్రభాషామహాకావ్య నైషధగ్రంథ సందర్భమందుఁ
బగులఁగొట్టించి తుద్భటవివాదప్రౌఢి గౌడడిండిమభట్టు కంచుఢక్క
చంద్రశేఖరక్రియాశక్తిరాయలయొద్దఁ బాదుకొల్పితి సార్వభౌమబిరుద
మెటుల మెప్పించెదో నన్ను నింకమీఁద, రావుసింగమహీపాలఁ డీవిశాలు
నిండుకొలువున నెలకొనియుండి నీవు, సరససద్గుణ నికురుంబ శారదాంబ. 1

సీ. కవిరాజుకంఠంబు కౌఁగిలించెనుగదా పురవీథి నెదురెండ పొగడదండ
సార్వభౌముని భుజాస్తంభ మెక్కెనుగదా నగరివాకిటనుండు నల్లగుండు
ఆంధ్రనైషధకర్తయంఘ్రియుగ్మంబునఁ దగిలియుండెనుగదా నిగళయుగము
వీరభద్రారెడ్డి విద్వాంసుముంజేత వియ్యమందెనుగదా వెదురుగొడియ
కృష్ణవేణమ్మ కొనిపోయె నింతఫలము, బిలబిలాక్షులు తినిపోయెఁ దిలలు పెసలు
బొడ్డుపల్లెను గొడ్డేఱి మోసపోతి, నెట్లు చెల్లింతుఁ దంకంబు లేడునాళ్లు. 2

సీ. కాశికావిశ్వేశుఁ గలిసె వీరారెడ్డి రత్నాంబరంబు లేరాయఁ డిచ్చుఁ
గైలాసగిరిఁ బండె మైలారువిభుఁ డేగి దినవెచ్చ మేరాజు తీర్పఁగలఁడు
రంభఁ గూడెఁ దెనుంగురాయరాహుత్తుండు కస్తూరి కేరాజుఁ బ్రస్తుతింతు
స్వర్గస్థుఁడయ్యె విస్సనమంత్రి మఱి హేమపాత్రాన్న మెవ్వనిపంక్తిఁ గలదు
భాస్కరుండు మున్నె దేవునిపాలికరిగెఁ, గలియుగంబున నిఁక నుండఁ గష్టమనుచు
దివిజకవివరు గుండియల్ దిగ్గురనఁగ, నరుగుచున్నాఁడు శ్రీనాథుఁ డమరపురికి. 3

శా. అక్షయ్యంబుగ సాంపరాయని తెలంగాధీశ కస్తూరికా
భిక్షాదానము చేయురా సుకవిరాడ్బృందారక శ్రేణికిన్
దాక్షారామ చళుక్యభీమవర గంధర్వాప్సరోభామినీ
వక్షోజద్వయకుంభికుంభములపై వాసించు నవ్వాసనల్. 4

వీనిలోని 1, 4 పద్యములు వీథినాటకమునఁ గానవచ్చుచున్నవి.

ఈయన దేశసంచారము చేసెను గావుననే తెలుఁగు దేశమందలి యాచారములను నడవడికలను సంపూర్ణముగ గ్రహించెను. వివిధదేశములం దిరుగునప్పుడు నానావిధ జనులతోఁ గలియుంట సంభవించును గదా. ఈతనికృతులకు వైశిష్ట్యము కలిగించిన కారణములలో బహుదేశసంచారమే ముఖ్యమైనదని చెప్పవచ్చును.

శ్రీనాథుఁడు మొదటఁ బల్నాటిసీమకుఁ బోయినప్పు డతనివైదుష్యము నచ్చటి ప్రజలదివర కెఱుఁగమిచేఁ గాఁబో లంత గౌరవము చూపఁబడినట్లు కాన్పింపదు. ఆతఁడును దనకుఁ గలిగిన యనాదరణ సూచకముగఁ గొన్ని గ్రామముల మీఁదఁ బద్యములు చెప్పినాఁడని జనులిప్పటికి వాడుకొనుచున్నారు. వానిలోఁ గొన్నిపద్యముల నిం దుదాహరించెదను.—

క. సెమలిపురి యమపురంబుగ, యముఁడాయెను బసివిరెడ్డి యంతకుమిగులన్
యమదూతలైరి కాపులు, క్రమమెఱుఁగని దున్నలైరి కరణాలెల్లన్.

క. గుడిమీఁదికోఁతిచేతను, గుడిలోపలినంబివారి కోడలిచేతన్
నడివీథిలంజచేతను, నడిగొప్పులయోరుగాలి నణఁగితినసుమీ.

క. జొన్నకలి జొన్నయంబలి, జొన్నన్నము జొన్నపిసరు జొన్నలెతప్పన్
సన్నన్నము సున్నసుమీ, పన్నుగఁబల్నాటిసీమ ప్రజలందఱకున్.

క. రేపలమండై బోనము, పాలాయెను మంచినీళ్ళుపడియుండుటచే
నేలేక ఆపై పోయెను, గాలినగుర్జాలనిష్టకా మేశహరా.

గీ. ఊరువ్యాఘ్రనగర (పులిపాడు) ఉరగంబు (శేషయ్య) కరణంబు
కాపుకపివరుండు (హనుమయ్య) కసవు (పుల్లయ్య)నీఁడు
గుంపుగాఁగఁజేరి గురిజాలసీమలో
నోగులంతగూడి కొక్కచోట.

కార్యమపూడిని శ్లాఘించుచు నీక్రిందిపద్యమును జెప్పెనటః—

ఉ. "వీరులుదివ్యలింగములు, విష్ణువునాయఁడు, కల్లిపోతరా
జారయభైరవుండు (తుహినాద్రిజయంకము, నిర్మలాంబువై)
కేరెడు గంగధారమడుగేమణి కన్యక యన్నిభంగులం
గారెమపూడిపట్టణము కాశిసుమీ కనుఁగొన్న వారికిన్."

ప్రథమమున గౌరవము వడయకపోయినను రానురాను శ్రీనాథుఁడు పల్నాటి వారితో మిక్కిలి మైత్రి వాటించి తనవార్ధకమునంతయుఁ నచ్చటనే గడపెను. పల్నాటి వీరచరిత్ర మచ్చటనుండియే వ్రాసినాఁడు. ఇప్పుడు కానవచ్చుచున్న గ్రంథములలో నితఁడు మొదట రచించినది శృంగారనైషధము. ఇతనికిఁ బూర్వము కృతికర్తలందరు విస్తారముగఁ బురాణములఁ దెనిఁగించిరి. క్రొత్తమార్గ మవలంబించి యితఁడు శ్రీహర్ష రచిత నైషధకావ్యము నాంధ్రీకరించి కొండవీటి పేమారెడ్డి మంత్రియైన మామిడిసింగన కంకిత మొనర్చెను. మామిడిసింగన కొండవీటిసీమలోని బలిజేపల్లి నివాసి. బలిజేపల్లిలో నిప్పటికి మామిడివారు గలరు. నైషధమునఁ దనయాంధ్రీకరణపద్ధతిని గూర్చి యిట్లు చెప్పికొనినాఁడు.—

"భట్టహర్ష మహాకవీశ్వరుండు కవికులాదృష్టాధ్వపాంథుం డొనర్చిన * నైషధ శృంగార కావ్యం బాంధ్రభాషావిశేషంబున నశేషమనిషి హృదయంగమంబుగ శయ్యానుసరించియు నభిప్రాయంబు గుఱించియు భావం బుపలక్షించియు రసంబుపోషించియు నలంకారంబు భూషించియు నౌచిత్యం బాదరించియు ననౌచిత్యంబు పరిహరించియు మాతృకానుసారంబుగఁ జెప్పఁబడిన యీభాషా నైషధకావ్యంబు"

ఇతఁడు చాలాశ్లోకాలను సరిగా తెనిగించలేదు.

* కావ్యాస్వాదానికి అనుకూలమై రసప్రలుబ్ధమైన బుద్ధియొక్క వినాశం అధికంగా తెలుగుదేశంలో తెలుగుపద్యకర్తల్లో నన్నయకాలంనుండి ఆరంభమై శ్రీనాథునిసమయంవరకు సమగ్రతను సమీపించినట్లు కనబడుతున్నది. కనుకనే కాళిదాసు రఘువంశాది కావ్యాలుండగా వాటిను పేక్షించి తదపేక్షచేత, అధమకావ్యమనదగిన నైషధంమీదికి ఆతడిదృష్టిపోయి "కవికులాదృష్టాధ్వపాంథుండు" అని శ్రీహర్షుణ్ణి పొగడివుంటాడు. కుమారసంభవంలోని కొన్నిశ్లోకాల నితడు తెలిగించినా దాన్ని ప్రధానంగా పాటించలేదు. విస్తరం నైషధ తత్త్వజిజ్ఞాసలో ద్రష్టవ్యం. ఇట్లానే పింగళి సూరన్న, తుచ్ఛమైన శ్లేషపద్యరచనకు ఆశపడ్డాడు. ఈతీరుగా కాల ప్రభావం, నన్నయ్యపద్యారీతియొక్క దుర్లక్షణాలైన పరిప్రాసలచెత్త, అణచివేస్తున్నప్పు

శ్లో तव रूपमिदं तया विना विफलं पुष्पमिवावकेशिनः ।
इय मृद्धदना वृथावनी स्ववनी सम्प्रवदत्पिकाऽपि का ॥ स २ ॥

దీనిని.—

గీ. "సౌరభములేనియట్టి పుష్పంబువోలె
గండుఁగోయిలవెలిదైన కానవోలె
నధిప దమయంతితోడ సఖ్యంబులేని
నీదుసౌందర్య విభవంబు నిష్ఫలంబు."

అని తెనిఁగించెను. సంస్కృతమున "అవకేశినః విఫలంపుష్పమివ (వంధ్యవృక్షము యొక్క ఫలరహితమైన పుష్పమువలె)" అనియుండ 'సౌరభములేని యట్టి పుష్పంబు వోలె' నని తప్పుగా తెలిగించినాడు. "ఇయమృద్ధధనావృథావనీ" అనునది విడిచిపెట్టి నాఁడు. "స్వవనీ సంప్రవదత్పికాపికా (కూయుచున్నకోకిలలుగల స్వోద్యానవనము నిరర్థకము)" అనియుండ దీనిభావము పరిత్యజించి "గండుఁగోయిలవెలిదైన కాన వోలె" నని అపానువాదం చేసినాడు.

శ్లో तरूमूरुयुगेन सुन्दरी किमु रम्भां परिणाहिना परं ।
तरुणीमपि जिष्णुरेव तां धनदापत्यतपःफलस्तनीम् ॥ स २ ॥

దీనిని.—

మ. వనజాక్షీమణి యూరుయుగ్మము లావణ్యంబునుం గేలికా
ననసంక్రందన పట్టణప్రకటజన్మస్థానలన్ రంభలన్
ధనదాపత్యతపఃఫలస్తనుల నత్యంతాభిరామాంగులన్
మనుజాధీశయథఃకరించుఁ బోగడన్ మాబోంట్లకున్ శక్యమే.

అని యాంధ్రీకరించినాఁడు. దీనిలో మూలమునలేని 'కేలికాననసంక్రందన పట్టణ ప్రకటజన్మస్థానలన్" అను క్రొత్తవిశేషణము చేర్చినాఁడు. మూలములోని "ధనదాపత్య తపఃఫలస్తనీం" అనునది తరుణీపరమైన రంభాశబ్దమునకు విశేషణముకాని తరుపరమైన రంభాశబ్దమునకు విశేషణముకాదు. ఈతఁడీ విశేషణము రెంటికిఁజేర్చినాఁడు.

టికి శ్రీనాథుడు పింగళి సూరన ఆక్కడక్కడ వాటిని అతిక్రమించి నిసర్గకవితాపర త్వాన్ని ప్రదర్శిస్తున్నారు. వీరిద్దరిలో భావసౌకుమార్యాదుల్లో పింగళి సూరన్న మేలన వచ్చును. మరికిపద్యాలకు వీరుబలిగాకుంటే వీరివల్ల తెలుగుదేశాని కెంత ప్రకృష్టమైన కృతులు లభించి ఉండేవో అని సంభావిస్తుంటాను.

మూలములోఁ దరుతరుణీవాచకములైన రంభాశబ్దములకు రెంటికి వేఱువేఱువిశేషణము లుండ నితఁడు విశేషణములన్నియు రెంటికిఁ గలిపిచెప్పెను. పద్యమునకు శ్లోకమునకు సర్గములోఁగూడఁ గొంతభేదము కన్పట్టుచున్నది. ఇట్లే యెన్నోచోట్ల తప్పుత్రోవ ననుసరించి దోషవంతమైన అనువాదములు చేసినాడు. మూలములోనున్న శ్లోకముల నొకదానివెంట నొకటిని గ్రమముగఁ దెనిఁగింపలేదు. "నిపీయయస్య క్షితిరక్షిణఃకథాః" అను ప్రథమశ్లోకమును బొత్తిగ వదలిపెట్టి "సువర్ణదండైకసితాతపత్రితజ్వలత్ప్రతాపావళికీర్తిమండలః" అను రెండవశ్లోకములోని భాగమును, "పవిత్రమత్రాతనుతేజగద్యుగే స్మృతారసక్షాళనయేవతత్కథా" అను మూఁడవ శ్లోకభాగమును "అమువ్యవిద్యారసనాగ్రనర్తకీ" అను నైదవశ్లోకములోని భాగమును "స్ఫురద్ధనుర్నిస్వనతద్ఘనాశుగ ప్రగల్భవృష్టిర్వ్యయితస్యసంగరే" అను తొమ్మిదవశ్లోకములోని భాగమునుచేర్చి కథాప్రారంభమందలి మొదటిపద్యము చెప్పినాఁడు. ప్రథమసర్గమును ప్రథమాశ్వాసముగ సాంద్రీకరించి ద్వితీయ తృతీయ చతుర్థసర్గముల ద్వితీయాశ్వాసమందును; 5, 6, 7 సర్గములఁ దృతీయాశ్వాసమందును; 8, 9 సర్గములను 10-వ సర్గములోని 87 శ్లోకములను చతుర్థాశ్వాసమందును; 10-వ సర్గములో మిగిలినశ్లోకములను, 11, 12, 13 సర్గములను, 14-వ సర్గములోని 47 శ్లోకములను పంచమాశ్వాసమందును; 14-వ సర్గములో మిగిలిన శ్లోకములను, 15-వ సర్గమును, 16-వ సర్గములోని 113 శ్లోకములను, షష్ఠాశ్వాసమందును; 16-వ సర్గములో మిగిలిన శ్లోకములను, 17, 18 సర్గములను సప్తమాశ్వాసమందును; 19, 20, 21, 22 సర్గముల నష్టమాశ్వాసమందును నిమిడ్చినాఁడు. సంస్కృతములోని నైషధము నిట్లు కుంచికూర్చి వికృతం చేసినాడు."సంస్కృతమునయున్న స్వయంవర సమయమున సరస్వతీ వచనానుసారముగ దమయంతీదేవి నలునికంఠమున మధూకదామమును వేసిన తరువాత, ననఁగా నలవరణానంతరమున, నింద్రాదులు స్వస్వరూపములఁ దాల్చినట్లు సంస్కృత నైషధమునఁ జతుర్దశ సర్గమునందుఁ జెప్పఁబడియుండ నలుని కంఠమున దమయంతి పుష్పమాల వేయకముందే యింద్రాదులు నలాకారము విడిచిరని యాంధ్రనైషధ పంచమాశ్వాసమున నున్నది. కాలక్రమము మఱచిపోయి "పాకశాసనుండు, పావకుండు, పరేతపతి, పాశహస్తుండు, పంచముండనైన నేను నిర్వ్యాపారముం బాండవులు పాంచాలింబోలెఁ బంచికొని యనుభవింతము" అని కలి పలికినట్లు సప్తమాశ్వాసమునఁ జెప్పినాఁడు. రాజతరంగిణి యనుగ్రంథములో

శ్లో॥ 'शतेषु षट्सु सार्धेषु त्र्यधिकेषु च भूतले ।
कलेर्गतेषु वर्षेषु प्राभवन् कुरुपाण्डवाः ' ॥

అని కలియుగమునఁ గొన్ని సంవత్సరములు గడచినతరువాతఁ గురుపాండవు లున్నట్లు చెప్పఁబడినది. ఇదిగాక బృహదశ్వుఁడు నలోపాఖ్యానము ధర్మజునకుఁ జెప్పుట పురాణసిద్ధము. కనుకఁ బాండవులకంటెను నలుఁడు మిక్కిలి పూర్వుఁడనుట నిర్వివాదాంశము. ఈ పొరపాటు శ్రీనాథునిదికాదు. శ్రీహర్షుఁడే

శ్లో 'यतत्त्वं सहकर्तुं मां पाञ्चाली पाण्डवैरिव ।
सापि पञ्चभिरस्माभिः संविभिज्यैव भुज्यताम्' ॥

అని సప్తదశసర్గమునఁ జెప్పెను. దీనినే శ్రీనాథుఁ డాంధ్రీకరించెను.

నైషధమునకు వ్యాఖ్యానము వ్రాసిన నారాయణ పండితుఁ డీ విషయము నిట్లు సమర్థించినాఁడు:—

" पाण्डवानामप्रभावित्वात्तदानीं दृष्टान्तत्वेन
कलेर्योगित्वाद्भविष्यदर्थज्ञानसामर्थ्याद्वचनं युक्तम् " ॥

" जगत्प्रवाहानादितया पाण्डवपाञ्चालीवृत्तान्ताना
मतीतत्वात्तदुदाहरणीकृत्यैतदुक्तमितिवा ॥" (పాండవుల యప్రభావిత్వము (ముందుండుట) వలన నప్పటి దృష్టాంతత్వముచేఁ గలియొక్క యోగిత్వ భవిష్యదర్థజ్ఞాన సామర్థ్యకారణమున వచనము యుక్తము. లేదా, జగత్ప్రవాహముయొక్క యనాదితచేతఁ బాండవపాంచాలీ వృత్తాంతముల యతీతత్వమువలన నది యుదాహరణముచేసి చెప్పఁబడినది.)

ఇతఁడు శ్రీహర్షునియందలి గౌరవాతిశయముచే నెటులైన సమర్థింపవలెనని యత్నించెఁగాని జ్ఞానదృష్టితోఁ జూచినయెడల నీసమర్థనము యుక్తియుక్తముగఁ గాన్పింపదు. కవి ప్రమాదమునొందెననుటయే సమంజసముగా నుండును. బహుశః రచనావేగమున నీ పొరపాటతఁడు కనుఁగొని యుండకపోవచ్చును. "ప్రమాదో ధీమతామపి" యను నార్యోక్తి కలదుగదా.

నైషధమునందు నలచరిత్ర సంపూర్ణముగ లేదు. నలుఁడు దమయంతిని బెండ్లాడి స్వనగరము ప్రవేశించిన తరువాతఁ గలి యచ్చటికివచ్చి మందిరోద్యానమునందలి పొదలోని తాండ్రచెట్టు తొఱ్ఱలోనుండి నలునియందు రంధ్రాన్వేషణము చేయుచుండ నూతన దంపతు లిష్టోపభోగములఁ బొందునప్పుడు ప్రొద్దుగ్రుంకఁగా నుదయించిన చంద్రుని వర్ణనముతో గ్రంథము సమాప్తి గావించినాఁడు. శ్రీహర్షుఁడు నైషధము సంపూర్ణముగ నలువది సర్గములలో రచించెనని కొంద ఱందురుగాని యది యవిశ్వాస్యము.

ఈవిషయమై నైషధమునకు వ్యాఖ్యానము వ్రాసిన నారాయణ పండితుఁ డిట్లు నుడువుచున్నాఁడు:—

"महाभारतादौ वर्णितस्याप्युत्तरनलचरितस्य नीरसत्वान्नायकानुदयवर्णनेन रसभङ्गसद्भावाच्च काव्यस्य च सहृदयाह्लादनफलत्वच्चात्रोत्तरनलचरित्रं श्रीहर्षेण न वर्णित मित्यादि ज्ञातव्यम्"

(మహాభారతాదులయందు వర్ణింపఁబడినప్పటికి నుత్తర నలచరిత్రయొక్క నీరసత్వమువలనను, నాయకానుదయ వర్ణనముచే రసభంగము గలుగుటవలనను సహృదయాహ్లాదము కావ్యమునకు ఫలమగుటవలనను నీనైషధకావ్యమునం దుత్తరనలచరిత్రము శ్రీహర్షునిచేత వర్ణింపఁబడలేదని యెఱుఁగఁదగినది.)"

శ్రీహర్షుఁడు వర్ణించినమట్టుకు శ్రీనాథుఁ డాంధ్రీకరింప నెంచెను.

* ఇతడు సరిగా తెలిగించయత్నించిన కొన్ని సంస్కృతపద్యములు వాని అనువాదపద్యములు ఉదాహరించెదను.

---

* సరిగా తెలిగించయత్నించినప్పటికీ కృతార్థుడుకాలేదు. నన్నయపద్యం యొక్క దుష్టలక్షణాలైన వళిప్రాసలదరువు, ఉచితపద్యనిర్ణయం లేకపోవడం, దండగ మాటలకు అధికవిశేషణాలకు కారణమైనందువల్ల మూలంలోని అంశాలు యథారూపాన్ని కోలుపోయినవి. ఇక అపానువాదాలు మొదలయినవి అధమాధికారుల కెట్లా వుంటేనేమి విచారించే దెవరని చేసివుంటాడు. "అశేషమనీషిహృదయంగమంబుగ" అన్నచోటి మనీషులు, తెలుగుకృతులు అధిమాధికారుల[illegible]నేకోటిలోని వారే అయి వుంటారు. కాకుంటే ఇట్టాటి అనుచితానువాదాలు హృదయంగమంకాజాలవుకదా. అల్పబుద్ధులకోసం భారతాదులను పూర్వులు సంగ్రహాలుగా తోచినట్లు రచిస్తే రచించ వచ్చును గాని సర్వకాలం సర్వదశలందూ అవే పరమగ్రథాలని మనము గంతులువే స్తుంటడంమాత్రం వివేకం మాలినపనే కాగలదు. పైపద్యాల్లో గీతలుగీసినవి మూలం లోలేని అధికప్రసంగం. ఇట్లానే దండగచెత్త అనేకపద్యాలలో దృష్టమవుతున్నది. ఇక తీసివేతలు మార్పులు ప్రస్ఫుటమేను. నన్నయపద్యంలో రచనచేస్తే ఈదోషాలు, కావ్యాత్మ అయిన వ్యంగ్యంయొక్క వినాశం, యెవరికైనా తప్పవు. మూలభాష తెలియనివారికి మూలంలోని అంశాలు ఉన్నవి ఉన్నట్లు అవికృతంగా తెలపడమే అనువాదం యొక్క పరమప్రయోజనం. మూలంలోవున్నది తీసివేయక లేనిది కుక్కకచేసిన అనువాదాలకు లక్ష్యఖండంలోని రఘువంశానువాదం, గీతానువాదం మొదలైనవి చూడదగును.

1. శ్లో. ఆయం దరిద్రోభవితేతి వైధసీం
లిపింలలాటేఒర్థిజనస్య జాగ్రతీం,
మృషాం న చక్రే ఒల్పితకల్పపాదపః
ప్రణీయ దారిద్ర్యదరిద్రతాం నృపః. స. ౧.

చ. ఇతఁడు దరిద్రుఁ డౌననుచు నేర్పడనర్థిలలాటపట్టికన్
శతధృతివ్రాసినట్టి లిపిజాలమనర్థముకానియట్లుగా
వితరణఖేలనాభిభవవిభ్రమనిర్జితకల్పభూరుహుం
డతఁడు దరిద్రతాగుణమునందు దరిద్రుని జేయునాతనిన్. ఆ ౧.

2. శ్లో. సరసీః పరిశీలితుం మయా గమికర్మీకృతనైకనీవృతా
అతిథిత్వమనాయిసాదృశోః సదసత్సంశయగోచరోదరీ. స. ౨.

మ. కమలేందీవర షండమండితలసత్కాసారసేవారతిన్
గమికర్మీకృతనైకనీవృతుఁడనై కంటిన్ విదర్భంబునన్
రమణిం బల్లవపాణిఁ బద్మనయనన్ రాకేందుబింబాననన్
సమపీనస్తన నస్తినాస్తి విచికిత్సాహేతు శాతోదరిన్. ఆ. ౨.

1. శ్లో. విరహిణో విముఖస్య విధూదయే
శమనదిక్పవనస్సన దక్షిణః
సుమనసో నమయన్నటనాధను
స్తవతుబాహురసౌ యది దక్షిణః. స. ౪.

ఉ. రాకసుధాంశుమండలమురాకతు మాఱుమొగంబు సేయుచో
దీకొనివచ్చు దండధరదిక్పవమానమ దక్షిణంబగుఁ
గాక వియోగికిం గుసుమకార్ముకశృంగము వంగఁజేయు నీ
యాకరపంకజాతము రతీశ్వరదక్షిణమైననాఁటికిన్. ఆ. ౨.

4. శ్లో. దృశౌ కిమస్యాశ్చపలస్వభావే
నదూరమాక్రమ్య మిథోమిలేతాం
న చేత్కృతః స్యాదనయోః ప్రయాణే
విఘ్నః శ్రవఃకూపనిపాతభీత్యా. ఆ. ౩.

గీ. శ్రవణపుటకూపవినిపాతసాధ్వసమున
నిగిడి యవ్వలికటుపోక నిల్చెఁగాక
యధికచపలస్వభావంబు లైనయట్టి
దీనికన్నులు తలచుట్టు తిరిగిరావె. ఆ. ౩.

5. శ్లో. వృథాపరీహాస ఇతి ప్రగల్భతా
నకేలిచ త్వద్భశి వాగ్విగర్హణా
భవత్యవజ్ఞా చ భవత్యనుత్తరా
దతః ప్రదత్సః ప్రతివాచమస్మి తే. స. ౯.

గీ. కలికినవ్వు ప్రగల్భతాకారణంబు
కాదుకాదంటవాచావిగర్హణంబు
పలుకకుంట తిరస్కారకలనముద్ర
గాన ప్రత్యుత్తరంబిచ్చుదాన నీకు. ఆ. ౪.

6. శ్లో. నిస్త్రింశత్రుటితారివారణఘటాకుంభాస్థికూటావట
స్థానస్థాయుక మౌక్తికోత్కరకిరః కేరస్య నాయంకరః
ఉన్నీతశ్చతురంగసైన్యసమరత్వంగత్తురంగక్షురా
క్షుణ్ణాసు క్షితిషు క్షిపన్నివ యశః క్షోణీజబీజవ్రజం. స. ౧౨.

శా. క్రూరాసిత్రుటితారివారణఘటాకుంభస్థకూటస్థలీ
రారాజన్నవమౌక్తికోత్కరకరారంభక్రమోజ్జృంభియై
యీరాజన్యకరంబు పోరులఁ గరం బేపారు సత్కీర్తిబీ
జారోపం బొనరించుభంగి హయరింఖాగ్రక్షతక్షోణులన్. ఆ. ౫.

7. శ్లో. అహార్నిశావేతిరతాయపృచ్ఛతి
క్రమోష్ణశీతాన్నకరార్పణాద్విటే
హ్రియా విదగ్ధా కిల తన్నిషేధినీ
న్యధత్త సంధ్యామధురేఽధరేఽంగుళిం. స. ౧౬.

గీ. ఉష్ణశీతాన్నకబళంబులొకఁడుసూపఁ
బవలొ రాత్రియొ యొడఁగూడనవసరమని
దానికుత్తరమొకలతాతన్వియిచ్చె
నధరబింబంబు విలిచి సంధ్యాగమనుని. ఆ. ౬.

8. శ్లో. నిజాదనువ్రజ్య సమండలావధే
ర్నలం నివృత్తౌ చటులాపతాం గతః
తడాగకల్లోల ఇవానిలం తటా
ద్ధ్రుతానతిర్వ్యావవృతే వరాటరాట్. స. ౧౬.

గీ. ఆత్మమండలమువధిగా ననుసరించి
అవనినాథుఁడు జామాతననిపి మరలె
నాప్రతీరంబు గంధవాహంబు ననిచి
మరలివచ్చు తటాకంపుతరఁగవోలె. ఆ. ౭.

9. శ్లో. పితాత్మనః పుణ్యమనాపదః క్షమా
ధనం మనస్తుష్టిరథాఖిలం నలః
అతఃపరం పుత్రి న కోపి తేహమి
త్యుదస్రురేష వ్యసృజన్నిజౌరసీం. స. ౧౬.

ఉ. గురువన్నన్ ధనమన్నఁ బుణ్యమనినన్ గోత్రోదయంబన్న దే
వరయన్నన్ మనమన్నఁ దుష్టియనినన్ వాత్సల్యమన్నన్ నిజే
శ్వరుఁడన్నన్ బరమోపకారమనినన్ సర్వంబునన్నన్ దలో
దరి నీకున్ నిషధాధినాథుఁడె సుమీ తథ్యంబుగాఁ జెప్పితిన్. ఆ. ౭.

10. శ్లో. విశ్వరూప కృతవిశ్వ కియత్తే
వైభవాద్భుతమణౌ హృది కుర్వే
హేమ నహ్యతి కియన్నిజచీరే
కాంచనాద్రి మధిగత్య దరిద్రః. స. ౨౧.

గీ. విశ్వరూప భవద్భూరివిభవమహిమ
యెంత వర్ణింపఁజాలునీ యీమనంబు
ప్రాంతపైచీరచెఱఁగున బడుఁగువాఁడు
హేమశైలంబు చిదిపి రాలెన్ని ముడుచు. ఆ. ౮.

11. శ్లో. స్వధాకృతం యత్తనయైః పితృభ్యః
శ్రద్ధాపవిత్రం తిలచిత్రమంభః
చంద్రం పితృస్థానతయోపతస్థే
తదంకరోచిః ఖచితానుకైవ.

గీ. చంద్రమండలమిది పితృస్థానమగుట
జనసమావర్జితస్వధాసలిలతిలలు
మంత్రబలమున నెక్కె నీమధ్యమునకుఁ
జంద్రబింబాస్యలాంఛన చ్ఛాయగాదు.

నైషధము తరువాత నితఁడు రచించినది *భీమేశ్వరపురాణము. సంస్కృతమున 32 అధ్యాయములలోనున్న భీమఖండము తెలుఁగున నాఱాశ్వాసములుగ రచించెను. ద్వితీయాశ్వాసములోఁ బిఠాపురవర్ణనము స్వేచ్ఛగఁ జేసినాఁడు. సూర్యాస్తమయ చంద్రోదయ సూర్యోదయవర్ణనముల నధికముగఁ జేర్చినాఁడు. మూలమననుసరించి ఇత డనువదింపఁ దలపెట్టిన కొన్నిశ్లోకములు వాని అనువాదవాక్యములు ఈక్రింద ఉదాహరింపబడినవి.

శ్లో. అహో కిమేతస్మే బ్రూహి వైవర్ణ్యం వదనే తవ
దృశ్యతే నేత్రయోర్దైన్యం మానసవ్యథయావహ
కచ్చిన్న జాతో వాగ్వాదో లోలార్కేణ సమం తవ
ఢుంఢివిఘ్నేశ్వరః కచ్చిన్న త్వాం ధిక్కృతవాన్ రుషా
కచ్చిత్త్వం క్షుధితః కాలే విశాలాక్ష్యా న వంచితః
న కచ్చిత్త్వయ్యనుచితం భైరవేణ కృతం ముధా
కథం త్యక్తం త్వయా గంగావాహినీసైకతస్థలం
కథం తత్పరమం స్థానం వ్యసృజః కోశపంచకం
కథం త్వం ముక్తవాన్ ప్రాప్యామవిముక్తవసుంధరాం
కథం విశ్వేశ్వరం దేవం సతాముజ్ఝితవాన్ ధనం.

గీ. ఆననమునందు వైవర్ణ్య మగ్గలించెఁ
గన్నుగవయందు దైన్యంబు గానఁబడియె
నార్తి యేదేని యొకటి నీయంతరంగ
మూనియున్నది యిది యెట్టులొక్కొ యనఘ.

సీ. లోలార్కునకు నీకులోలోన నేమేనిఁ బోటిపుట్టదుగదా మాటమాట
వెనకయ్య శ్రీఢుంఢివిఘ్నేశ్వరస్వామి ధిక్కరింపఁడు గదా తెగువ నిన్ను
నాఁకొన్న నిన్ను మధ్యాహ్నకాలంబున నరయకుండదు గదా యన్నపూర్ణ
నెపమేమియును లేక నీయెడాటమ్మునఁ బాటిదప్పఁడు గదా భైరవుండు

* తుంచడం కూర్చడం మొదలైనవాటితో భీమఖండంకూడా దూషితమైనది.

ఎట్టు వాసితి మిన్నేటి యిసుకతిప్ప
ఎట్టు వాసితి వాస్థలంబేసుకొను
లెట్టు వాసితి పవిముక్తహట్టభూమి
ఎట్టు వాసితి విశ్వేశు నిందుధరుని.

1. శ్లో. అథ క్రోధస్సముద్భూతః క్షుధార్త్యా హృదయే మమ
తేన క్రోధాంధకారేణ ప్రవృద్ధే నాహముద్ధతః
కిమప్యదృష్ట్వా సహసా భిక్షాపాత్రాణ్యపాతయం
శిలాయాం శతధా భిన్నం శిష్యేషు భయకంపిషు. అధ్యా. ౧౫.

శా. కుక్షిప్రోద్భవనిష్ఠురక్షుధితదుష్క్రోధాంధకారంబునం
జక్షుల్ రెండును జిమ్మచీకటులుగా సంరంభశుంభద్గతిం
బ్రేక్షచ్ఛాత్రులు భీతినొందఁ గడును ద్రోకించి హట్టంబునన్
భిక్షాపాత్రలు రాతిమీద శతధాభిన్నంబుగా వైచితిన్. ఆ. ౨.

2. శ్లో. సర్వే తద్వాక్యమాకర్ణ్య తమవోచన్నిదం వచః
న నివర్తయితుం శక్యమమోఘం తే వచోऽనఘ
తస్మాదన్యేన మార్గేణ కరిష్యామశ్శివం వయం. అధ్యా. ౨౧.

గీ. అనుటయును వారలామాట లాదరించి
క్రమ్మఱపరాదు పలుక మోఘమ్ము మాకు
నీవ యిప్పుడు చెప్పినహితమునూది
వేఱుచందాన మేలు గావింతుమింక. ఆ. ౪.

3. శ్లో. సముచ్ఛలత్పయోవీచీమాలికాపరిశోభితా
దూరీకృతేశ గోవిందధామ సిద్ధవసుంధరా
జవాలిశయశీర్ణాద్రి ధామరేణుచయావిలా
వివేశ గౌతమీగంగా దక్షవాటమహాపురీం.

చ. మలఁగిమలంగి భీమపతి మందిరమండలసిద్ధభూమికిన్
దొలఁగితొలంగి యుచ్ఛలితతోయతరంగపరంపరోద్ధతిన్
జెలఁగిచెలంగి యారభటిశీర్ణధరాధర ధాతురేణులం
గలగికలంగి పాఱె వడిగౌతమకన్యకదక్షవాటికన్. ఆ. ౪.

శ్లో. తిష్ఠన్స్మాత్రో౽పి వాసిష్ఠో వసిష్ఠసదృశో౽పి వా
తక్షవాటీ పురస్థాతా మోక్షం యాతి న సంశయః. అధ్యా. ౩౨.

క. తిష్ఠన్మాత్రున కైన వ, సిష్ఠప్రతిమానుఁడైన శిష్టున కైనన్
నిష్ఠాత్మ గలిగెనేనియు, నిష్ఠాకాలంబుముక్తినియమం బచటన్. ఆ. ౬.

సంస్కృతమున 32-వ అధ్యాయములో ముగింపువాక్యమైన "యజ్ఞావసాన సమయే భీమేశం వీక్షితుం యయుః" అనుదానిని "యజ్ఞావసానసమయంబున శ్రీమన్మహా దేవుని సందర్శింపంజనిరి" అని తెనిఁగించి కథముగించి తరువాత సంస్కృతములో నున్నట్లే తాను గూడ ఫలశ్రుతి చెప్పి గ్రంథము సమాప్తికావించినాఁడు. దీని పిమ్మట నతఁడు రచించినది *కాశీఖండము.

మూలానుసారముగా నితఁడు తెలుఁగు చేయఁబూనిన కొన్ని మూలశ్లోకాలను వాని అనువాదపద్యాలను చూపుచున్నాను.

1. శ్లో. అరుంధతీం ధ్రువం చైవ విష్ణోస్త్రీణి పదాని చ
ఆసన్నమృత్యుర్నో పశ్యేచ్చతుర్థం మాతృమండలం.

ఉ. కానఁడరుంధతిన్ ధ్రువునిఁ గానఁడు విష్ణుపదత్రయంబునుం
గానఁడు మాతృమండలము కానఁడు కన్నులు కల్గియేని యే
మానవుఁ డమ్మనుష్యునకు మాసములాఱు విరామమొందఁగాఁ
గానఁగవచ్చుఁ గుంభభవ! కాలునిబంధురసౌధవీథికల్. ఆ. ౫.

2. శ్లో. మృదు విక్షారకం చక్రుః పాకశాలాధికారిణః
నజానామో వయం నాథ త్వత్ప్రతాపభయార్దితః
తస్మాత్యాచకయాచిద్యా నష్టో వైశ్వానరః పురాత్
తథాపి సూర్యపాకేన సిద్ధా పఙ్క్తిర్హి కాచన.

గీ. అవధరింపుము నీ ప్రతాపాతిశయము
గరిమమున కోహటించియో కాక వహ్ని

* సంస్కృతంతో పరిచూడకుండా గుడ్డిగా చదివినప్పు డెట్లావున్నా మూలాపేక్షచేత ఇదికూడా నైషధంవలెనే ఉటంకులతో మార్పుడాలతో అతిరవినోదపుదోషాలతోనిండి మూలంలోని అంశాలు నైషధభీమఖండాల్లోకంటె అధికంగా స్వరూపాన్ని కోల్పోయినవి.

కాశికాపట్టణమున నివేశమునకుఁ
బదిలమైయుండనోపక పాఱిపోయె.

ఉ. అంబుజబాంధవాన్వయనృపాగ్రణిబోనము నేఁడు సూర్యపా
కంబున నాయితంబయిన ఖజ్జము భోజనశాలలోనఁ బ
ళ్ళ్యంబిడినారు పంకజదళాక్షులు రెండవజాముగంట వ్రే
యంబడె నారగింప సమయంబని చెచ్చెర విన్నవించినన్.

3. శ్లో. కస్మై దేయా మయా కన్యా సురమ్యేయం సులక్షణా
అస్యా అనుగుణో లభ్యః క్వ మయా వర ఉత్తమః.
కులేన వయసా చాపి శీలేనాపి శ్రుతేన చ
రూపేణార్థేన సంయుక్తః కస్మై దత్వా సుఖం లభే.
ఇతి చింతయతస్తస్య జ్వరోఽభూదతిదారుణః.
యశ్చింతాఖ్యో జ్వరో పుంసామాపద్ధైర్యోన్నిపకామ్యతి
తస్మాలర్క్షవిపాకేన చింతాఖ్యేన జ్వరేణ చ
స విప్రః పంచతాం ప్రాప్తస్త్యక్త్వా సర్వం గృహాదికం.

గీ. తగినవరుఁ డెవ్వఁడొక్కో యీతలిరుఁబోడి
కనుగుణుం డెవ్వఁడొకో విశుద్ధాభిజాత్య
పరమసౌభాగ్యభాగ్యసంపదలకనుచు
నిత్యమును దండ్రి యాత్మఁ జింతించుచుండె.

గీ. మూలనక్షత్రమునయందు మొదలికాలఁ
గన్యగండానఁ బుట్టిన కారణమునఁ
గర్మఠుఁడు విప్రుఁడానందకాననమునఁ
జచ్చెఁ జింతాజ్వరముపైని జ్వరముతాఁకి.

100-వ అధ్యాయములో 87-వ శ్లోకమువఱకుఁ దెనిఁగించి తక్కిన 59 శ్లోక [illegible] నొక్క పద్యములో నిమిడ్చినాఁడు. కాశీఖండము తరువాత నితఁడు రచించినది హరవిలాసము. కాశీఖండమందలి "చిన్నారిపొన్నారి" యనుపద్యమున హరవిలాస ముదాహరింపఁబడక పోవుటచేతను నీకృతిపతియైన శ్రీనాథునికి బాలసఖుఁడైన తిప్పఁడు "పంటి బహువత్సరంబులు" అని చెప్పియుండుటవలనను నిది కాశీఖండము రచించిన తరువాతనే వృద్ధత్వమున రచించెనని భావింపవలసియున్నది. శైలికూడ నీవిషయమునే

బలపఱచుచున్నది. ఈగ్రంథములోని చిఱుతొండనంబి చరిత్రము పాల్కురికి సోమనారాధ్యుని బసవపురాణమునుండి గైకొనఁబడినది. శ్రీనాథుఁడు పేర్లు మార్చినాఁడు. బసవపురాణమునుబట్టి కొడుకును జంపి మాయజోగి కాహారము పెట్టినవాఁడు సిరియాలుఁడు. సిరియాలునికే మఱియొక పేరు చిఱుతొండనంబి. కొడుకు పేరు లేదు. సిరియాలుని భార్య తిరువెంగాణి. కర్ణాటభాషలో భీమకవిరచించిన బసవపురాణములోని పేర్లకు సోమనారాధ్యుని బసవపురాణములోని వానికి వ్యత్యాసము కలదు. హరవిలాసమునుబట్టి చిఱుతొండనంబి కుమారుఁడు సిరియాలుఁడు. సిరియాలుని తల్లి తిరువెంగనాచి. బసవపురాణములో నున్న చిఱుతొండనంబి చరిత్రము పూర్తిగ శ్రీనాథుఁడు హరవిలాసమునఁ జెప్పలేదు. కైలాసమున కేగినతరువాత సిరియాలుఁడు తనంతటిభక్తుఁడు లేఁడని విఱ్ఱవీఁగఁగా శివుఁడతనిని భూలోకమునకు మరలఁ దీసికొనివచ్చి నిమ్మవ్వహాలాయుధుల వృత్తాంతములు చూపి గర్వభంగము కావించి తిరిగి కైలాసమునకుఁ గొంపోయిన కథ విడిచిపెట్టినాఁడు. ద్వితీయవిలాసంబైన గౌరీకల్యాణము చాలవఱకుఁ గాళిదాసుని కుమారసంభవమునకుఁ దెనుఁగు. హరవిలాసము స్వకల్పితముగా రచింపఁబూని నడుమ నిట్లుచేయుట కాళిదాసుని కవితయందుఁగల గౌరవము వలననని తోఁచెడిని. తారకాసురుని వధదనుకఁ గుమారసంభవము 17 సర్గములుగా నున్నది. శ్రీనాథుఁడు కుమారసంభవములోని ఉపోత్తమ శ్లోకమైన

శ్లో. అథ విబుధగణాంస్తానిందుమౌళిర్విసృజ్య
క్షితిధరపతికన్యా మాదదానః కరేణ
కనకకలశయుక్తం భక్తిశోభాసనాథం
క్షితివిరచితశయ్యం కౌతుకాగారమాగాత్.

అనుదానిని—

గీ. "కనకకలశాది భక్త్యలంకారయుతము
సైనకౌతుకరత్నగేహంబు సొచ్చి
పార్వతియుఁ దాను నీహారభానుమౌళి
పవ్వళించెను ముదమునఁ బాన్పుమీఁద."

అని తెనిఁగించి మిగిలిన 10 సర్గములలో వర్ణింపఁబడిన కుమారజనన మాదిగఁ దారకాసురవధవఱకుఁగల కథనంత యొనిమిది గద్యపఙ్క్తులలోఁ జెప్పినాఁడు. 8-వ సర్గములో సంభోగవర్ణనము మిక్కిలి విస్తారముగనున్నది. శృంగారవర్ణనమన్న ముందంజ వేయుం శ్రీనాథుఁడు సంభోగవర్ణనము తెనిఁగింపక కొద్ది వాక్యములలో ముగించుట

చూడఁగ హరవిలాసమును రచించునాఁటికేండ్లు గడచినవాఁడై మనోవృత్తియందు గొప్పమార్పుచెందినట్లు కానంబడుచున్నది. ఏండ్లు గడచినను స్వాభావికచాపలము బొత్తిగఁ బోదనియెడు పక్షమున నేడవసర్గము తరువాతఁగల గ్రంథ మతనికి లభింపక పోయియుండును. 8-వ సర్గములోని సంభోగవర్ణనము చాలవఱకశ్లీలముగను ననుచితముగ నుండుటచే నేడుసర్గములే కాళిదాసుఁడు రచించెననియు మిగిలిన 10 సర్గములు నతని పిమ్మట నెవ్వరో రచించి కాళిదాసుపేరు పెట్టిరనియుఁ గొంతమంది పండితుల యభిప్రాయము. కాని పూర్వమునుండి 8-వ సర్గముకూడఁ గాళిదాసునిదేయని భావింపఁబడినట్లు దృష్టాంతములు గలవు. విశ్వనాథకవి సాహిత్యదర్పణమను నలంకార గ్రంథమునందు నాయికాప్రణయమానమునకు "నాయికాయాయథా కుమారసంభవే సంధ్యావర్ణనావసరే" యని నుడివినాఁడు. ఈ సంధ్యావర్ణన మెనిమిదవ సర్గములోనున్నది. మఱియుఁ దోషభేద సందర్భమునఁ బ్రకృతివిపర్యయమునుగూర్చి వ్రాయునప్పుడు "ప్రకృతయో దివ్యా అదివ్యాదివ్యాది వ్యశ్చేతి, తేషాం ధీరోదాత్తాదితా, తేషామప్యుత్తమాధమమధ్యత్వం, తేషుచ యోయథా భూతస్తస్యాయథావర్ణనే ప్రకృతివిపర్యయోదోషః, ధీరోదాత్తస్య ధీరోద్ధతవత్ ఛద్మనావాలివధః, యథావాకుమారసంభవే ఉత్తమదేవతయోః పార్వతీపరమేశ్వరయోః సంభోగశృంగారవర్ణనం" అని చెప్పినాఁడు. ఈ సంభోగశృంగారవర్ణనము 8-వ సర్గములోనిదే. ధనంజయుఁడు దశరూపకమునందు వ్యభిచారిభావముల లక్షణలక్ష్యములు చెప్పుచో జడతకు లక్ష్యముగా

శ్లో. "ఏవమాలినిగృహీతసాధ్వసం శంకరో రహసి సేవ్యతామితి
సా సఖీభిరుపదిష్ట మాకులా నాస్మరత్ప్రముఖవర్తిని ప్రియే."

అను శ్లోకము నుదాహరించినాఁడు. ఇది కుమారసంభవాష్టమ సర్గములోని ౫-వ శ్లోకమైయున్నది. ఈ నిదర్శనములవలనఁ గొంద ఱనునట్లు 7-వ సర్గము తరువాతఁ గల గ్రంథము మఱియెవ్వరో కాక కాళిదాసుఁడే రచించెనని పూర్వమునుండి భావింపఁబడుచుండుట విశదమగుచున్నది. ఇతఁడు మూలమునకు సరిగా ఆంధ్రీకరింపఁబడిన కొన్ని కుమారసంభవశ్లోకములను వాని అనువాదపద్యముల నుదాహరించుచున్నాను.

1. శ్లో. తయా దుహిత్రా సుతరాం సవిత్రీ
స్ఫురత్ప్రభామండలయా చకాశే
విదూరభూమి ర్నవమేఘశబ్దా
దుద్భిన్నయా రత్నశలాకయేవ. స. ౧.

గీ. జననివిద్యుల్లతాభమా చాయగలిగి
క్రొత్తయందయించినట్టి యాతూఁతువలనఁ
గారుకాలంబు మణిశలాకయనుబోలె
వొప్పెడు విదూరభూమిని యుద్దియయ్యె. ఆ. 3.

2. శ్లో. పురేతావంత మేవాస్య తనోతి రవిరాతపం
దీర్ఘికాకమలోన్మేషః యావన్మాత్రేణ సాధ్యతే. ప. ౨.

గీ. దానవునివీటిలోన మార్తాండుఁడెండ
యంతమాత్రంబకాని కాయంగవెఱచు
నెంతమాత్రముకాసిన నెలమిఁబొందుఁ
గేళిదీర్ఘికలందుఁ బంకేరుహములు. ఆ. 3.

3. శ్లో. తామేకపత్నీ వ్రతదుఃఖశీలాం
లోలం మనశ్చారుతయా ప్రవిష్టాం
నితంబినీమిచ్ఛసి ముక్తలజ్జాం
కంఠేస్వయంగ్రాహనిషక్తబాహుం. ప. 3.

గీ. ఏకభర్తృవ్రతస్థయై యేలతాంగి
నీకుఁజేయాడు ధర్మంబునిలువరించె
నదివినిర్ముక్తలజ్జయై యమరరాజుఁ
జేయఁగాక స్వయంగ్రహాశ్లేషణంబు. ఆ. 3.

4. శ్లో. హృదయేవససీతి మత్ప్రియం యదవోచస్తదవైమి కైతవం
ఉపచారపదం న చేదిదం త్వమనంగః కథమక్షతారతిః. ప. ౪.

గీ. హృదయమునుండి యెప్పుడు హృదయనాథ
ప్రియముచెప్పెదననుటెల్ల ఖేవజంబు
హృదయముననుంట నిజమేని మదనయొట్లు
భస్మమైతివి నేనెట్లు బ్రతుకఁగంటి. ఆ. 3.

5. శ్లో. అపిక్రియార్థం సులభం సమిత్కుశం జలాన్యపి స్నానవిధిక్షమాణి తే
అపి స్వశక్త్యా తపసి ప్రవర్తసే శరీరమాద్యం ఖలు ధర్మసాధనం.

సీ. సలిలంబు త్రిషవణస్నానక్షమంబాసె యంభోజపత్త్ర దీర్ఘాయతాక్షి
కుసుమంబులును నిధ్మకుశపల్లవంబులు సులభంబులై యున్నె సుందరాంగి
సత్వంబులన్యోన్య జాతివైరముదక్కి శాంతిఁగైకొనియున్నె చంద్రవదన
యనుదినంబును దేహయాత్రకాయితమాసె నీవారపాకాది పూపుఁబోఁడి

గీ. శక్తికొలఁది తపశ్చర్య సంఘటింతె, ఫలముపై నాసనాగ్రహాబంధముడిగి
తా ప్రబింబోక్తి ధర్మసాధనములందు, నాద్యమగు సాధనంబు దేహంబ కాదె.

6. శ్లో. తామగౌరవభేదేన మునీంశ్చాపశ్యదీశ్వరః
స్త్రీపుమానిత్యనాస్థైపా వృత్తం హిమహితం సతాం. స. ౬.

గీ. అంధకారి యరుంధతినాదరించె, గౌరవంబున భేదంబు కలుగకుండఁ
బెద్దవారికి స్త్రీపుంవిభేదమేల, మాననీయంబు పుణ్యకర్మంబుగాక. ఆ. ౪.

దారుకావనివిహారము, హాలాహలభక్షణము, కిరాతార్జునీయమునను, మిగిలిన భాగములు పురాణకథల ననుసరించి స్వయముగ రచించినాఁడు. భారవికృత కిరాతార్జునీయములోని యీ ౧౧వ సర్గ మునందలి

శ్లో. మనసాజపైః ప్రణతిభిస్ప్రముపేయివా నధిపతింయదివః
సహజేతరాజయశమాదధతీబిభరాంబభూవ యుగపన్మహాసీ

అను శ్లోకములోని యుత్తరార్థమును, హరవిలాసకిరాతార్జునీయకథయందలి

గీ. "వీరరసగర్భితంబయ్యు విస్తరిల్లె, శాంతరసమెంతయును సవ్యసాచియందు"

అను వాక్యములలోని భావము నొకటిగనున్నవి కాని యీ భావము శ్రీనాథుఁడు భారవినుండి గైకొనెనని చెప్పఁబనిలేదు. హ్యాంలెట్ (Hamlet) అను నాటకమునఁ గొమరునికిఁ బొలోనియసు (Polonius) చెప్పినట్లుగా షేక్స్పియరు (Shakespeare) వచించిన

" .... Beware
of entrance to a quarrel, but being in,
Bear it that the oppossed may beware of thee."

అను వాక్యములలోని భావమును గాశీఖండమందలి

క. "ఎవ్వనితో నెచ్చోటం, జివ్వకుఁ జేఁజాపవలదు చేఁజాచినచో
నివ్వలనవ్వల నెవ్వరు, నవ్వకయుండంగఁ బగసనందీర్పఁదగున్."

అను వాక్యములలోని భావము నొకటిగానున్నది. షేక్స్పియరు కాశీఖండములో జూచిగాని, కాశీఖండకర్త షేక్స్పియరు గ్రంథములోఁ జూచిగాని వ్రాసెనని చెప్పుటకు వీలులేదుగదా. ఒకటేయూహ అనేకులకుఁ దట్టుచుండుట సహజము.

హరవిలాసము తరువాత నితఁడు రచించినది పల్నాటివీరచరిత్రము. వీరచరిత్రము యొక్క పౌర్వాపర్యము తెలిసికొనుట కా గ్రంథమున సాధారములు కన్పట్టుచున్నవి. బాలచంద్రుని యుద్ధఘట్టమున

ద్వి. "ఎసఁగెడు శివకంచి యేకామ్రపతికిఁ
జెఱుతొండభక్తుఁడు చెలఁగుమాతండ్రి
సెంకెలసిరువను చెలువమాతల్లి
సిరియాళుఁడనఁబుట్టి చెన్నొందినాఁడ"

అని తన హరవిలాసములోని చిఱుతొండనంబి కథను సూచించి యున్నాఁడు. కనుకఁ బల్నాటి వీరచరిత్రమే యితఁడు రచించిన గ్రంథములలో నెల్లఁ జివర గ్రంథమని చెప్పవలయును. శైలినిఁబట్టికూడ నిట్లే తలంపవలసియున్నది. వీరచరిత్రము తరువాత నేమియు రచించినట్టు కన్పట్టదు .ఇతఁడు వీరచరిత్రరచనకుఁ గడంగుటనుగూర్చి యనేక కథలు గలవు. నారికుఱుపుచే బాధపడుచు శోకభరమున నీ సుద్దులు చెప్పెనని కొందఱందురు. ఈ క్రిందికథకూడ వాడుకలోఁ గలదు. ఇతఁడు యౌవనప్రాయమందు స్వేచ్ఛగఁ దిరుగుటచే శరీరము చెడిపోయియుండెనఁట. పల్నాటికిఁ బోయి గ్రామంబుల సంచారము చేయుచుఁ జంద్రవంక నదీతీరమందున్న మాచెర్లకు జని యానదియందు స్నానముచేసి చెన్నకేశవుని సందర్శింపఁగ రోగము కొంత యుపశమించెనఁట. ఆ దినమే రాత్రి చెన్నకేశవుఁడు స్వప్నమున సాక్షాత్కరించి యతనితో మత్సేవారతులు నఖండపరాక్రములునైన పల్నాటివీరుల చరిత్రము రచించి మా కంకిత మొనర్పుమని చెప్పి యంతర్హితుం డయ్యెనఁట. శ్రీనాథుఁడును మేల్కాంచి స్వప్నవృత్తాంతమునకు సంతసించి పల్నాటివారి హృదయసీమలయం దచిరకాలవిజృంభణముతో నాటియుండిన ఇతిహాసాంశములఁ జక్కఁగ గ్రహించి గ్రంథరచనకుఁ దొడఁగి తాను రోగపీడితుఁడు వయసుమీఱినవాఁడు నగుటచే వ్రాయుటకు శక్తిలేక యేడుగురు శిష్యులలేఖకులుగా నియోగించి చెన్నకేశవుని యాలయములోఁ గూర్చుండి చెప్పుచు దాదాపు భారతమంత పెద్దదిగానున్న యీ గ్రంథమును రెండు మాసములలోఁ బూర్తిగావించెనఁట. గ్రంథము సమాప్తియగువఱకు రోగముకూడఁ బూర్ణముగఁ గుదిరెనఁట. గ్రంథము పూర్తియైన తరువాత నేకారణముననో మనస్సు

చలించి తొంటియట్ల విషయప్రవృత్తుండు కాఁగాఁ జెన్నకేశవుఁడు కోపించి ప్రతిదినము పగలే శ్రీనాథునికిఁ బ్రత్యక్షమగువాఁ డారోజతనికి దర్శనమీక స్వప్నమునం దగుపడి నీవు పతితుఁడవైతివిగాన నీ గ్రంథము నేను బరిగ్రహింపఁజాల నది మాలమాదిగలపాలౌ గాక యని వాక్రుచ్చి యదృశ్యుండయ్యెనఁట. మఱునాఁడు శ్రీనాథుఁడు మేల్కాంచి యశుభస్వప్నంబునకు వగచి యెంతయోకష్టముతో రచించిన యమ్మహాగ్రంథము భగవంతుఁడు చేకొననిచో దాన ఫలమేమియని దుఃఖావేశంబునఁ జేతనున్న తాళపత్ర సంపుటము చింపి చిందఱవందఱగాఁ బాఱవేసెనఁట. మాలలు మాదిగలు మొదలైనవారెవరికి దొరకిన పత్రములు వా రేఱికొనిరఁట. ఈకథయొక్క సత్యమెట్లున్నను గ్రంథమొకచోటను సంపూర్ణముగ లేక శకలములుగా నొకరివద్దఁ గొంత మఱియొకరివద్దఁ గొంతగఁ జాలమట్టుకుఁ బిచ్చుకుంటులు మాలలు మొదలగు నిమ్నకులుల యధీనములోనే యున్నమాట వాస్తవము. అట్టివారిచేతులలో నున్నందువలన నస్పృశ్యమనియు, నశ్రావ్యమనియు, నగ్రాహ్యమనియుఁ దలఁచి, జ్ఞానశూన్యులై విద్యాగంధము లేక పోయినప్పటికి నగ్రజన్ములమని గర్వముమాత్రము వదలని పండితంమన్యులు చూపిన యనాదరణమే గ్రంథ మిన్నిదినముల దనుక దుఃస్థితిలో నుండుటకుఁ గారణమై యుండును. జనసామాన్యమునకు వీరులయందుఁగల భక్తితాత్పర్యములచేనేమి, గ్రంథము యొక్క ఉత్కృష్టతవలననేమి యాదరణానాదరణములకు లోనుగాక నేఁటివఱకు జీవముతోడ నున్నది. శ్రీనాథుఁడు రచింపకముం దీకథ గద్యరూపముననో గేయరూపముననో యుండియుండును. ఇతఁడు దీనిని ద్విపదిలో రచించెను. శ్రీనాథునికిఁ బూర్వము రంగనాథాదులు ద్విపదీకృతుల రచించిరి.

సీ. "కందభేదములాఱుగాక యుత్సాహంబు తరువోజ మధ్యమాక్కరలునైదు
దీపించుమంజరీ ద్విపద త్రిపద చతుష్పద పంచపాద షట్పదవిధములు
తొమ్మిదివిధములతో నొప్పు రగడలు కళికలు నుత్కళికలును గూడ
జాతులు నవవిధగీతంబులును సీససప్తకంబును నుపజాతులయ్యె

ననుచు నన్నయభట్టు భీమనయుఁ బెద్ద
సచివుఁడును మూర్తితాత నొజ్జయుననంత
మంత్రియును దిమ్మరాజు నిమ్మాడ్కిఁ జెప్పి
రందముగ వారుచేసిన ఛందములను."

అని యప్పకవిచెప్పినదానినిఁబట్టి నన్నయభట్టునకుఁ బూర్వమునుండి ద్విపది యున్నట్లే కాన్పించుచున్నది. తరువోజ, అక్కర మొదలగు తక్కినజాతులనువలె ద్విపది

కృతులలో మిశ్రమముగా నచ్చటచ్చటఁ జెప్పుటలేదు. నన్నయభట్టారకుఁడు భారతము నందుఁ దరువోజ, మధ్యాక్కర, అక్కర, మధురాక్కర, ఉత్సాహము, కందము నుపయోగించెనుగాని ద్విపదను జెప్పలేదు. సోమయాజులు ఎఱ్ఱాప్రెగ్గడ యాపద్ధతినే యవలంబించిరి. అల్లసాని పెద్దన మనుచరిత్రమునందు రగడను జెప్పినాఁడుగాని ద్విపది నుపయోగింపలేదు. యక్షగానములలో మాత్రము ద్విపది నచ్చటచ్చట వాడుదురు. వీనినిఁ బట్టిచూడ వివిధపద్య మిశ్రమములైన కావ్యములలో ద్విపదిని జేర్పక ద్విపదికావ్యములఁ వేరుగా రచించుచువచ్చినట్లు నిశ్చయమగుచున్నది. మనలోనున్న కావ్యములన్నియుఁ జాలామట్టుకు చంపువులేకాని పద్యకృతులు (నిర్గద్యములు) మిక్కిలి తక్కువగా నున్నది. సంస్కృతమునందుఁ బద్యకావ్యములే మెండు. చంపువులు తక్కువ. సంస్కృత పద్యకృతులకుఁ దెలుఁగు పద్యకృతులకు భేదముకలదు. సంస్కృతకవులొక్కొక సర్గమును సామాన్యముగా నేకవిధశ్లోకములతో రచించుచు వచ్చిరి. సర్గాంతమందు మాత్రము వృత్తముల మార్చిరి. కాళిదాసుఁడు మేఘసందేశమంతయు నేకవిధ శ్లోకముతో రచించెను. ఆంగ్లేయ కవులుకూడఁ జాలవఱకీ నియమమునే పాటించిరి. తెలుఁగువారట్లుగాక యొక యాశ్వాసముననే బహువిధవృత్తములు, జాతులు నుపజాతులు వ్రాయు దురభ్యాసము కలిగియున్నారు. సర్గమంతయుఁ బలువిధవృత్తములతో రచించినవారు సంస్కృతకవులలోఁగూడఁ గలరు గాని యీ విషయమునఁ దెలుఁగు వారివలె వెర్రి లోనికి దిగలేదు. విశ్వనాథు డేకవృత్తమయపద్యములతోనే సర్గ రచన అని ఉన్నాఁడు. ఆశ్వాసాంతమునందు గాక తక్కినచోట ఇట్టి వృత్తసాంకర్య మనుచితము. పద్యకావ్యములయందు బహువిధపద్యముల గలుపుట దోషమను భావ మరిస్టాటిల్ (Aristotle) అను గ్రీకువిద్వాంసుఁడుకూడ నీ క్రిందివాక్యములలోఁ గనఁబఱచి యున్నాఁడు. "Still more absurd would it be to mix different metres as was done by Charemon" తెలుఁగునఁ బద్యకృతులు (నిర్గద్యములు) లేని లోపమును నివారింపఁ బూనియే కాబోలు తిక్కనసోమయాజి ఉత్తరరామాయణమును బద్యమయముగ రచించెను. కాని బహువిధపద్యములతో రచించు దురభ్యాసముమాత్రము మానలేదు. అచలజిహ్వోక్తి, నిరోష్ఠ్య, శుద్ధాంధ్ర ప్రముఖ నిరర్థక నియమములలో నిర్గద్య మొకనియమముగాఁ బాటించి పెద్దపెద్ద బిరుదనామములు పెట్టి డంబమునకు రచించుచు వచ్చిరి గాని సాధారణముగఁ బద్యగ్రంథములన్నియు నట్లురచించినవారు కారు. గ్రంథమంతయు నొకటేవిధమైన పద్యములుండుటవలనఁ జదువువారికి విసుగుగాదాయనికొంద ఱందురుగాని యయ్యది విచారితంబు. సంస్కృతమున మేఘసందేశాది కావ్యములఁ జదివి యానం

దించు రసజ్ఞులు విసుగునొందుదురా? సుప్రసిద్ధులగు నాంగ్లేయకవుల కావ్యములఁ బఠించి పరవశులగు పండితులు విసుగునొందుదురా? మన యంధ్రభాషయందుఁ గలకృతులఁ బరిశోధింపఁగాఁ బై నుదాహరింపఁబడిన దోషములులేనివి ద్విపదలు శతకములు గన్పట్టుచున్నవి. తెలుఁగులో శార్దూలాది పద్యములకంటె చిన్నపాదములు గల ద్విపద్యాదులె యెక్కువ మనోజ్ఞముగా నుండును. మాదిరికొక యుదాహరణము చూపెదను. వాల్మీకిరామాయణ బాలకాండమునందలి 34-వ సర్గములోని

శ్లో. "గతోఽర్ధరాత్రః కాకుత్స్థ కథాః కథయతో మమ
నిద్రామభ్యేహి భద్రంతే మాభూద్విఘ్నోఽధ్వనీహనః,
నిష్పన్దా స్తరవ స్సర్వే నిలీనా మృగపక్షిణః
నైశేన తమసా వ్యాప్తా దిశశ్చ రఘునందన.
శనైర్వియుజ్యతే సంధ్యా నభో నేత్రైరివావృతం
నక్షత్రతారాగహనం జ్యోతిర్భిరవభాస్యతే,
ఉత్తిష్ఠతిచ శీతాంశుశ్శశీ లోకతమోనుదః
హ్లాదయన్ ప్రాణినాం లోకే మనాంసి ప్రభయా విభో
నైశాని సర్వభూతాని ప్రచరన్తి తతస్తతః
యక్షరాక్షససంఘాశ్చ రౌద్రాశ్చపి తాశనాః,
ఏవముక్త్వా మహాతేజా విరరామ మహామునిః
సాధుసాధ్వితి తం సర్వే మునయో హ్యభ్యపూజయన్.

అను శ్లోకములు భాస్కరరామాయణమున

క. "రక్షోయక్షవిహారస, మక్షంబునిలీనమృగచయంబు నిమీల
త్పక్షికులాక్షము నిశ్చల, వృక్షమ్ము నిశాటభూత విహృతిస్థలమున్.

వ. అగుచు నివ్వనమున్నది మఱియుం.

చ. గగనము తారకాగ్రహవికాసవిభాసితమై వెలింగెడున్
మొగిసినచీఁకటిం జెఱచి ముంగలిదిక్కులు తెల్లసేయుచున్
జగములకుత్సవంబొదవఁ జంద్రిక గాయుచు భాసమానుఁడై
నెగడెడు నింగిఁ జందురుఁడు నిద్దురపోయెడి నెల్లజీవులున్.

క. వినుమర్ధరాత్రమయ్యెన్, జనవర నిద్రింపుమీవు సౌమిత్రియుంనిం
కనిపలికియూరకుండెన్, మునివరుఁడపుడఖిలమునులు మోదముతోడన్."

అనియు రంగనాథరామాయణమున

ద్వి. "నడురాత్రి యేతెంచె నరలోకనాథ
కడుదస్సినాఁడవు కనుమోడ్తుగాక
చలియింపకున్నవి సకల వృక్షములు
మెలఁగవు వనభూమి మృగసమూహములు
నెఱివిహంగంబులు నీడముల్ చేఱి
మఱచియున్నవి తమ మంజులధ్వనులు
యామినీచరులైన యక్షరాక్షసులు
భూమి విచ్చలవిడిఁ బొరిచరించెదరు
దీటుగఁ జీఁకటి దెసలునాకసము
కాటుకపూసిన కరణి నున్నదియు
నీలాంబరంబున నిండుముత్తెములు
గీలించి బ్రహ్మాండగేహగోళమునఁ
గడుఁగొప్పగా మేలు కట్లెత్తినట్టు
లుడుగణంబులతోడ నున్నది నింగి
యడరంగ జనులకు నానంద మొదవ
నుడురాజు పొడతెంచుచున్నాఁడఁటన్న
నామాటలకు మెచ్చి యఖిలసంయములు."

అనియుం సాంద్రీకరింపఁబడినవి. భాస్కరరామాయణములోని కందగద్యవృత్తములలో కంటె రంగనాథరామాయణమునందలి ద్విపదీపఙ్క్తులలో భావ మెక్కువహృదయంగమముగను నానందజనకముగను బ్రకటింపఁబడినదని యొప్పుకొనక తప్పదు. ద్విపదీచరణంబులు నాతిదీర్ఘంబులై నాతిహ్రస్వంబులై యుండును గావునఁ గరచరణాది సమస్తావయవంబులు నిరవధికముగ నొక్కకటి దృగ్గోచరంబగు పరిమిత పరిమాణచిత్రపటంబుభంగి నిరంతరాయముగ సమగ్రముగ గ్రాహ్యంబులై తదనుగుణమైన అవిచ్ఛిన్నానందమును గలిగించుచుండును. శ్రీనాథుఁ డుపయోగించినది మంజరీ ద్విపది. మంజరీద్విపదినిగూర్చి కవిజనాశ్రయములో

ద్వి. "ద్విపదగణంబులె తెచ్చియన్నిటికిఁ
బ్రాసంబులిడకయే పలుకఁజాలినను
మూఁడవగణమున మొగి విశ్రమముగ
మంజరియందురు మధురవాక్ఫణితి"

అని చెప్పఁబడినది. కవిజనాశ్రయములోనే కాక నన్నయభట్టు ఛందములోఁ గూడ మంజరీ ద్విపద యుదాహరింపఁబడినట్లే యప్పకవీయమువలనఁ దెలియుచున్నది. కాని శ్రీనాథునికిఁ బూర్వము మంజరీ కావ్యము రచించినవా రెవరును లేరు. ఇతఁడు వ్రాసిన గ్రంథములలో నిది చివరదియుఁ బరిణామావస్థలో వ్రాయఁబడినదియుఁ గనుక వ్రాయునాఁటికి లోకానుభవ మధికముగా గలిగినట్లు గనబడుచున్నది.

శ్రీనాథుఁడు ఈగ్రంథమున ఉపమానముల స్వాభావికముగఁ జెప్పినాఁడు. మాదిరికై రెండుమూఁ డుదాహరించెదను. చేతికిఁజిక్కిన శత్రువును విడిచి యతనితో గలహించుటకు

"చెట్టెక్కి ఫలమును జేనంటిచూచి
వేగమె దిగి రాళ వేసినట్లగును"

అనియుఁ జిన్నవాఁడయ్యుఁ బరాక్రమవంతుఁ డనుటకు

"పిడ్గు చిన్నదికాదె భేదించుఁగొండఁ
జిన్న మిర్యమునందుఁ జెడునె కారంబు
ఘనకపాలము కెక్కి కాకనొందించు
మానక నోరెల్ల మండును లెస్స."

అనియుఁ గొండలు ప్రతిధ్వను లీనెననుటకు

"ధరణీధరంబులు తల్లడంబంది
గుహాలను నోళ్ళతోఁ గూయంగసాగ"

అని చెప్పెను. గ్రంథవిస్తరభీతిచేఁ గొన్నింటిమాత్రమె యుదాహరించితి. మల్లదేవరాజంపిన లట్రాజు నలగామరాజుతోడను, నాయకురాలు నలగామరాజుతోడను చెప్పిన ధర్మములు యుక్తియుక్తములుగనుండి శ్రీనాథుని రాజనీతికౌశలముం బ్రకాశింపఁజేయుచున్నవి. నలగామరాజు సభలో వేశ్యానాట్యసందర్భమునఁ జెప్పిన సంగీతరహస్యము లాతఁ డాదియందు

ద్వి. "సంగీతసాహిత్య చాతుర్యకవిత
చెప్పనేర్చినవాఁడఁ జెలఁగి మాచెర్ల
చెన్నకేశవ పాదసేవారతుండ"

అని చెప్పుకొన్న విషయమును ధ్రువపఱచుచున్నవి. బాలచంద్రుఁడు వేశ్యనుగర్హించి

ద్వి. "కుటిలాత్ములారనీ గుణములు తెలిసె
మటుమాయచేఁజిక్కి మానముధనము
నీపాలుచేసితి నేఁగానపైతిఁ
గామాంధకారంబు కష్టపువిద్య
నీతిమాలినచర్య నేఁటికిఁదెలిసె
నింటిలోభోజనం బిచ్చుకురాక
పరులయెంగిలి కాసపడితిని నేను"

అని పల్కిన వాక్యములును ననపోతు వేశ్యల విషయమై బాలచంద్రునితో

ద్వి. "వారకాంతలరీతి వర్ణింపరాదు
బిడ్డలకొసఁగక ప్రియురాలికీక
చీమలుగూర్చిన చెలువునఁగూర్చి
ధనవంతులగువారి ధనమెల్లదోఁచి
ముంజికాంద్రమజేసి మురిపెమడంప
వ్యర్థులై విటవృత్తి వసుమతిమీదఁ
బోయిరి బ్రదికెడు పొందికలేక"

అని చెప్పినవాక్యములును నీతిబోధకములైనవి. 41-వ పుటలో బాలచంద్రుఁడై తాంబకుఁజేసిన వైరాగ్యోపదేశమ్ము, బాలచంద్రుఁడు యుద్ధమునకుఁ బోవుసంకల్పము సూచించినప్పుడు తల్లియైన యైతాంబ వలదని బ్రతిమాలి ఆమె పొందినశోకము, బాలచంద్రుఁడు నిజసంకల్పంబు వదలక తల్లి నూరార్చి సకారణంబుగఁ బలికిన వీరధర్మ వాక్యంబులు, ఉచితముగ నున్నవి. బాలచంద్రుఁడు వీరులతో బాలత్వమునుగూర్చి చెప్పినవిషయములు స్మరింపఁదగినవి. ఆవాక్యముల నుదాహరించుచున్నాను.

ద్వి. "పేరబాలుఁడుగాని విరుదుమగండఁ
బగవారిఁగొట్టని బ్రతుకదియేల
తలిదండ్రులకుఁ బ్రోవఁ దనయుఁడే కర్త
మానాభిమానముల్ మగఁటిమి మించఁ
బ్రబలింపఁగలవారు బాలురేసుమ్ము
బాలురె పెద్దలు బల్లిదుల్ వారె
బాలురకే వృద్ధి పరికించిచూడఁ
బెద్దలు మతిచెడి పిఱికిపాఱుదురు

పాంచభౌతిక దేహ పటిమ క్షీణించు
ధైర్యంబు తగ్గు నుత్సాహంబు లుడుగు
వయసు మీఱిన వేళ వచ్చునా బలిమి
కీర్తికైనను నపకీర్తికైన
బాలురపైనుండు భారమంతయును."

బ్రాహ్మణక్షత్త్ర సంజాతుఁడైన యనపోతును యుద్ధమునకు రానీక వెనుకకుఁ బంపి బాలచంద్రుఁ డేగినపిమ్మట నతఁడు పల్కిన వీరవాక్యంబులు

శ్లో. "అగ్రతశ్చతురో వేదాః పృష్ఠతస్సశరంధనుః,
ఇదం బ్రాహ్మమిదం క్షాత్త్రం శాపాదపి శరాదపి."

అని పరశురాముఁడు చెప్పిన వాక్యములను జ్ఞప్తికిఁ దెచ్చుచున్నవి. అనపోతు బ్రాహ్మణుఁడు; ఆఱువేలనియోగి; గృహనామము "ఒడ్డి" పెద్దన పౌత్త్రుఁడు; మల్లప రాజు పుత్త్రుఁడు; తల్లి పేరమ్మ; చతుర్వేదాధ్యయనము చేసినవాఁడు; బాకుయుద్ధమునందు నిపుణుఁడు. అనపోతుతండ్రి మల్లదేవునివద్ద వ్రాయసకాఁడుగా నుండెను. శ్రీనాథునికిఁ బిమ్మట వీరచరిత్రమును వీరభద్రుఁడు పద్యమయముగను, మల్లయ్య, బలరామిసెట్టికొడుకు కొండయ్య యను నిరువురు ద్విపదిగాను రచించిరి. కొండయ్యయుం మల్లయ్యయుఁ దమగ్రంథములలో శ్రీనాథు నుదాహరించియున్నారు. వీరు తమ గ్రంథములఁ జాలవఱకు శ్రీనాథు ననుసరించియే చెప్పిరి. వీరొక్కొకచోట లేనివి కొన్ని కలిపి, యున్నవి కొన్ని తీసివేసిరి. బొంగరము పుట్టుకయని కొండయ్య యొక వింతకథ కల్పించినాఁడు; శ్యామాంగి (సబ్బాయి) తమ్ముఁ డంతర్వేదిగాని కథయొక్కవగఁ జెప్పినాఁడు; ద్విపదీకృతి వ్రాయువాఁడయ్యును బాలచంద్రుఁడు బొంగరములాడు కథాసందర్భమునఁ గ్రొత్తగాఁ బద్యమొకటి చేర్చినాఁడు. దానినిఁ జూపుచున్నాను:—

క. "నెఱిఁగలిగి నాఁటినాఁటికి, సరిగడవఁగ బిరుదుకచకుచద్వయ మొరయన్
చిఱుతొడల నడుము సెక్కన, విఱిగెనొ యనఁ జెలులుదాను వెఱచుచు నడచెన్."

ఈపద్యము నన్నెచోడుని కుమారసంభవమునందుఁ గనఁబడుచున్నది.

మఱియుఁ గథాంశములయందుఁగూడ నచ్చటచ్చట మార్పులు చేసినాఁడు. కొండయ్య, మల్లయ్య, శ్రీనాథునిగ్రంథ మేరీతి ననుసరించిరో తెలియుటకై మువ్వుర గ్రంథములనుండి యొకటే సందర్భమునందలి కొన్ని పఙ్క్తుల నుదాహరించుచున్నాను.

కోమటిస్త్రీకి బొంగరము తాఁకినకథ

శ్రీనాథుఁడు:—

ద్వి. "పొక్కుచుఁ జేరెను బోలఁతులగుంపు
కప్పిరి వలువలు కర్ణంబులందుఁ
గర్పూరరజమును గలయంగ నూఱి
పదతలంబులయందుఁ బాణులయందు
గస్తూరిగంధంబుఁ గలిపిపట్టించి
సఖులెల్ల శైత్యోప చారముల్ సలిపి
చింతింపఁబోకుఁడి చెలి లేచునిపుడె
యని పల్కునంతలో నామూర్ఛ దెలిసి
ముకుళితహస్తుఁడై ముందఱ నున్న
బాలునిఁ గనుఁగొని బలుకోపమునను"

కొండయ్య:—

ద్వి. "ఏమనివగతుము ఏమిచేయుదుము
ఏమనిమామకు నెఱుఁగఁ దెల్పుదుము
నినుఁబాసి భువిమీద నిల్వనోపుదుమె
వనజాక్షి నీవెంట వత్తుమటంచు
నెఱి బ్రహ్మపుత్రుఁడు నీవిధియంచు
గరియాన లిరుగడఁ గదిసి చల్లఁగను
భామలందఱు కూడి పలు తెఱంగులను
గోమలి కుపచరణ కొంతగా సేయఁ
జెలికిఁ గప్పినమూర్ఛ తెలిసి శీఘ్రముగఁ
దలవంచి తనకాలు తప్పక చూచి
యిది యేరిబొంగరం బింతచక్కనిది
యిది యెవ్వరిదెయమ్మ యీవెలలేవి
దప్పుడు చెలికత్తె లందఱు చూచి
యప్పరో వినవమ్మ యతఁడు బాలుండు

ఆవిచారితముగా శ్రీ వీరేశలింగంపంతులుగారిపఙ్క్తులే శ్రీనాథునివైనట్లు తజ్జీవిత చరిత్రములో నుదాహరించినారు.

మల్లయ్య:—

ద్వి. "అంతలో జెలికిని నటుమూర్ఛ దెలిసి
ముకుళితహస్తుఁడై ముందఱనున్న

తెప్పిరిబొలుని తెరగెల్ల జూచి
నిప్పులుచెదరగ నెలఁతయిట్లనియె
కావరమేలన్న కట్టిఁడిదుష్ట."

వృద్ధవేశ్యావర్ణనము.

శ్రీనాథుఁడు:—

ద్వి. "కోఁతివంటిది వృద్ధగురుతరకోపి
కోలపట్టుకవచ్చె గూఁతుదగ్గఱకు
విఱిగినరొండియు వ్రేలుచన్దోయి
యుఁజిసిపోయినయొళ్ళు నూచలుకాళ్లు
వంగిననడుమును వదలినపండ్లు
పీలచేతులుగూని పీనుగుమోము
చిక్కఁగనరిసిన చింపిరితలయు
వ్రాలిన కొమముడి వదలినమేను
బెండమీద గణతియుం మీఁగాళ్ళబూత
కలుచనిగడ్డంబు పైని బుల్పిరియుం
దూలిమీసపుమొల్క ముక్కురోమములు
తలవడంకును మాట తబ్బిబ్బుమఱపు
చొల్లుగాఱెడునోర .శుభ్రంపుకంపు
కన్నులఁబుసులును గాంతిమిక్కుటము."

కొండయ్య:—

ద్వి. "కల్లలపుట్టిల్లు కడునోడశెల్ల
కిస్తువెడలినచింత చివికినగంత
పత్తిగింజలసంత పరదేశిబొంత
ఊదుపోవనిడొక్క ఊరిపడ్డనక్క
... ...
ఉచితంబెఱుంగని యమఁదలితొత్తు
... ...
తెరలు యాదనపెల్లి దేవాంగపిల్లి
మాయలకళకారి మందులమారి

కాయనిపడుచెట్టు కదుబోదుచెట్టు
దొందరతినగండి తొమ్మండ్రదొండి
అందతుకులబొడ్డి అమిదొపుడ్డి
అఖిలకోతలవెల్లి యాసబ్బతల్లి."

మల్లయ్య:—

ద్వి. "వృద్ధవానరమైన వెసరాగముండ
దద్దరింపుచులేచి తగునాతకోల
విఱిగినరొండియు నూచలాకాళ్లు
ఊరిసిపోయినయొళ్ళు నూడినతలయు
తోలుశల్యములతో దూగాడునడుము
కీలచేతులు నడప్పినుగురీతి."

కొండయ్య శబ్దసౌష్ఠవము పాటింపక యిచ్చవచ్చినట్లు చెప్పినాఁడు. మల్లయ్య రచనలోఁ జాలవఱకు శ్రీనాథుని వాక్యములే యున్నవి.

నాకుదొరికిన తాళపత్రగ్రంథములో కొన్నిచోట్లఁ బజ్క్తులుపోయినవి. పోయిన చోట్లను, బోయిన ట్లగుపడినచోట్లను నా నీరసవాక్యములతోఁ బూర్తిచేసి కుదలించితిని. ఒకటి రెండుపదములు పూర్తిచేసినచోట్లఁ గుండలము లుంచలేదు. కథాభాగములకు శీర్షికలు నేను చేర్చినవేను. అచ్చుకూర్పువారి పొరపాటువలననైన నేమి నాపొరపాటువలననైన నేమి 25, 38, 43, 50, 60, 102 పుటలలో నేను పూరించిన కొన్నిపజ్క్తులకుఁ గుండలములు విడిచిపెట్టఁబడినవి. అవసరమనితోఁచిన స్థలములలోఁ జదువరులకు సుబోధముగ నుండుటకై గచ్ఛద్వ్యాఖ్యను కూర్చినాఁడను. అన్యపండితుల సంస్కృతాంగ్లేయవాక్యముల నుదాహరించినప్పుడు పలయుచోట్ల వానికి సరియైన తెలుగువాక్యములు వ్రాసితిని. బాలచంద్రుని వేశ్యనామము సబ్బాయి యనియుండ శ్యామాంగియని దిద్దితిని. ప్రాచీనగ్రంథాలలో ఉన్నప్రకారము పలనాటివీరచరిత్ర యని నామ ముంచితిని. బహుధన సాధ్యములయ్యెఁ జిత్రములను గొనకుండి మిత్రుల యనుగ్రహముచే సమకూర్పఁ దలంచితిఁగాని వారిసాహాయ్యము సమయమునకు రాక పోవుటవలన వీలైనది కాదు. యుద్ధకాలమును ననుగురాజా జన్మదేశమును నాకు లభ్యమైన కొద్దిగ్రంథసామగ్రితోడను శిలాతామ్రశాసనములతోడను నిర్ణయించితిని. ఇది యేనవిదులు వీరచరిత్రముయొక్క యేభాగమైన దయయుంచి యెవరేని నా కందఁ జేయఁగలిగినయెడల నది వ్రాసికొని వారిగ్రంథము వందనములతో మరల వారికిఁ

బంపెదను. గ్రంథము ముద్రించుట కిదియే ప్రథమపర్యాయము గావున నేమైన లోపము లుండెనేని క్షమింపఁ బ్రార్థించుచున్నాను.

ఈ గ్రంథవిషయమునఁ దోడ్పడిన మిత్రులందఱకు నమస్కారము లాచరించుచున్నాఁడను. అందులో నేను శ్రమపడుట యటులుండ నాకొఱకు శ్రమపడి నిజాము రాజ్యమునుండి గ్రంథమును దెప్పించి వ్రాయించి యిప్పించిన మ-రా-రా-శ్రీ, అక్కిరాజు శంకరనారాయణగారికిని, జల్లగుండ్ల పిచ్చయ్యగారికిని, గ్రంథాంతరము నందఁజేసిన జానపాటి వెంకటప్పయ్యగారికిని వీరచరిత్ర ప్రథమభాగము నొసంగిన పిడుగు వీరభద్రయ్యగారికినిఁ దగినసమయములఁ దోడ్పడుచు వచ్చిన తాడేపల్లి సీతారామయ్యగారికిని, ముద్రణాదివ్యయమున కేఁబదిరూప్యము లొడఁగూర్చి సాహాయ్యముచేసిన మహారాజరాజశ్రీ ఉన్నవ లక్ష్మీనారాయణ పంతులుగారికిని నామనఃపూర్వకవందనములు సమర్పించుచున్నాఁడను.

గుంటూరు,
జులై, 1-వ తేది 1911.

ఉమాకాంతుడు

ప్రథమభూమికయందలి 53, 57, 61, 63 పేజీలలోని గద్యవ్యాఖ్యలు ద్వితీయావృత్తిసమయాన వ్రాసినవి.

వీరచరిత్రకథాసారము.

ఉత్తరదేశమునఁ బాలమాచాపురి యనుపట్టణము కలదు. జంభనాపురియని దీనికి నామాంతరము. దీని ననుగురా జేలుచుండెను. ఇతఁడు కార్తవీర్యార్జునున కేడవ తరమువాఁడు. కార్తవీర్యుఁడు చేసినపాపములు బాధింపఁగా ననుగురాజు బ్రాహ్మణోత్తముల యాలోచనవలన జీడిమానె గుడ్డలు ధరించి ససైన్యుఁడు, సామాత్యుఁడు, సధనుఁడు, సకలదేవుఁడునై రాజ్యమువిడిచి, పాపపరిహారార్థము తీర్థయాత్రలకు వెడలి నానాక్షేత్రంబుల సేవించుచు నదులలో మునుఁగుచు నంధ్రదేశమునకు వచ్చి యమరావతిరేవున కృష్ణానదిలో స్నానముచేయఁగా నల్లని జీడిమానె గుడ్డలు తెల్లనాయెను. ఇట్లు వస్త్రములు తెల్లనగుటయే పాపవిమోచనమునకుఁ జిహ్నమని బ్రాహ్మణు లనుగురాజునకుఁ బ్రథమమునఁ జెప్పియుండిరి. అనుగురా జప్పుడు చందవోలులో రాజ్యము చేయుచున్న రాజుకూతును వివాహమాడెను. ఆమెపేరు మైలాంబ. కూతునకుఁ జందవోలురాజు పల్నా డరణమిచ్చినందున ననుగురాజు గురిజాలరాజధానిగ పల్నాటి కధి

పతి యయ్యెను. అనుగురాజునకు భార్యలు ముప్వురు. వీరవిద్యాదేవి, భూరమాదేవి, మైలమాదేవి. వీరవిద్యాదేవియందుఁ బెదమల్లదేవుఁడు, చినమల్లదేవుఁడు, బాలమల్లదేవుఁడు నను ముప్వురుపుత్రులు గలిగిరి. భూరమాదేవియందు కామరాజు, నరసింహభూపతి, ఝుట్టిరాజు, పెరుమాళ్లరాజు నను నల్వురుసుతు లుద్భవించిరి. అనుగురాజు మంత్రి దొడ్డనాయఁడు. ఇతఁడు వెలమ; జేతినాయనికుమారుఁడు. బాదరాజునకుఁ బెద్దన్న యని నామాంతరము కలదు. సంతానము కలుగకముం దనుగురాజుచే బాదరాజు పెంచుకొనఁబడి క్షత్రియుండును గంచర్లపురాధీశుఁడు నైన కృష్ణగంధర్వుని కూతును లవాంబను బెండ్లాడెను. బ్రహ్మనాయఁడు విష్ణువుగా భావింపఁ బడుచున్నాఁడు. కురుక్షేత్రయుద్ధమునఁ గృష్ణుఁ డెంతముఖ్యుఁడుగ నుండెనో పల్నాటి యుద్ధమున బ్రహ్మనాయఁ డంతముఖ్యుఁడుగా నుండెను. ఈయన పల్నాటికృష్ణుఁడని పేర్కొనఁ బడుచున్నాఁడు. ఇతనికుమారుఁడు బాలచంద్రుఁడు. కన్నమదాసని మఱి యొకఁడు గలఁడు.

ఇట్లు దొడ్డనాయఁడు మంత్రిగ ననుగురాజు కొంతకాలము పరిపాలించి మృతి నొందెను. దొడ్డనాయఁడుకూడ స్వర్గమున కేగెను. నలగామరాజు పట్టాభిషిక్తుఁ డాయెను. నాయకురాలను నొకయువతి నిజశక్తిచేత ననుగురాజునను గ్రహము సంపాదించి యతఁడు చనిపోయినవెనుక నలగామరాజువద్ద మంత్రిణి యయ్యెను. ఈనాయకురాలి యసలుపేరు నాగాంబ. నాయకురాలనియే సాధారణముగా వ్యవహరింపఁబడుచున్నది.

"నాయకురాలి జన్మస్థలము పల్నాడుతాలుకాలో నాగులేటియొడ్డుననున్న జిట్టగామాలపాడను నొక చిన్నగ్రామము. ఈమె పంటరెడ్లకులమునఁ బుట్టినది. తండ్రిపేరు చౌదరి రామిరెడ్డి. మేనమామపేరు మేకపోతు సింగారెడ్డి. ఈమెయింటిపేరరవల్లివారని చెప్పఁబడినది. ఇది తల్లిగారింటిపేరో యత్తగారింటిపేరో తెలియదు. ఈమెభర్తనామ మెచ్చటఁ గానరాదు. పల్నాటియుద్ధమున కీమెయే కారకురాలు. అతిపరాక్రమశాలిని. గుంజాల పురవరాధీశ్వరులగు నలగామరాజాదు లీమె చేతిలో కీలుబొమ్మలవలె నుండువారు. ఈమె బ్రహ్మనాయని కిరుపోటిగా రాజ్యతంత్రము నడపిన సమర్థురాలు. యుద్ధావసానముపరకుఁ జలనమునొందక మగబిరుదు కట్టి యశ్వారూఢమై బ్రహ్మనాయనితోఁ బోర సమకట్టిన శూరురాలు. ఈమె మంత్రిణి యగునప్పటికి వీరవిద్యాదేవికి జన్మించిన మల్లదేవాదులు బాలురుగా నుండిరి. బ్రహ్మనాయఁడు వీరిని దగ్గఱకుఁ దీసి రాజ్యములోఁ గొంతభాగ మిప్పించి

[1] గురిజాలనుండి పోయి [2] మాచెర్లపట్టణము నిర్మించుకొని వారు యుక్తవయస్కులు కానంతన వారికి బదులుగఁ దానే పరిపాలించుచుండెను. వారు పెద్దవారైనతరువాతఁ గల్యాణపట్టణాధీశుఁడైన వీరసోముని కుమార్తెల నిప్పించి వివాహముచేసి పెదమల్లదేవుని మాచెర్లకుఁ బట్టాభిషిక్తునిఁ జేసెను. అనుగురాజు చనిపోవునపుడు కొడుకులనందఱను బ్రహ్మనాయనికి ఒప్పగించెను. నలగామరాజు నాయకురాలిని మంత్రిణిగాఁ జేసికొన్నను మల్లదేవులకుఁ బెండ్లిచేసిన తరువాత బ్రహ్మనాయఁడు ద్వేషబుద్ధిలేక నలగామరాజునకు భూరమాదేవిపుత్రులకుఁ గట్నము లిచ్చుటకై గురిజాలకుఁ బోయెను. వారును దగినవిధముల గారవించిరి. గురిజాలలో బ్రహ్మనాయనికి నాయకురాలు విషము పెట్టించెనుగాని యామెప్రయత్నము నిష్ఫలమాయెను. మాయచేసి నాయకురా లాతనినిఁ గోడిపందెమున కోడఁబఱచెను. ఓడిపోయినవా రేడుసంవత్సరములు రాజ్యము విడచిపెట్టి పరభూములకుఁ బోవలయుననని పందెపుటొడంబడిక. పందెములో బ్రహ్మనాయఁ డోడి గోపన్నను గోల్పోయి మల్లదేవుల వెంటఁబెట్టికొని మాచెర్ల విడిచి కృష్ణానదిని దాఁటి మండాదిపట్టణమునకు వలసపోయెను. శిష్టేతివృత్తమునకు వక్ష్యమాణమైన "పల్నాటివీరులకథలు" అను గద్యకృతినిఁ జూడదగును.

1 పల్నాటిసీమలోనున్నది. 2 పల్నాటిసీమలో చంద్రవంకనదిమీద ఉన్నది. పల్నాడు గుంటూరుజిల్లాలో ఒకసీమ.

INTRODUCTION.

Ever since the evolution of man began from the brutal state, Great Persons have stepped into and passed away from this world leaving behind their marks in the annals of the progress of mankind. They are the light guiding and shaping men's thoughts and actions in their bewildering journey of life. They are the proclaimers of the unspeakable significance, the unreachable height, the immeasurable breadth and the unfathomable depth of the Infinite Power. By them the whole world moves; in them the whole world rests; for them the whole world longs. The history of the world is the history of these Great Men. Leaving the prehistorical periods, a little thoughtful mind can, from the dawn of documentary history down to modern times, perceive how the world has been affected by the appearance of the personages like Sri Rama, Buddha, Christ, Sankara, Kalidas and Shakespeare. These Great Men or Heroes, as they are justly called, are not confined to a certain country or to a certain age. They have been making their appearance in different corners in different ages. Wherever they appeared, whether in the meditative East or in the practical West, they were received with divine honour, regarded with admiration and adored with prostration. "The worship of a Hero" truly says Carlyle, "is transcendent admiration of a Great Man......No nobler feeling than this of admiration for one higher than himself dwells in the breast of man." Architects built temples in their honour;

sculptors carved their pictures on wood and stone ; painters drew their figures in beautiful colours ; poets sang their heroic deeds. Sreenatha sang the valour of the Heroes of the *Palnad* and it is the history of these Palnad Heroes, depicted by Sreenatha that is found in the following pages of this book. These warriors had left their distant home on the banks of the Narmada, migrated for political reasons into the broad grand plains of the Palnad as a place of refuge and settled there —settled never to return. They obtained rights in the country as a matrimonial gift and ever since Palnad has been called their home and they have been styled, "Palnad Heroes." They held undisputed sway over it and diffused their religion and civilization among the people. They built villages, made tanks, constructed anicuts, dug canals, erected temples and raised fortresses in the Palnad and the surrounding country, traces of which remain to this day whispering in the listening ears, dumb as they are, various tales about the activities of of their makers in days gone by. Fortunately or unfortunately, the country had their rule only for a short time. During that short period, they held a wonderful sway over the country. Their love for the subjects was unlimited. Their indomitable valour was unparalleled. The chaotic battle-field was their sporting ground. The roar of the trumpets was their delightful sound. The bare flashing sword was their walking-stick. They were brave but not ferocious; they were valiant but not cruel. Timidity they did not know. Lawlessness they did not tolerate After ably governing the country for a short period, in a great fratricidal war that ensued,they, sacrificing their lives in defence of their rights, displayed astounding and superhuman prowess which, as was naturally the case in those ancient times, held them deified in the eyes of the people dumb with awe and wonder. What with their humane government and what with their extraordinary character, they earned the love, respect and admiration of the people as no other ephemeral sovereign had done. Villages are named after them. Temples are dedicated to them. Their pictures are carved upon stones. Gorgeous processions are held in their honour. People vie with each other in paying their adoration irrespective of caste and creed. I cannot refrain from quoting in this connection the following lines of that famous archæologist, Robert Sewell, concerning these Heroes :—

" It is a curious fact that, while the Palnad Heroes themselves worshipped indiscriminately Vishnu and Siva and while this mixture of worship is still largely observed in this out of the way part of the country, we have in this Heroes' temple a sort of Mussalman coalition into the bargain. The Mussalmans take part in the annual festival and pay their devotions to the souls of the Heroes ; and the walls of the temple are discolored with the splashes of chunam water and red paint thrown on them by Muhammadan admirers." Lists of Ant. Vol. I.

The construction of the temple itself is attributed to a Mahammadan whose grave is still to be seen within the precincts of the temple. Our admiration is all the more increased when we read the story of a female of Panta Reddi family, who, as the leading figure one the side of Nalagama, made such wild charges, evinced such gigantic valour and fought with such stupendous courage as would excite the wonder of Nelsons and Nopoleans. Thousands